நொறுங்கிய குடியரசு

நொறுங்கிய குடியரசு
அருந்ததி ராய் (பி. 1961)

அருந்ததி ராய் இந்தியாவின் நட்சத்திர எழுத்தாளர், களப் பணியாளர்.

அவரது முதல் நாவலான 'The God of Small things' (சிறியனவற்றின் கடவுள்) புக்கர் பரிசு பெற்றதும் உலகப் புகழை அடைந்தார்.

இந்திய அரசின் அணு ஆயுதக் கொள்கை எதிர்ப்பு, இந்திய அரசமைப்பால் ஒடுக்கப்படும் கஷ்மீரிகள், ஆதிவாசிகள் ஆகியோருக்கு ஆதரவான போராட்டங்கள், அமெரிக்க ஏகாதிபத்திய எதிர்ப்பு போன்ற களப் போராட்டங்களில் ஈடுபட்டும், காத்திரமான கட்டுரைகள் எழுதியும் வருபவர். இந்துத்துவத்தின் கடுமையான விமர்சகர். தலித் விடுதலையில் ஆழ்ந்த கரிசனம் கொண்டவர். 2015இல் விடுதலைச் சிறுத்தைகள் 'அம்பேத்கர் சுடர்' விருதை அருந்ததி ராய்க்கு வழங்கினர்.

ஆய்வின் வலுகொண்ட அவரது கட்டுரைகள் அவற்றின் கருத்துக் களுக்காகவும் நடைக்காகவும் உலக கவனத்தைப் பெற்றவை.

க. பூரணச்சந்திரன் (பி. 1949)
மொழிபெயர்ப்பாளர்

திருச்சியில் தமிழ்த் துறைப் பேராசிரியராகப் பணியாற்றியவர். சிறு பத்திரிகைகளில் பல கட்டுரைகள் எழுதியுள்ளார். அமைப்பியல், பின் அமைப்பு வாதம் போன்ற நவீனக் கொள்கைகளில் ஆர்வம்கொண்டவர். 21 நூற்களை மொழிபெயர்த்துள்ளார். முக்கிய மொழிபெயர்ப்பு நூற்கள் : 'உலகமயமாக்கல்', 'டாக்டர் இல்லாத இடத்தில் பெண்கள்', 'சமூகவியல்', 'கீழைத் தத்துவம்' போன்றவை. முக்கியத் திறனாய்வு நூற்கள்: 'கவிதையியல்', 'இருபதாம் நூற்றாண்டு திறனாய்வு வரலாறு', 'இலக்கியப் பயணத்தில் சில எதிர்ப்பாடுகள்' போன்றவை.

அருந்ததி ராய்

நொறுங்கிய குடியரசு

தமிழில்
க. பூரணச்சந்திரன்

காலச்சுவடு பதிப்பகம்

● அன்பார்ந்த வாசகருக்கு,

வணக்கம்.

காலச்சுவடு நூலை வாங்கியமைக்கு நன்றி.

நூலின் உள்ளடக்கம், உருவாக்கம், அட்டைப்படம் இன்ன பிற அம்சங்கள் பற்றிய உங்கள் கருத்துகளையும் ஆலோசனைகளையும் காலச்சுவடு வரவேற்கிறது. தகவல், எழுத்து, வாக்கியப் பிழைகள் தென்பட்டால் அவசியம் தெரிவித்து உதவுங்கள். நூல் தயாரிப்பில் கடும் குறைபாடு இருப்பின் மாற்றுப் பிரதி உங்களுக்குக் கிடைக்கக் காலச்சுவடு ஏற்பாடு செய்யும்.

மின்னஞ்சல்: **publisher@kalachuvadu.com**

காலச்சுவடு நாகர்கோவில் அலுவலகத்திற்குக் கடிதம் அனுப்பலாம்.

தங்கள்

எஸ்.ஆர். சுந்தரம் (கண்ணன்)

பதிப்பாளர் — நிர்வாக இயக்குநர்

நொறுங்கிய குடியரசு ❖ கட்டுரைகள் ❖ ஆசிரியர்: அருந்ததி ராய் ❖ தமிழில்: க. பூரணச்சந்திரன் ❖ © அருந்ததி ராய் ❖ முதல் பதிப்பு: டிசம்பர் 2011, பதின்மூன்றாம் பதிப்பு: ஜூன் 2025 ❖ வெளியீடு: காலச்சுவடு பப்ளிகேஷன்ஸ் (பி) லிட்., 669 கே. பி. சாலை, நாகர்கோவில் 629001 ❖ புகைப்படங்கள்: அருந்ததி ராய்

noRunkiya kuTiyarasu ❖ Tamil Translation of 'Broken Republic' ❖ Essays ❖ Author: Arundhati Roy ❖ Translation by: G. Pooranachandran ❖ © Arundhati Roy ❖ Language: Tamil ❖ First Edition: December 2011, Thirteenth Edition: June 2025 ❖ Size: Demy 1 x 8 ❖ Paper: 18.6 kg maplitho ❖ Pages: 192

Published by Kalachuvadu Publications Pvt.Ltd., 669 K.P. Road, Nagercoil 629001, India ❖ Phone: 91-4652-278525 ❖ e-mail: publications @kalachuvadu.com ❖ Photographs: Arundhati Roy ❖ Printed at Clicto Print, Jaleel Towers, 42 KB Dasan Road, Teynampet Chennai 600018

ISBN: 978-93-80240-93-0

06/2025/S.No. 438, kcp 5842, 18.6 (13) 1k

பொருளடக்கம்

அறிமுகம்	11
திருவாளர் சிதம்பரத்தின் போர்	15
தோழர்களுடன் ஒரு நடைப் பயணம்	43
கடையரை எட்டும் புரட்சி	131
Notes	183

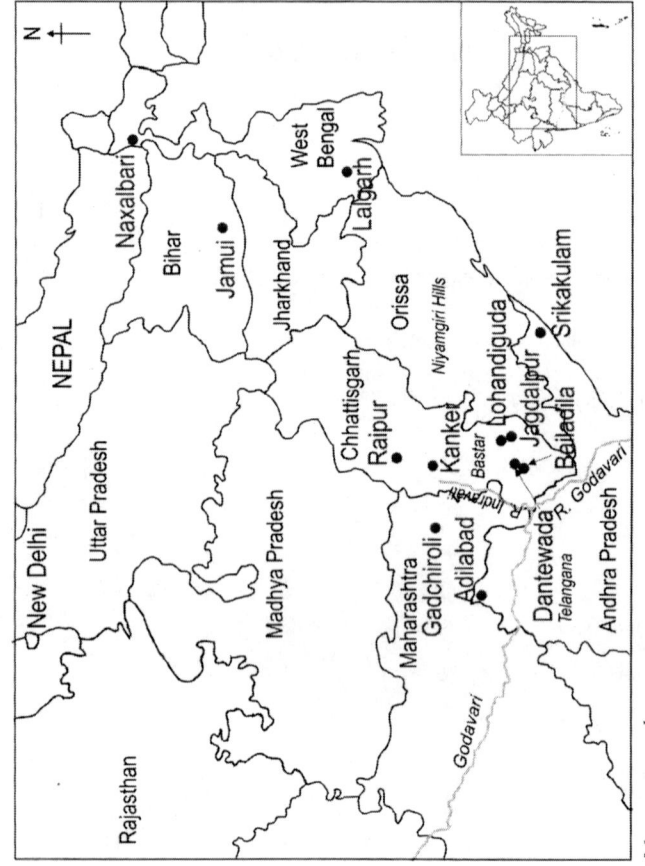

Map not to scale

மத்திய கிழக்கு இந்தியாவைக் காட்டும் படம்

உங்கள் ரத்தம் கேட்கிறது :
செல்வந்தர்களும் சட்டமும்
எப்படி, எந்த வலுவான இரும்பு நெசவினால்
பிணைக்கப்பட்டிருக்கிறீர்கள்?
எப்படி நீதிமன்றங்களுக்குள் ஏழைகள்
வீழ்ந்துகொண்டே இருக்கிறார்கள்?

'நீதிநடுவர்கள்', பாப்லோ நெருடா

அறிமுகம்

குடியரசுத் தலைவர் வணக்கத்தை ஏற்கிறார்

இந்தியாவின் நலனுக்காக, மக்கள் கிராமங்களை விட்டு நகரங்களுக்குச் செல்ல வேண்டும் என்கிறார் அமைச்சர். அவர் ஹார்வர்டில் படித்தவர். அவருக்கு வேகம் வேண்டும். எண்ணிக்கை வேண்டும். ஐம்பது கோடி மக்கள் குடிபெயர்வது நல்ல வணிக முன்மாதிரிக்கு அடையாளம் என்று அவர் நினைக்கிறார்.

தங்கள் நகரங்களை ஏழைகளால் நிரப்புவது எல்லோருக்கும் உகப்பாக இருக்கும் என்று சொல்ல இயலாது. குடிசைப்பகுதி வாழ்வோரை மும்பையில் ஒரு நீதிபதி, நகர்புற பிக்பாக்கெட்டுகள் என்றார். இன்னொருவர், ஏழைகள்வாழும் அதிகாரப்பூர்வமற்ற வசிப்பிடங்களைப் புல்டோசரால் இடித்துத் தள்ளுமாறு கட்டளையிட்டுவிட்டு, வசதியற்றவர்கள் நகரத்தில் வாழக்கூடாது என்றார்.

நகரங்களிலிருந்து அப்புறப்படுத்தப்பட்டவர்கள் தங்கள் இடங்களுக்குத் திரும்பிச் சென்றபோது, தங்கள் கிராமங்கள் இருந்த இடங்களில் பெரிய அணைகளும் குவாரிகளும் இருப்பதைக் கண்டார்கள். அவர்கள் வீடுகளைப் பசியும் போலீஸ்காரர்களும் ஆக்கிரமித்திருந்தன(ர்). காடுகளில் ஆயுதமேந்திய கொரில்லாக்கள் நிரம்பியிருந்தார்கள். கஷ்மீர், மணிப்பூர், நாகாலாந்து போன்ற இந்தியாவின் விளிம்புகளிலிருந்து அதன் இதயப்பகுதிகளுக்குப் போரும் குடிபெயர்ந்திருந்தது. ஆகவே அவர்கள் நெரிசல் மிகுந்த நகரங்களின் தெருக்களுக்கும் நடைபாதைகளுக்குமே திரும்பி வந்தார்கள். இந்தப் பெரிய நாட்டின் எந்த மூலையிலாவது தங்களுக்கென ஓர்

இடமிருக்குமா என்று நொந்தபடி, அழுக்கு நிறைந்த கட்டுமானப் பகுதிகளின் இடுக்குகளில் தங்களைத் திணித்துக்கொண்டார்கள்.

நகரத்துக்குக் குடிபெயர்பவர்கள் பெரும்பாலும் குற்றச் செயல்களில் ஈடுபடுபவர்கள் என்று அமைச்சர் கூறினார். 'அவர்கள் கொண்டுவந்த நடத்தைமுறை நகரங்களின் ஒழுங் கிற்குப் புறம்பானது.' மனத்தில் பட்டதைப் பட்டவர்த்தனமாகப் பேசக்கூடிய அவருடைய குணத்துக்காக மத்தியதர மக்கள் அவரைப் பாராட்டினார்கள். சட்டம் ஒழுங்கைக் காப்பாற்று வதற்காக மேலும் அதிகமாகக் காவல்நிலையங்களைத் திறக் கிறோம், மேலும் போலீஸ்காரர்களைப் பணியமர்த்துகிறோம், சாலையில் ரோந்துக்கென மேலும் காவல் வாகனங்களை அமர்த்துகிறோம் என்று அமைச்சர் கூறினார்.

2010இன் காமன்வெல்த் விளையாட்டுப் போட்டிகள் நடை பெறுவதற்காகத் தில்லியை ஓர் உலகத்தரத்திலான நகரமாக மாற்றுவதற்காகச் சட்டங்கள் இயற்றப்பட்டன. அந்தச் சட்டங் களால் ஏழைகள், துணியில் ஏற்பட்ட கறைகளைக் கழுவினாற் போல, இருந்த இடம் தெரியாமல் மறைந்தார்கள், தெருவியா பாரிகள் மறைந்துபோனார்கள். ரிக்ஷா இழுப்பவர்களின் உரிமங் கள் பறிபோயின. சிறிய கடைகளும் வணிகங்களும் மூடப்பட்டன. இயங்கும் நீதிமன்றங்களில் இயங்கும் நீதிபதிகள் பிச்சைக்காரர் களை வளைத்துப்பிடித்து விசாரித்து நகர எல்லைக்கு அப்பால் கொண்டுபோய் விட்டார்கள். அப்படியும் மீந்திருந்த சேரிப் பகுதிகளைப் பெரிய பெரிய விளம்பரத்திரைகளால் மறைத் தார்கள். அந்த வினைல் போர்டுகளில் 'DELHIciously Yours' ('இனிமையான டெல்லி உங்களுக்காக') என்று எழுதப்பட் டிருந்தது.

திறன் மிகுந்த ஆயுதங்களை ஏந்திய, மிக நன்றாக உடை யணிந்த, எவ்வளவுதான் அரிப்பெடுத்தாலும், தங்கள் அந்தரங்க உறுப்புகளைப் பொதுஇடத்தில் சொறியக்கூடாது என்று கற் பிக்கப்பட்ட, புதியவகைப் போலீஸ்காரர்கள் தெருக்களில் காவல் புரிந்தார்கள். எங்கு பார்த்தாலும் காமிராக்கள் எல்லாவற்றை யும் பதிவுசெய்துகொண்டிருந்தன.

○

போலீசின் வலைவீச்சிலிருந்து தப்பிய, நவீன நகரங்களுக்கு உகப்பற்ற நடத்தைமுறையைக் கொண்ட இரண்டு இளம் பெண் குற்றவாளிகள், ஒரு போக்குவரத்துக் குறுக்குச்சாலை யில் நின்ற ஒரு பளபளப்பான காரின் தோல் இருக்கைகளுக் கும் அணிந்திருந்த கூலிங்கிளாசுக்குமிடையில் அடைபட்டிருந்த ஒரு பெண்ணை நெருங்கினார்கள். கூச்சமின்றி அவளிடம் பணம்

கேட்டார்கள். அவள் பணக்காரி, நேயம்மிகுந்தவள். அந்த இளம் பெண்களின் தலைகள் அவள் கார்க்கண்ணாடி உயரம்கூட இல்லை. அவர்களின் பெயர்கள் ருக்மணி, கமலி. அல்லது மெஹருன்னிசா, ஷாபானு என்றும் இருக்கலாம். (அதைப்பற்றி என்ன கவலை?) கார்க்காரி அவர்களுக்குப் பணமும் தாயுள்ளத் தோடு அறிவுரையும் வழங்கினார். பத்து ரூபாயைக் கொடுத்து விட்டு "பகிர்ந்துகொள்ளுங்கள்" என்று சொல்லிவிட்டு சிக்னல் மாறியபோது வேகமாகப் போய்விட்டாள்.

ருக்மணியும் கமலியும் (அல்லது மெஹருன்னிசாவும் ஷாபானுவும்) ரோமானிய அடிமை வீரர்களைப்போலச் சண்டை யிட்டுக்கொண்டார்கள். அவர்களின் சண்டை முடிவுவரை, அவர்களைக் கடந்துசென்ற, அல்லது அவர்கள்மீது மோதுவது போல வந்த ஒவ்வொரு காரின் கண்ணாடிகளும் அதைப் பதிவு செய்தன.

சற்றுநேரத்தில் இரு பெண்களும் ஒரு தடயமுமின்றி மறைந்துபோனார்கள். தில்லியின் ஆயிரக்கணக்கான குழந்தை களைப்போல.

விளையாட்டுப் போட்டிகள் பெரும் வெற்றி!

○

இரண்டு மாதங்கள் கழித்து, இந்தியா குடியரசான அறுபத்திரண்டாம் ஆண்டுவிழாவின்போது, இந்திய ஆயுதப் படைகள் குடியரசுநாள் அணிவகுப்பில் தங்கள் ஆயுதங்களைக் காட்சிக்கு வைத்தன. ரஷ்யாவில் செய்த பலமுனை எறி கணைவீசிகள், போர் விமானங்கள், இலேசான ஹெலிகாப்டர் கள், கடற்படைக்கான நீருக்கடியில் பயன்படுத்தும் ஆயுதங்கள். புதிய டி90 டாங்கிக்குப் பெயர் பீஷ்ம(ர்). (பழைய டாங்கியின் பெயர் அர்ஜுன்). புதிய அதிக எடை கடற்படைக்குண்டுக்குப் பெயர் வருணாஸ்திர(ம்). உள்நோக்கிவரும் கடற்படைக் குண்டு களைக் கவர்ந்திழுக்கும் பொறி அமைப்புக்குப் பெயர் மாரீச(ன்). கஷ்மீரின் உறைந்த தெருக்களில் ரோந்துசெல்லும் ஆயுதம் தாங்கிய வாகனங்களின்மீது தீட்டப்பட்டிருக்கும் பெயர் ஹனுமான், வஜ்ரா(யுதம்). இந்து இதிகாசமான இராமாயணத் திலிருந்து இந்தப் பெயர்களை வைத்திருப்பது தற்செயலான விஷயந்தான். இந்தியா ஒரு இந்து நாடாக இருக்குமானால், அதுகூட ஒரு விபத்துதான்.

இராணுவத்தின் செய்திப்பரிமாற்றப் பிரிவைச் சேர்ந்த அஞ்சாத சிங்கங்கள் மோட்டார்சைக்கிள்கள்மீது ராக்கெட் வடிவத்தில் நின்றுகொண்டே ஓட்டிக்காட்டினார்கள். பின்னர்

தங்கள் வடிவத்தைப் பறவைக்கூட்ட வடிவத்திலும் கடைசியாகப் பிரமிடு வடிவத்திலும் மாற்றிக் காட்டினார்கள்.

தலைக்குமேல் ஆகாயத்தில் சுகோய் போர்விமானங்கள் திரிசூல வடிவத்தில் பறந்தன. இந்த வகை ஜெட் விமானம் ஒவ்வொன்றும் நூறுகோடி ரூபாய்க்குமேல் விலை. சிவனின் திரிசூலத்தின் மொத்தம் விலை நானூறு கோடி!

சிலிர்த்துப்போன கும்பல் பலவீனமான குளிர்காலச் சூரியனை நோக்கிக் கைதட்டி ஆரவாரம் செய்தது. வானத்தின் உயரத்தில், ஜெட்விமானங்கள் தங்கள் பளிச்சிடும் பக்கவாட்டில் ருக்மணி – கமலியின் (அல்லது மெஹருன்னிசா – ஷாபானுவின்) மரணப் போராட்டத்தின் பிரதிபலிப்பை ஏந்திச் சென்றன.

இராணுவ இசைக்குழுவினர் தேசிய கீதம் இசைத்தனர். குடியரசுத் தலைவர் தமது முந்தானையால் தலையைச்சுற்றி மூடிக்கொண்டு வணக்கத்தை ஏற்றுக்கொண்டார்.

பிப்ரவரி 2011

திருவாளர் சிதம்பரத்தின் போர்

இந்தியா என்று ஒரு நாடோ, ஒரிசா என்று ஒரு மாநிலமோ ஏற்படுவதற்குப் பலகாலம் முன்னாலேயே தெற்கு ஒரிசாவின் தட்டையான உச்சியை உடைய தாழ்ந்த குன்றுகள் டோங்க்ரியா கோண்டு இனத்தின் வாழுமிடமாக இருந்துள்ளன. குன்றுகள் கோண்டு மக்களைப் பார்த்துக்கொண்டன. கோண்டு மக்கள் குன்றுகளைப் பார்த்துக்கொண்டார்கள். அவற்றைக் கண்கண்ட தெய்வங்களாகவே வழிபட்டார்கள். இப் போது அந்தக் குன்றுகள் அவற்றிலிருக்கும் பாக்ஸைட் தாதுக்காக விற்கப்பட்டுவிட்டன. கோண்டு மக்களுக்குத் தங்கள் கடவுளையே விற்றுவிட்டதுபோலிருந்தது. அந்தக் கடவுள் இராமனாகவோ, அல்லாவாகவோ, ஏசு கிறிஸ்து வாகவோ இருந்தால் எவ்வளவுக்கு விலைபேசுவார்கள் என்று கேட்கிறார்கள் அவர்கள்.

கோண்டு இனத்தவரின் நியமகிரிக்குன்று, நியம ராஜாவின் இருப்பிடம். அவர்தான் பிரபஞ்ச விதிகளின் கடவுள். அந்தக் குன்று வேதாந்த(ம்) என்பது போன்ற பெயர்கொண்ட கம்பெனிக்கு விற்கப்பட்டதே என்று நன்றியுடையவர்களாக இருக்க வேண்டும் போலும். (வேதாந்தம் என்பது அறிவின் இறுதியியல்பைக் கற்பிக் கும் இந்துத் தத்துவப்பிரிவு.) அது உலகத்திலேயே மிகப் பெரிய சுரங்கத்தொழில் குழுமங்களில் ஒன்று. அதன் தலைவர் அனில் அகர்வால் என்னும் இந்தியக் கோடீஸ் வரர். லண்டனில் ஒருகாலத்தில் ஈரான் ஷா (பாரசீக அரசர்) வாழ்ந்த மாளிகையில் அவர் வசிக்கிறார். ஒரிசாவை இப்போது விழுங்கக் காத்திருக்கும் பன் னாட்டுக் குழுமங்களில் ஒன்றே ஒன்றுதான் வேதாந்தா.[1]

தட்டைஉச்சிகொண்ட அந்தக் குன்றுகள் அழிக்கப்பட்டால், அதை மூடிமறைத்திருக்கும் காடுகளும் அழிந்துபோகும். அவற்றிலிருந்து புறப்பட்டுக் கீழேயிருக்கும் சமவெளிகளுக்கு நீர்ப்பாசனம் தரும் ஆறுகளுக்கும் ஓடைகளுக்கும் அதேகதிதான் நேரிடும். டோங்க்ரியா கோண்டு மக்களுக்கும் அதேகதிதான். மத்திய இந்திய காடுகளில் வசிக்கும் இலட்சக்கணக்கான ஆதிவாசிகளும் இதே போன்ற தாக்குதல்களால் அழிக்கப்படுவார்கள்.

நமது புகைநிறைந்த, நெரிசலான நகரங்களில் சிலர் கேட்கிறார்கள் – "அதனால் என்ன? யாராவது முன்னேற்றத்திற்கான விலையைக் கொடுத்துத்தானே ஆகவேண்டும்?" இன்னும் சிலர், "இதை நாம் ஏற்கத்தான் வேண்டும். இந்தப் பழங்குடி மக்களின் காலம் முடிந்துவிட்டது. ஐரோப்பா, அமெரிக்க ஐக்கியநாடு, ஆஸ்திரேலியா – எந்த முன்னேறிய நாடாகட்டும், அவற்றிற்கு ஒரு 'கடந்த காலம்' இருக்கிறது" என்கிறார்கள். உண்மைதான், அவற்றிற்குப் பழங்காலங்கள் இருக்கின்றன. 'நமக்கும்' ஏன் இருக்கக் கூடாது?

இந்தச் சிந்தனைக்கு ஏற்ப, அரசாங்கம் ஆபரேஷன் கிரீன்ஹண்ட்டை (பசுமை வேட்டைப்போரை) அறிவித்துள்ளது. மத்திய இந்தியாவின் காடுகளில் தங்கள் தலைமையிடத்தை அமைத்துள்ள மாவோயிஸ்டு கலகக்காரர்களை ஒடுக்குவதற்காகத்தான் இந்தப் போராம். ஆனால், மாவோயிஸ்டுகள் மட்டுமே கலகம் செய்யவில்லை. இந்தியாவின் எல்லாப் பகுதிகளிலும் நிலமற்றவர்கள், வீடற்றவர்கள், தலித்துகள், தொழிலாளர்கள், விவசாயிகள், நெசவாளர்கள் – எல்லோருமேதான். மக்களின் நிலங்களையும் மூலவளங்களையும் ஒட்டுமொத்தமாகக் கூட்டுக்குழுமங்கள் பிடுங்கிக்கொள்வதற்கு அனுமதிக்கும் அரசாங்கக் கொள்கைகள் உட்பட்ட அநீதிகளின் சக்திகளை அவர்கள் எதிர்க்கிறார்கள். ஆனால் மாவோயிஸ்டுகளை மட்டுமே அச்சுறுத்தும் சக்தியாக அரசாங்கம் தனிமைப்படுத்தி நோக்குகிறது.

சில ஆண்டுகளுக்கு முன்னால், விஷயங்கள் இந்த அளவு சீரழிவைச் சற்றும் நெருங்காத நேரத்திலேயே, "இதுவரை சந்திக்காத அளவு நமது நாட்டுப் பாதுகாப்புக்குத் தனித்த மிகப்பெரிய சவால் மாவோயிஸ்டுகள்தான்" என்று பிரதமர் வருணித்தார்.[2] அவர் சொன்னவற்றிலேயே மிகப் பிரபலமானதும் அடிக்கடி திரும்பக் கூறப்பட்டதுமான விஷயம் இதுதான். ஆனால் ஏனோ தெரியவில்லை, 2009 ஜனவரியில் மாநில முதலமைச்சர்களின் ஒரு கூட்டத்தில் மாவோயிஸ்டுகளின் தனிப்படை மிகப் பெரியது என்று அவர் வருணித்ததற்கு

ஓரிசா, தமன் ஜோடி, பாக்சைட் சுரங்கங்கள் (2005)

தட்டை உச்சிகொண்ட அந்தக் குன்றுகள் அழிக்கப்பட்டால், அதை மூடிமறைத்திருக்கும் காடுகளும் அழிந்துபோகும். அவற்றிலிருந்து புறப்பட்டுக் கீழேயிருக்கும் சமவெளிகளுக்கு நீர்ப்பாசனம் தரும் ஆறுகளுக்கும் ஓடைகளுக்கும் அதேகதிதான் நேரிடும். டோங்கிரியா கோண்டு மக்களுக்கும் அதேகதிதான். மத்திய இந்திய காடுகளில் வசிக்கும் இலட்சக்கணக்கான ஆதிவாசிகளும் இதே போன்ற தாக்குதல்களால் அழிக்கப்படுவார்கள்.

ஓரிசா, நியமகிரி (2010)

குன்றுகள் கோண்டு மக்களைப் பார்த்துக்கொண்டன. கோண்டு மக்கள் குன்றுகளைப் பார்த்துக்கொண்டார்கள். அவற்றைக் கண்கண்ட தெய்வங்களாகவே வழிபட்டார்கள்.

முன்கூறியது போன்ற ஏற்பு இருந்ததாகத் தெரியவில்லை.[3] அவரது அரசாங்கத்தின் நிஜமான அக்கறையை 2009 ஜூன் 9 இல் பாராளுமன்றத்தில் அவர் வெளிப்படுத்தினார்: "மிகப் பேரளவிலான இயற்கை வளங்களையும் தாதுப்பொருள்களை யும் பிற விலைமதிப்பற்ற தாதுக்களையும் கொண்ட நமது நாட்டின் முக்கிய இடங்களில் இடதுசாரித் தீவிரவாதம் தொடர்ந்து வளருமேயானால், முதலீட்டிற்கான சூழ்நிலையை அது மிகவும் பாதிக்கும்."[4]

மாவோயிஸ்டுகள் யார்? அவர்கள் நம்நாட்டில் தடை செய்யப்பட்ட இந்தியப் பொதுவுடைமைக்கட்சி (மாவோயிஸ்டு) – [CPI (மாவோயிஸ்ட்)] இன் உறுப்பினர்கள். இக்கட்சி, மேற்கு வங்கத்தில் 1969இல் ஏற்பட்ட நக்சலைட் எழுச்சிக்குத் தலைமை தாங்கிய இந்தியப்பொதுவுடைமைக் கட்சி (மார்க்சிஸ்டு – லெனினிஸ்டு) யின் வழித்தோன்றல்களில் ஒன்று.

இந்திய அரசாங்கத்தை வன்முறையின் வாயிலாகத் தூக்கி யெறிந்தால் மட்டுமே இந்தியச் சமூகத்தின் உள்ளே அடங்கி யிருக்கின்ற சமத்துவமற்ற அமைப்பினைச் சீர்செய்யமுடியும் என்று நம்புகிறார்கள் மாவோயிஸ்டுகள். இந்தக் கட்சியின் முந்திய அவதாரங்கள், ஜார்க்கண்டிலும் பிஹாரிலும் இருந்த மாவோயிஸ்டு பொதுவுடைமை மையமும் (MCC), ஆந்திரப் பிரதேசத்திலிருந்த மக்கள் போராட்டக் குழுவும் (PWG) ஆகும். அவை மக்களிடம் மிகுந்த ஆதரவைப் பெற்றிருந்தன. (2004இல் குறுகிய காலத்துக்கு அவற்றின்மீதான தடை விலக்கப் பட்டபோது, ஆந்திரப் பிரதேசம் வரங்கல்லில் நடந்த பேரணி யில் பத்து லட்சம் பேருக்கும் மேல் கலந்துகொண்டனர்.)

கொஞ்சக்காலத்தில் ஆந்திரப்பிரதேசத்தில் அவற்றின் குறுக்கீடு பாதகமாக முடிவடைந்தது. அவர்களுடைய வன் முறை அணுகுமுறை, கட்சியின் தீவிர ஆதரவாளர்கள் சிலரைக் கடுமையான விமரிசகர்களாக மாற்றியது. ஆந்திரப் போலீசு, கலகக்காரர்கள் ஆகியோரின் திடீர்க் கொலைகள், எதிர்க் கொலைகளுக்குப் பிறகு மக்கள் போராட்டக்குழு அழிக்கப் பட்டது. உயிர் பிழைத்தவர்கள் ஆந்திரப் பிரதேசத்தை விட்டு அருகிலுள்ள சத்தீஸ்கர்க்குத் தப்பிஓடினார்கள். அங்கே காடு களின் மையங்களில், ஏற்கெனவே பலபத்தாண்டுகளாகப் பணியாற்றிவந்த தோழர்களுடன் அவர்கள் சேர்ந்துகொண் டார்கள்.

காட்டில் மாவோயிஸ்டுகளின் இயக்கம் பற்றி வெளி யாட்களுக்கு நேரடியான அனுபவம் எதுவும் கிடையாது. மாவோயிஸ்டுகள் எவரையும் மன்னிக்காதவர்கள், எந்தவிதக்

குறுக்கீட்டையும் அனுமதிக்காத முழுமையாதிக்கத்தை விரும்பு பவர்கள் என்றவிதமாக அவர்கள் கட்சியைப் பற்றிய பிம்பம் உருவாகியிருக்கிறது.[5] அதன் முக்கியத் தலைவர்களில் ஒருவ ராகிய தோழர் கணபதியுடன் அண்மையில் நடந்த நேர்முகம் கூட இந்தக் கருத்தை மாற்ற இயலவில்லை.

LTTE (தமிழ் ஈழ விடுதலைப் புலிகள் இயக்கம்) தனது போரைக் காட்டுத்தனமாக நடத்தியது, ஸ்ரீலங்காவின் தமிழ்மக்களின் சார்பாக அது போராடுவதாகக் கூறியது. அப்படியானால் அவர்களுக்கான பொறுப்பையும் அது ஏற்கத் தானே வேண்டும்? ஆனால் ஸ்ரீலங்காவின் தமிழ்மக்கள் பெருங் கொடுமைக்கும் திடீர் அவலத்திற்கும் உள்ளானார்கள். இப்படிப் பட்ட LTTE யை சற்றும் யோசிக்காமல் கணபதி ஆதரிப்பதாகச் சொன்னது, மாவோயிஸ்டு இயக்கத்தை ஆதரிப்பவர்களின் முதுகுத் தண்டில் நடுக்கத்தை ஏற்படுத்தியது. மேலும், இந்தியா ஏறத்தாழப் பைத்தியக்காரத்தனமான சாதியமைப்பினால் பிளவுண்டு கிடக்கிறது. ஒருவேளை மாவோயிஸ்டுகள் ஆட்சிக்கு வந்தால், இந்தப் பிரச்சினையை எதிர்கொள்ளச் சரியான ஆயத்தம் எதுவும் அவர்களிடம் இருப்பதாகவும் தெரியவில்லை.

ஆப்பிரிக்க சஹாராப் பாலைவனப்பகுதிகளிலுள்ள மக்கள் அனுபவிக்கும் கொடுமையான பஞ்சத்தின் அளவுக்குச் சற்றும் குறைவின்றி, இந்திய மலைவாழ் மக்களும் நாள்பட்ட பட்டினி, பசியில்தான் வாழ்கிறார்கள். இவர்கள்தான் பெரும்பாலும் மாவோயிஸ்டு கொரில்லாப் படைகளில் இருப்பவர்கள். இந்தியா வின் பிரசித்தி பெற்ற சுதந்திரம் – அதை அடைந்து அறுபதாண்டு களுக்குப் பின்னரும் இவர்களுக்குக் கல்வியோ, மருத்துவ உதவியோ, சட்டப் பாதுகாப்போ கிடையாது. இவர்கள் காலங் காலமாக ஈவிரக்கமின்றிச் சுரண்டப்பட்டவர்கள், சிறுவணிகர் களாலும் லேவாதேவிக்காரர்களாலும் தொடர்ந்து ஏமாற்றப் பட்டவர்கள். இவர்களுடைய பெண்கள் போலீஸ்காரர்களா லும், காட்டிலாகா அதிகாரிகளாலும் மிகுந்த உரிமையோடு பாலியல் பலாத்காரம் செய்யப்பட்டவர்கள். அந்த மக்களுக் குக் கொஞ்சம் போலும் கிடைப்பதாகத் தோன்றும் கௌரவம் கூட, பல பத்தாண்டுகளாக அவர்களோடிருந்து வாழ்ந்து, பணியாற்றி, அவர்களுக்காகப் போராடும் மாவோயிஸ்டு பணி யாளர்களால் ஏற்பட்டதுதான்.

இந்த அரசு அவர்களுக்கு வன்முறையையும் புறக்கணிப்பை யும் தவிர வேறெதையும் தரவில்லை. கடைசியாக அவர்களிட மிருக்கும் ஒரே பொருளான நிலத்தையும் பிடுங்கிக்கொள்ளப் பார்க்கிறது. அதனால் அவர்கள் ஆயுதம் ஏந்தியிருக்கிறார்கள். அரசாங்கம் அவர்களது பகுதியை வளர்ச்சியடையச் செய்ய

விரும்புவதாகச் சொல்லும்போது அவர்கள் அதை நம்பத் தயாராக இல்லை. தண்டிவாடாவில் தேசியத் தாதுப்பொருள் மேம்பாட்டுக் குழுமம் விமானப் பாதைகளைப்போன்ற அகன்ற பெரிய பாதைகளை உருவாக்கும்போது அது தங்கள் குழந்தை களைப் பள்ளிக்கு அழைத்துச்செல்ல உதவும் என்று அவர்கள் நம்பவில்லை. தங்கள் நிலத்துக்காகப் போராடாவிட்டால் தாங்கள் அழிக்கப்படுவோம் என்று நம்புகிறார்கள். அதனால் தான் அவர்கள் ஆயுதம் எடுக்கிறார்கள்.

மாவோயிஸ்டு இயக்கத்தின் கருத்தியலாளர்கள், காலப் போக்கில் இந்திய அரசைத் தூக்கியெறிவதற்காகவே போராடு வதாகக் கருதினாலும், இன்று, இப்போது அவர்களுடைய கந்தலணிந்த, பசியில் வாடுகின்ற படைவீரர்கள் – அவர்கள் இரயிலையோ, பஸ்ஸையோ, ஒரு சிறுநகரத்தையோகூடப் பார்க்காதவர்கள் – தங்கள் உயிர்வாழ்க்கைக்காகத்தான் போராடுகிறார்கள் என்பது அவர்களுக்குத் தெரியும்.

2008இல் திட்டக்குழு அமைத்த ஒரு நிபுணர்குழு, ‘தீவிர வாதத்தால் பாதிக்கப்பட்ட இடங்களில் வளர்ச்சி மேம்படுவதற் கான சவால்கள்’ என்ற அறிக்கையை அளித்தது. அது கூறியது : “நிலமற்றோர், ஏழை விவசாயிகள், ஆதிவாசிகள் ஆகியோ ரிடையே வலுவான அடித்தளம் கொண்ட ஒரு அரசியல் இயக்கமாக நக்சலைட்டுகள் (மாவோயிஸ்டு) அங்கீகரிக்கப்பட வேண்டும். அங்குள்ள மக்களின் சமூக நிலைமைகள், அனுபவங் களின் பின்னணியில் வைத்து அதன் எழுச்சியும் வளர்ச்சியும் பார்க்கப்படவேண்டும். அரசு கொள்கைகளுக்கும் செயல்படுத்த லுக்கும் இடையிலுள்ள மிகப்பெரிய இடைவெளி இந்த நிலை மைக்கு ஒரு காரணம். அந்த இயக்கம் ஏற்றுக்கொண்ட நீண்டகாலக் கொள்கை அரசு அதிகாரத்தை பலவந்தமாகக் கைப்பற்றுவது என்றாலும், தினசரி நடவடிக்கைகளில், இது அடிப்படையில் சமூக நீதி, சமத்துவம், பாதுகாப்பு, உத்தர வாதம், வட்டார வளர்ச்சி ஆகியவற்றிற்கான போராட்ட மாகவே நோக்கப்படவேண்டும்.”[6] ‘உள்நாட்டுப் பாதுகாப்புக் கான மிகப்பெரிய சவால்’ என்பதிலிருந்து வெகுதூரம் உள்ள விவரிப்பு இது.

மாவோயிஸ்டுக் கலகம் ஒரு வாரத்தின் முக்கியச் செய்தி என்றால், நாகரிக மிகுந்த தடிப்பூனையிலிருந்து நாட்டில் மிக அதிகமாக விற்பனையாகும் செய்தித்தாளின் மிகக் குறைகாண் கின்ற பதிப்பாசிரியர் வரை, எல்லோரும், பல்லாண்டுகளாகத் தீர்க்கப்படாமல் கிடக்கின்ற அநீதிதான் இந்தப் பிரச்சினை யின் அடித்தளத்தில் இருக்கிறது என்று திடீரென்று ஒப்புக் கொள்ள ஆயத்தமாகிவிட்டார்கள்.

ஆனால் அந்தப் பிரச்சினையைத் தீர்ப்பதென்பது இந்த இருபத்தொன்றாம் நூற்றாண்டின் தங்கவேட்டைக்குத் தடை போடுவதாகும் என்பதைக் கருதாமல் அவர்கள் மாவோயிஸ்டு பயங்கரவாதம் பற்றிய நேர்மையான கடுஞ்சீற்றத்தைச் சத்தம் போட்டு வெளிப்படுத்துவதாகக் காட்டிக்கொண்டு, விவா தத்தை வேறுதிசைக்குத் திருப்பப் பார்க்கிறார்கள். ஆனால் அவர்கள் தங்களுக்குத் தாங்களேதான் பேசிக்கொள்கிறார் களே ஒழியப் பிறருடன் அல்ல.

ஆயுதத்தைக் கையில் ஏந்தியவர்கள் தொலைக்காட்சியைப் பார்த்துக்கொண்டோ (அல்லது அதில் நடித்துக்கொண்டோ), பத்திரிகை படித்துக்கொண்டோ, வன்முறை நல்லதா கெட்டதா? உங்கள் பதிலை ... க்கு எஸ்எம்எஸ் செய்யுங்கள் என்று கருத்துக் கணிப்பு நடத்திக்கொண்டோ நேரத்தைச் செலவழித்துக் கொண் டிருக்கவில்லை. அவர்கள் வெளியில் புறப்பட்டு விட்டார்கள். அவ்வளவுதான். அவர்கள் சண்டையிட்டுக்கொண்டிருக்கிறார் கள். தங்கள் வீடுகளையும், நிலங்களையும் பாதுகாத்துக்கொள்ளத் தங்களுக்கு உரிமை உண்டு என்று அவர்கள் நம்புகிறார்கள். தாங்கள் நீதி கிடைக்கத் தகுதியுள்ளவர்கள் என்று அவர்கள் நினைக்கிறார்கள்.

தனது வளமான குடிமக்களை முற்றிலும் பாதுகாப்பதற் காக அரசாங்கம் இந்த அற்பமான மனிதர்கள் மீது போர் தொடுக்கிறது. இந்தப் போரில் வெற்றிகொள்ள மூன்று முதல் ஐந்தாண்டுகள் வரை ஆகும் என்று அது சொல்கிறது, 'பேச்சு வார்த்தைகள்' அல்லது 'பேரங்கள்' பற்றிய முணுமுணுப்புக் கூட இல்லை. விசித்திரமாக இல்லையா இது? 26/11 தாக்குதல் களுக்குப் பிறகுகூட இந்திய அரசாங்கம் பாகிஸ்தானோடு பேச்சுவார்த்தை நடத்தத் தயாராக இல்லையா? சீனாவுடன் பேச்சு நடத்தத் தயாராக இல்லையா? ஆனால் தனது சொந்தக் குடிமக்களான ஏழைகளோடு மட்டும் பேச்சுவார்த்தை நடத்த அரசாங்கம் தயாராக இல்லை. இரும்பு இதயத்துடன் இருக்கிறது.

வேட்டைநாய், பாம்பு, தேள் போன்ற இனக்குழுக்குறிப் பெயர்கள் கொண்ட சிறப்புப் போலீஸ் படைகள் காடுகளில் புகுந்து கொலைபுரியும் உரிமத்துடன் தேடித் திரிகின்றன. தொலைதூரத்திலுள்ள காட்டுக் கிராமங்களில் மத்திய ரிசர்வ் போலீஸ் படை (CRPF), எல்லைப் பாதுகாப்புப் படை (BSF), இழிபெயர்கொண்ட நாகர்ப் படைப் பிரிவு போன்றவை ஏற்கெனவே சூறையாடிவிட்டு, பழிபாவங்களுக்கு அஞ்சாத அட்டூழியங்களைச் செய்தது போதவில்லையாம். அரசாங்கம் ஆயுதங்கள் அளித்து ஆதரிக்கின்ற சல்வா ஜுடும் (மக்கள் படை!) பழங்குடி மக்களைக் கொன்று, பாலியல் வன்முறை

பதின்மூன்று டன் தாதுக்கள் (கல்லும் பாறையும்) ஒரு டன் பாக்ஸைட்டை அளிக்கின்றன. நிலைப்படுத்தும் இந்தக் குட்டைகளில் உள்ள சிவந்த சேறு, பாக்ஸைட்டை அலுமினியமாக மாற்றும் சுத்திகரிப்புச் செயலில் மிச்சமிருக்கின்ற நச்சுக் கழிவு.

செய்து, எரித்து, தண்டிவாடாக் காட்டுக்குள் வழியமைத்துச் சென்றதும், 50,000 பேரைச் சாலையோர போலீஸ் முகாம்களில் விட்டதும், அந்தப்பகுதியின் மீதி மக்களை (ஏறத்தாழ 3,00,000 பேர்) வீடற்றவராக்கி ஓடவிட்டதும் போதாதாம். இப்போது அரசாங்கம் இந்திய – திபேத்திய எல்லைப் பாதுகாப்புப் படையையும், பத்தாயிரக்கணக்கான துணைப்படைத் துருப்புகளையும் அங்கே குவிக்கப்போகிறதாம்.

ஒரு செய்தி அறிவிப்பின்படி, ஒரு பெரும்படையின் தலைமையகத்தை பிலாஸ்பூரில் அமைக்கப் போகிறது அரசாங்கம். (இந்தச் செயலே ஒன்பது கிராமங்களை இடம்பெயர்க்கும்.) ராஜ்நந்த்காமில் விமானப்படைத் தளத்தை (இது ஏழு கிராமங்களை இடப்பெயர்ச்சி செய்யும்) அமைக்கப்போகிறது.[7] இந்த முடிவுகள், தெளிவாகவே, சிலகாலம் முன்னால் எடுக்கப்பட்டவைதான். இதற்கான நிலஆய்வுகள் நடத்தப்பட்டு இடங்கள் தேர்ந்தெடுக்கப்பட்டுவிட்டன. ரொம்ப நல்ல விஷயம்! போர் சில காலமாகத் தயார்நிலையில் இருக்கிறது. ஏழைக் குடிமக்களுக்கு இந்திய அரசாங்கம் தற்பாதுகாப்பு உரிமை அளிக்க மறுக்கிறது. ஆனால் இந்திய விமானப்படையின் ஹெலிகாப்டர்களுக்குத் ‘தற்பாதுகாப்புக்காகச்’ சுடும் உரிமை வழங்கப்பட்டிருக்கிறது.

யாரைச் சுடுகிறார்கள்? கடவுளின் பெயரால் சற்றே சிந்திக்கட்டும். எப்படித்தான் பாதுகாப்புப் படையினர், காட்டில் பயந்தோடுகின்ற ஒரு மனிதனை இவன் மாவோயிஸ்டு, இவன் மாவோயிஸ்டு அல்ல என்று பிரித்துப் பார்க்கிறார்கள்? பல நூற்றாண்டுகளாகத் தங்களுடன் வில்லையும் அம்பையும் ஏந்தித் திரியும் ஆதிவாசிகளும் மாவோயிஸ்டுகள்தானா? போரிடாமல் விலகியிருக்கும், மாவோயிஸ்டு ஆதரவாளர்களும் கொல்ல வேண்டியவர்கள்தானா? தண்டிவாடாவில் நான் இருந்தபோது, தனது ஆட்கள் கொன்றுவிட்ட பத்தொன்பது மாவோயிஸ்டு களின் படங்களை போலீஸ் கண்காணிப்பாளர் (சூபரிண்டன் டெண்ட்) எனக்குக் காட்டினார். அவர்கள் மாவோயிஸ்டுகள் தான் என்று எப்படி நான் ஏற்க முடியும் என்று அவரிடம் கேட்டேன். "மேடம், அவர்களிடம் வெளியிலிருந்து கொண்டு வரப்பட்ட மலேரியா மருந்துகள், டெட்டால் பாட்டில்கள் இருந்தன" என்றார் அவர்.

பசுமைவேட்டைப் போர் (ஆபரேஷன் கிரீன்ஹண்ட்) எப்படிப்பட்ட போராக இருக்கப்போகிறது? நம்மில் யாருக் கேனும் தெரியுமா? காடுகளிலிருந்து வெளியே வரும் செய்திகள் குறைவு. மேற்கு வங்கத்தில் லால்கட் கிராமம் தடுப்பு வேலி யிடப்பட்டது. உள்ளே செல்ல முயன்றவர்கள் அடித்து உதைத்து, கைது செய்யப்பட்டார்கள், மாவோயிஸ்டுகள் என்று பெயர் சூட்டப்பட்டார்கள். தண்டிவாடாவில், ஹிமான்ஷு குமார் நடத்திவந்த காந்திய ஆசிரமம் – வனவாசி சேதனா ஆசிரமம், சில மணிநேரங்களில் தரைமட்டமாக்கப்பட்டது. போர் எல்லைக்கு முன்பாக உள்ள கடைசி நடுநிலையான புறநிலையம் (அவுட்போஸ்ட்) அதுதான். பத்திரிகையாளர்கள், செயல்வீரர் கள், ஆய்வாளர்கள், மெய்ம்மை கண்டறியும் குழுக்கள் முதலி யோர் அங்குதான் இதுவரை தங்கினார்கள்.

இதற்கிடையில், இந்திய நிறுவன அமைப்புத் தன் மிக ஆற்றல்வாய்ந்த ஆயுதத்தை வெளிவிட்டுள்ளது. ஏறத்தாழ ஒரே இரவில், (கற்பிதம் செய்யப்பட்ட, ஆதாரங்கள் அற்ற, உணர்ச்சி மயமான) இஸ்லாமியப் பயங்கரவாதம் பற்றிய கதைகளுக்குப் பதிலாகக் (கற்பிதம் செய்யப்பட்ட, ஆதாரங்கள் அற்ற, உணர்ச்சி மயமான) சிவப்புப் பயங்கரவாதம் பற்றிய கதைகளை அரசாங்கத்தின் ஆதரவு ஊடகங்கள் வெளியிட்டன. இந்த ஏய்ப்புக்கு மத்தியில், மாற்றங்களுக்கான களப்பகுதியில் பேச்சுக் கும் கடுமையாகத் தடை போடப்பட்டுள்ளது. ஸ்ரீலங்கா தீர்வு கூட ஒருவேளை ஏற்படக்கூடும். இதனால்தான் தமிழ் ஈழப் புலிகளுக்கு எதிராக ஸ்ரீலங்கா அரசாங்கத்தினால் இழைக்கப்

பட்ட போர்க் குற்றங்களை சர்வதேச அரங்கில் ஆராய வேண்டு மென ஐரோப்பிய நாடுகள் ஐக்கிய நாடுகள் சபையில் எழுப்பிய பிரச்சினையை இந்திய அரசாங்கம் தடைசெய்தது போலும்?[8]

இந்த நாட்டில் பல்வேறு இடங்களில் ஏற்பட்டுள்ள அரசாங்கத்திற்கெதிரான எதிர்ப்பு வடிவங்களைக் குறுக்கி ஒரே ஒரு (ஜார்ஜ் புஷ் விதமான) இருமை எதிர்வுக்குள் அடக்கும் தற்காப்பு முகாமை அரசாங்கம் தொடங்கி அதன் முதல் அடி வைப்பை நிகழ்த்தியுள்ளது. "நீ எங்களுடன் (அரசாங்கச் சார்பாக) இல்லையென்றால், மாவோயிஸ்டுகள் சார்பாக இருக்கிறாய்." மாவோயிஸ்டு பயங்கரவாதம் என மிகைப்படுத்திக் கூறுவது அரசாங்கம் இராணுவமயப்படுத்து வதை நியாயப்படுத்தும் கூற்று. (நிச்சயமாக இது மாவோயிஸ்டு களுக்கு எந்தத் தொந்தரவும் தரவில்லை. எந்தக் கட்சிதான் தன்னைத் தனியாகத் தேர்ந்தெடுத்து விளம்பரம் தந்தால் ஏற்றுக் கொள்ளாது?) பயங்கரவாதத்தின்மீது போர் என்னும் பேயுருவிற்கு எல்லா மூச்சையும் விட்டுக்கொண்டிருக்கும் போது, அரசாங்கம் தனது இராணுவச் செயல்பாடுகளால், ஆங்காங்கு இருக்கும் நூற்றுக்கணக்கான வேறுபிற எதிர்ப்பு இயக்கங்களையும் மாவோயிஸ்டு ஆதரவாளர்கள் என்ற பெயரில் துடைத்து அழிக்கப்போகிறது.

'அழிக்கப் போகிறது' என்று எதிர்காலத்தில் கூறினாலும், இந்தச் செயல்பாடுகள் இப்போதே ஆரம்பித்துவிட்டன. சிங்கூரிலும் நந்திக்கிராமத்திலும் மேற்குவங்கம் இவ்வாறு செய்ய முயன்று தோற்றுப்போனது. லால்கட்டில், புலிஷி சந்த்ராஷ் விரோதி ஜனசாதாரணேர் கமிட்டி (போலீஸ் கொடூரங்களுக்கு எதிரான மக்களின் கமிட்டி), என்பது தனித் தியங்கும் மக்களின் இயக்கம். ஆனால், மாவோயிஸ்டுகளுக் குப் பரிவு காட்டக்கூடியது. இதை இந்தியப் பொதுவுடைமைக் கட்சி(மாவோயிஸ்டு)யின் வெளிப்பிரிவு என்று கூறுவது வழக்கமாகிவிட்டது. அதன் தலைவரான சத்ரதார் மஹந்த, இப்போது கைதுசெய்யப்பட்டு ஜாமீன் பெறமுடியாத விதத்தில் அடைக்கப்பட்டுள்ளார். அவரை மாவோயிஸ்டு தலைவர் என்றே அழைக்கிறார்கள். நம் அனைவருக்கும் விநாயக் சென் பற்றித் தெரியும். அவர் ஒரு மருத்துவர், மக்கள் உரிமைகளுக் காகப் பாடுபடுபவர், மாவோயிஸ்டுகளுக்குத் தூது செல்பவர் என்று அவரை எளிதாக அரசாங்கம் குற்றம்சாட்டியதால் இரண்டு ஆண்டுகள் சிறையில் வைக்கப்பட்டிருந்தார்.[9]

பசுமைவேட்டைப் போரின்மீது ஒளிதங்கி வீசிக்கொண் டிருக்கிறது. அதேசமயம், இந்தப் போரினால், இந்தியாவில்

இதிலிருந்து வெகுதூரத்திலுள்ள பிற இடங்களில், ஏழை மக்களின், பணியாளர்களின், நிலமற்றோரின் உரிமைகள் மீது தாக்குதல் நிகழும். அரசாங்கம் 'பொதுப்பணி நோக்கத் திற்காகக்' கையகப்படுத்த நினைக்கும் இடங்கள் கைப்பற்றப் படும். அவற்றின் வேகம் அதிகரிக்கும். மக்களின் துயரங்கள் ஆழமாகும், அவர்களின் பிரச்சினைகளைக் கேட்பிற்குக் *(hearing)* கொண்டுசெல்வதுகூடக் கடினமாகும்.

போர் தொடங்கிவிட்டால், எந்தப் போரையும்போல, இதுவும் ஓர் ஆற்றல், ஒரு தர்க்கம், தனக்கென ஒரு பொருளா தாரம் இவற்றை உருவாக்கிக்கொள்ளும். அது எதிர்காலத்தில் மாற்ற இயலாத ஒரு வாழ்க்கை முறையாக மாறிவிடும். போலீஸ்படை, இராணுவத்தைப்போல இயங்குமாறு, கொல்லும் எந்திரமாக மாறவேண்டுமென எதிர்பார்க்கப்படும். துணைப் படைத் துருப்புகள், போலீசைப்போல, ஊழல்மிக்க, ஊதிப் பெருத்த, நிர்வாகச் சக்தியாகும். நாகாலாந்திலும், மணிப்பூரிலும், கஷ்மீரிலும் இப்படி நடப்பதைப் பார்த்துத்தான் இருக்கிறோம். நாட்டின் இதயப்பகுதியில் இது இப்போது நடக்கிறது. வேறு பாடு என்னவென்றால், பாதுகாப்புப் படைகளுக்குத் தாங்கள் சண்டையிடும் எளிய மனிதர்களைவிடத் தாங்கள் கொஞ்சமே மேலானவர்கள் என்பது வெகுசீக்கிரமே விளங்கிவிடும். காலப் போக்கில், மக்களுக்கும் சட்டத்தை நிலைநாட்டுபவர்களுக்கு மிடையிலான இடைவெளி குறைந்துபோகும். துப்பாக்கிகளும் தளவாடங்களும் வாங்கப்படும், விற்கப்படும். (ஏற்கெனவே இது நடந்துகொண்டிருக்கிறது.) பாதுகாப்புப் படைகளோ, மாவோயிஸ்டுகளோ, போரிடாத சாதாரண மக்களோ – எவரானாலும், பணக்காரர்களின் சண்டையில் ஏழைகள் மாளுவார்கள். தங்களை இந்தப் போர் பாதிக்காது என்று எவரேனும் நினைத்தால், அவர்கள் மீண்டும் சிந்தித்துப் பார்ப்பது நல்லது. இந்தப்போர் விழுங்கக்கூடிய மூலவளம் – பணம், இந்தியப் பொருளாதாரத்தை முடமாக்கிவிடும்.

சென்றவாரம், நிலைமையை மாற்றவும், போரைத் தடுக்க வும் என்ன செய்யலாம் என்பதை விவாதிக்க, நாடுமுழுவதிலு மிருந்து மக்கள் உரிமைக் குழுக்கள் தில்லியில் கூடித் தொடர்ச்சி யான சந்திப்புகளை நிகழ்த்தின. ஆந்திரப் பிரதேசத்தின் மக்கள் உரிமைச் செயல்வீரரான பாலகோபால் இருவாரத்திற்கு முன்னால்தான் மறைந்தார். அவரது இழப்பு ஓர் உடல் உறுப்பின் வலியைப்போல எங்களைச் சூழ்ந்தது. நமது காலத்தின் தீரமிக்க, ஞானமிக்க அரசியல் சிந்தனையாளர்களில் அவர் ஒருவர். நமக்கு மிகவும் தேவையானதொரு காலப்பகுதியில் நம்மை

ஒரிஸா, கியோஞ்சாரில் இரும்புத்தாது நொறுக்கும் ஆலை (2005)

ஆதிவாசிகளுக்கு மலை இன்னும் கண்கண்ட தெய்வம். வாழ்க்கைக்கும் நம்பிக்கைக்கும் ஊற்றுக்கண். அந்தப் பிரதேசத்தின் சூழல் நலத்திற்கு ஆதார மையம். ஆனால் குழுமங்களுக்கு அது வெறும் கச்சாச் சரக்கு குவிந்து கிடக்கும் இடம். சரக்குகள் உடனடியாகக் கிடைக்கும் நிலையில் இருக்க வேண்டும்.

விட்டு அவர் சென்றுவிட்டார். இருந்தாலும், இந்தியாவின் மக்கள் உரிமைச் சமுதாயத்தின் நிஜமான வீரர்கள் – செயல் வீரர்கள், கல்வியாளர்கள், வழக்கறிஞர்கள், நீதிபதிகள், பிற பல்வேறு வகையான தொழில்புரியும் மக்கள் ஆகியோர் ஒவ் வொருவரும் தாங்கள் பேசும்போது வெளிப்படுத்திய தரிசனம், ஆழம், அனுபவம், விவேகம், அரசியல் மதிக்கூர்மை, எல்லா வற்றிற்கும் மேலாக மனிதநேயம் – ஆகியவற்றைக் கண்டிருந்தால் சந்தேகம் நீங்கிச் சந்தோஷப் பட்டிருப்பார். தலைநகரத்தில் அவர்களின் வருகை, நமது தொலைக்காட்சி ஸ்டூடியோக்களின் ஆர்க் விளக்குகள், ஊடக வலிப்புகளின் பறையடிப்பு இவற் றிற்கும் அப்பால், இந்தியாவின் மத்தியதர மக்களுக்கு இடையில் கூட ஒரு நேசமிக்க இதயம் துடித்துக்கொண்டிருப்பதை உணர்த்து வதாக இருந்தது. இவர்களைத்தான் நமது அரசாங்கத்தின் உள்துறை அமைச்சர், 'பயங்கரவாதத்திற்கு' ஆதரவான 'அறி வார்ந்தச் சூழலை' உருவாக்குபவர்கள் என்று சமீபத்தில் குற்றம் சாட்டினார் என்பதில் வியப்பே இல்லை. இந்தக் குற்றச்சாட்டு மக்களைப் பயமுறுத்தும், அடக்கிவைக்கும், என்று அவர் நினைத் திருந்தால் அவ்விதம் நிகழவில்லை, அதற்கு எதிரான விளைவே ஏற்பட்டது.

பேசியவர்கள், இடதுசாரியின் மிதமான போக்கிலிருந்து தீவிரமான போக்கு வரையிலான பல்வேறு கருத்துகளை முன்வைத்தனர். பேசியவர்கள் எவரும் தங்களை மாவோயிஸ்டு கள் என்று இனம்காண மாட்டார்கள் என்றாலும், அரசு பயங்கரவாதத்திற்கு எதிராக மக்கள் தங்களைத் தற்காத்துக் கொள்ளவேண்டும் என்ற சிந்தனைக்கு எவரும் முரண்பட வில்லை. மாவோயிஸ்டு வன்முறை, சுருக்கமான நீதியை வழங்கும் மக்கள் நீதிமன்றங்கள், ஆயுதம் தாங்கிய போராட்டத்தை நிலைநிறுத்தி, ஆயுதமற்றவர்களை விளிம்புக்குத் தள்ளும் ஆதிக்கப் போக்கு இவற்றைப் பற்றிப் பலர் கவலை தெரிவித்தார்கள். ஆனால், இந்தியாவின் நீதிமன்றங்கள் சாதாரண மக்களுக்கு எட்டாத காரணத்தால்தான் மக்கள்நீதிமன்றங்கள் உருவாகி யிருக்கின்றன என்பதோ, இந்தியாவின் இதயப்பகுதியில் வெடித் திருக்கும் இந்தக் கலவரம், முதலாவதல்ல, தங்கள் வாழ்வாதாரங் களை முற்றிலும் இழக்கவேண்டிய நிலைக்குத் தள்ளப்பட்ட ஆதரவற்ற மக்களின் இறுதிப் போராட்டம் என்பதோ அவர்கள் அறியாதது அல்ல. மிகக் கொடிய தனித்த வன்முறைச் சம்பவங் கள் ஏற்கெனவே போர் தொடங்கிவிட்டது போன்ற தோற்றத்தை அளிக்கின்ற நிலையில், அவற்றிலிருந்து எளிய போதனைகளை உருவாக்குவதன் அபாயத்தைப் பேசுபவர்கள் நன்றாக அறிந்

திருந்தார்கள். அரசாங்கத்தின் உள்ளார்ந்த வன்முறையை, ஆயுதம் தாங்கிய எதிர்ப்புப் போராட்டத்துடன் சமப்படுத்தாமல் விலக்கிப் பார்க்கக் கற்றவர்கள் அவர்கள். உண்மையில், நீதிபதி பி.பி. சாவந்த், இந்த நாட்டின் அரசாங்க நிறுவனத்தை மிகக் கேடுவாய்ந்த இந்த ஒழுங்கமைவின் அநீதித்தன்மைமீது கவனத் தைக் குவிக்குமாறு செய்ததற்காக மாவோயிஸ்டுகளுக்கு நன்றி தெரிவிக்கும் அளவுக்குச் சென்றார்.[10] ஆந்திரப் பிரதேசத்தின் ஹரகோபால், அந்த மாநிலத்தில் மாவோயிஸ்டுகளின் இடை யீடு நடந்த ஆண்டுகளில் ஒரு மக்கள் உரிமைக் கழகச் செயல் வீரர் என்ற முறையில் பெற்ற அனுபவங்களைப் பற்றிப் பேசி னார். ஆந்திரத்தில் மிகமோசமான நாட்களையும் உள்ளிட்டு மாவோயிஸ்டுகளால் இதுவரை கொல்லப்பட்ட மக்களைவிட அதிகம் பேரை 2002இல், குஜராத்தில் பஜ்ரங் தளம், விஸ்வ ஹிந்து பரிஷத் ஆகியவற்றால் திரட்டப்பட்ட இந்து கும்பல்கள் ஒருசில நாட்களிலேயே கொன்று குவித்தனர் என்றார் அவர்.[11]

லால்கட், ஜார்க்கண்ட், சத்தீஸ்கர், ஒரிஸா போன்ற போராட்டப் பகுதிகளிலிருந்து வந்தவர்கள் அங்கு நடக்கும் ஒடுக்குதல், கைது, சித்திரவதை, கொலைகள், ஊழல் போன்ற வற்றைப் பேசினார்கள். உண்மையில், சுரங்கக் கம்பெனிகளின் அதிகாரிகளிடமிருந்து நேரடியாகவே போலீஸ் ஆணைகளைப் பெற்றுச் செயல்பட்டதுபோலத் தோன்றியது. இதில் கூட்டு நிறுவனங்களின் நோக்கத்துக்கு ஆதரவான முறையில் உதவி பெற்றுச் செயல்பட்ட சில தன்னார்வக்குழுக்களின் இரண்டக மான, தீங்கு விளைவிக்கக்கூடிய போக்குப் பற்றியும் மக்கள் எடுத்துரைத்தார்கள். ஜார்க்கண்டிலும், சத்தீஸ்கரிலும் செயல் வீரர்களாயினும், சாதாரண மக்களாயினும், கருத்து வேறு பாடுள்ள எவராயினும் மாவோயிஸ்டு என்று முத்திரை குத்தி எவ்விதம் கைதுசெய்யப்பட்டார்கள் என்பதைத் திரும்பத்திரும்ப அவர்கள் சொன்னார்கள். வேறு எந்தக் காரணத்தையும்விட, இதனால்தான் சாதாரண மக்களும் ஆயுதம் எடுக்கும் நிலைக் கும் மாவோயிஸ்டுகளை ஆதரிக்கும் நிலைக்கும் தள்ளப்படு கிறார்கள் என்று சுட்டிக்காட்டினார்கள். வளர்ச்சித் திட்டங் களால் இடம்பெயர்க்கப்பட்ட ஐந்துகோடிப் பேர்களில் ஒரு சிறு பகுதி மக்களுக்கும் மறுவாழ்வுக்கு இடம்தர இயலாத ஒரு அரசு, தொழிலதிபர்களுக்கு வரியிலிருந்து பாதுகாப்புப் பெற்ற புகலிடங்களாகக் கடற்கரைப் பகுதிகளில்கூடச் சிறப்புப் பொருளாதார மண்டலங்களை அமைக்க எவ்விதம் திடீரென 1,40,000 ஹெக்டேர் இடத்தைக் கண்டுபிடித்து அளிக்க முடிந்தது என்று அவர்கள் கேட்டார்கள்.[12]

கந்தமர்தான் என்ற இடத்தில் பால்கோ கம்பெனிக்கு எதிராகக் கிராமவாசிகள் ஈடுபட்ட 'காந்திய வழியிலான' போராட்டக் கட்டுக் கதையைப் போட்டுடைக்கிறார் இந்த மூதாட்டி. மக்கள் சர்வேயர் களை அடித்தார்கள், புல்டோசர் டாங்கியில் சர்க்கரையைப் போட் டார்கள், ஒரு ஜீப்பை மலை யுச்சியிலிருந்து தள்ளிவிட்டார் கள் என்கிறார் அவர்.

நீதிமன்றத்திற்குப் பொதுப்பணி நோக்கம் என்ற பெய ரால் தனிப்பட்ட குழுமங்களுக்குத் தாரைவார்க்க மக்களிட மிருந்து அரசாங்கம் நிலத்தைப் பிடுங்குகிறது என்பது நன்றாகத் தெரியும். ஆனால், நிலக்கையகப்படுத்தும் சட்டத்தில் 'பொதுப் பணி நோக்கம்' என்ற தொடருக்கு என்ன அர்த்தம் என்பதைக் காண மறுக்கும் உச்சநீதி மன்றம், என்ன விதமான நீதியை வழங்குகிறது என்று அவர்கள் கேட்டார்கள். நீதிமன்ற ஆணை நிறைவேற்றப்பட வேண்டும் என்று அரசாங்கம் சொல்லும்போது, காவல் நிலையங்கள் மட்டுமே அமைக்கப்பட வேண்டும் என்று ஏன் அது கருதுகிறது? பள்ளிகளோ மருத்துவமனை களோ வீடுகளோ அல்லது சுத்தமான நீரோ, அல்லது காடுகளில் விளைந்த பொருள்களுக்கு நியாய விலையோ அளிப்பதைப் பற்றிக் கவலைப்படாமல் – ஏன், போலீஸின் பயத்திலிருந்து சற்றே விடுபட்டு வாழ்வதை – மக்களின் வாழ்க்கையைச் சற்றே இலகுவாக்குவதை ஏன் நினைக்காமல் போகிறது? அரசாங்கத்தின் ஆணை என்பது ஏன் நீதியை அர்த்தப்படுத் துவதாக இல்லை என்று அவர்கள் கேட்டார்கள்.

ஒரு காலத்தில் – ஏறத்தாழப் பத்து வருடங்களுக்கு முன் னால் – இந்த மாதிரிக் கூட்டங்களில் புதிய பொருளாதாரக் கொள்கையினால் தங்கள்மீது திணிக்கப்பட்ட வளர்ச்சிமாதிரி யைப் பற்றி மக்கள் விவாதித்துக்கொண்டிருந்தார்கள். இப் போது அந்த மாதிரியை முழுமையாகப் புறக்கணித்தாயிற்று. மிக முழுமையாக. காந்தியவாதிகளிலிருந்து மாவோயிஸ்டுகள் வரை யாவரும் அதை ஒப்புக்கொள்கிறார்கள்.

அதை ஒழிப்பதற்கு மிகத் திறனுள்ள வழி என்ன என்பதே இப்போதுள்ள ஒரே கேள்வி,

எனது கல்லூரிப் பழைய நண்பரின் நண்பர் ஒருவர் – குழும வணிக உலகில் மிகப் பெரிய புள்ளி – அவருக்குத் தெரியவே தெரியாத இந்த உலகத்தைப் பற்றி அறிவதற்காக ஒருமுறை வெறும் ஆர்வத்தினால் ஒரு கூட்டத்திற்கு வந்தார். தம்மை ஒரு Fabindia சட்டையினால் மறைத்திருந்த போதிலும், அவரால் விலையுயர்ந்தவராகக் காட்சியளிக்காமல் இருக்கமுடியவில்லை. ஒரு சமயத்தில் அவர் முன்னால் சாய்ந்து என்னிடம் சொன்னார்: "இதைப்பற்றியெல்லாம் கவலை கொள்ளாமலிருக்க அவர்களுக்கு (போரிடுபவர்களுக்கு) எவ ரேனும் சொன்னால் நல்லது. அவர்களால் இந்தப் போட்டியில் வெற்றி பெற முடியாது. தாங்கள் எதற்கு எதிராகப் போராடு கிறார்கள் என்று அவர்களுக்குத் தெரியவில்லை. இங்கே ஈடு படுத்தப்பட்டிருக்கும் பணத்தில் இந்தக் கம்பெனிகள் அமைச்சர் களையும் ஊடகப் பிரபுக்களையும் கொள்கை வகுப்பவர்களை யும் வாங்கிவிடுவார்கள். தங்கள் சொந்தச் செலவில் தொண்டு நிறுவனங்களையும் சொந்த இராணுவங்களையும் நடத்துவார் கள். ஏன், அவர்களால் அரசாங்கங்களையே விலைக்கு வாங்க முடியும். மாவோயிஸ்டுகளையும்கூட வாங்கிவிடுவார்கள். இங்கே யிருக்கின்ற இந்த நல்லவர்கள் தங்கள் மூச்சையும் பேச்சையும் வீணாக்காமல், வேறு ஏதாவது நல்ல விஷயத்தில் ஈடுபடட்டும்."

மனிதர்கள் விலங்குகளாக்கப்படும்போது, திரும்பிப் போராடு வதைத் தவிர வேறு எந்த நல்ல விஷயத்தை அவர்களால் செய்யமுடியும்? போராடுவது என்பது அவர்கள் தேர்ந்தெடுத்த செயல் அல்ல. போராடாவிட்டால் இருக்கின்ற இன்னொரு ஒரே தேர்வு, தற்கொலை புரிந்து கொள்வதுதான். கடன்சுமை யில் மூழ்கிப்போன 1,80,000 விவசாயிகள் செய்தது போல. (ஏழைமக்கள் எதிர்த்துப் போராடுவதைவிடச் செத்துத்தொலை வது மேல் என்று இந்திய அரசாங்கமும் ஊடகப் பிரதிநிதி களும் கருதுகிறார்கள் என்று நினைக்கின்றவள் நான் ஒருத்தி மட்டும்தானா?)

பல ஆண்டுகளாக, சத்தீஸ்கர், ஒரிஸா, ஜார்க்கண்ட், மேற்கு வங்கம் ஆகியவற்றிலுள்ள மக்கள் – அவர்களில் சிலர் மாவோ யிஸ்டுகள், பலர் அப்படி அல்ல – பெரும் வணிகக் குழுமங் களை எப்படியோ தடுத்து நிறுத்திவந்திருக்கிறார்கள். பசுமை வேட்டைப் போர் இவர்களுடைய போராட்டத்தின் இயல்பை எப்படி மாற்றியமைக்கப் போகிறது என்பது இப்போதைய கேள்வி. போராடும் மக்கள் குறிப்பாக எதனை எதிர்த்துப் போராடுகிறார்கள்?

வரலாற்றை வைத்துப் பார்க்கும்போது, வட்டார மக்களைச் சுரங்கக் கம்பெனிகள் (ஆயுதம் செய்யும் குழுமங்களைத் தவிர) எப்போதுமே வெற்றிகொண்டிருக்கிறார்கள் என்பதுதான் உண்மை. பிற எல்லாக் குழுமங்களையும்விட, இவர்களுடைய கடந்தகாலம்தான் சற்றும் கருணையற்றது. பிறரை ஏளனத் தோடு நோக்குபவர்கள். போராடி இறுகிப்போனவர்கள். மக்கள், 'ஜான் தேங்கே பர் ஜமீன் நஹீன் தேங்கே' (உயிரைக் கொடுத் தாலும் நிலத்தைத் தரமாட்டோம்) என்று முழக்கமிடுவது, குண்டுகளுக்கு ஒதுங்கிய பாதுகாப்பிடத்தில் அவர்களுக்குச் சிறுதூறல் விழுந்ததைப் போலத்தான். இந்த மாதிரி கோஷங் களை முன்னாலேயே, ஆயிரக்கணக்கான வேறு மொழிகளில், நூற்றுக்கணக்கான வேறுநாடுகளில் அவர்கள் கேட்டிருக் கிறார்கள்.

இப்போதும் இந்தியாவில், அவர்களில் பலர் முதல்வகுப்பு ஓய்வறைகளில் மது அருந்திக்கொண்டு, சோம்பேறி இரை விலங்குகளைப் போல விழித்துக்கொண்டு, அவர்கள் கையெழுத் திட்ட புரிந்துணர்வு ஒப்பந்தங்கள் (சில 2005 அளவிலேயே கையெழுத்திட்டவை) நிஜப்பணமாக மாறுவதற்காகக் காத்துக் கொண்டிருக்கிறார்கள். ஆனால் உண்மையான பொறுமைசாலி களைக்கூட நான்காண்டுகள் முதல்வகுப்பு ஓய்வறைகளில் காத்திருப்பது சோதித்துவிடும். அவ்வளவு காலம்தான் அவர் களால் இந்த விரிவான, மேலும் மேலும் வெறுமையான, ஜனநாயகச் சடங்குகளுக்கு ஒதுக்க முடியும். (தகவல்கள் பொய் யான) பொதுக் கேட்புகள், (போலியான) சுற்றுச்சூழல் பாதிப்பு அறிக்கைகள், பல்வேறு அமைச்சகங்களிலிருந்து (விலைக்கு) வாங்கப்பட்ட தடைநீக்கங்கள், நீண்டகால இழுவையான நீதிமன்ற வழக்குகள் ... போலி ஜனநாயகம் கூட நேரத்தை விரயமாக்குவதுதான். ஆனால், தொழிலதிபர்களுக்கு நேரம் என்பது பணம்.

எவ்வளவு பணத்தைப் பற்றி இங்கே பேசுகிறோம்? சமரேந்திர தாஸும், ஃபெலிக்ஸ் பேடலும் 'இந்தப் பூமிக்கு வெளியே : கிழக்கிந்திய ஆதிவாசிகளும் அலுமினியக் கம்பெனிகளின் சவாலும்' (*Out of This Earth : East India Adivasis and the Aluminium Cartel*) என்ற ஆக்கபூர்வமான நூலில் ஒரிஸாவிலுள்ள பாக்ஸைட் தாதுக்களின் மதிப்பு 2.27 டிரில்லியன் டாலர்கள் (இரண்டு லட்சத்து இருபத்தேழாயிரம் கோடி டாலர் – இந்தியாவின் மொத்த உற்பத்தி மதிப்பைப்போல இருமடங்கு) என்கிறார் கள்.[13] இது 2004 விலைகளின்படி. இன்றைய விலைகளின்படி நான்கு டிரில்லியன் டாலர் இருக்கலாம். (ஒரு டிரில்லியனுக்குப் பன்னிரண்டு பூச்சியங்கள்).

மைகாஞ்ச் என்ற இடத்தில் 2000ஆம் ஆண்டு டிசம்பரில், ஹிண்டால்கோ நிறுவனத்தை எதிர்த்துக் கிளர்ச்சி செய்தபோது போலீஸால் கொல்லப் பட்ட மூன்று ஆதிவாசிகளின் நினைவாகக் குச்சைபாதர் கிராம மக்கள் ஒவ்வொரு ஆண்டும் சுதந்திர தினத்தன்றும் குடியரசு நாளன்றும் கருப்புக் கொடி ஏற்றுகிறார்கள்.

இதில் அதிகாரப்பூர்வமாக அரசாங்கத்துக்கு 7 சதவீதத்துக் கும் குறைவாகத்தான் உரிமைத்தொகை கிடைக்கிறது. பல சமயங்களில், வணிகத்தில் ஈடுபடும் சுரங்கக் கம்பெனி நன்கறியப் பட்ட, தெரிந்த ஒன்றாக இருந்தால், தாதுப்பொருள் வெட்டி எடுக்கப்படுவதற்கு முன்பே எதிர்காலச் சந்தையில் அது விற்கப் பட்டிருக்க வாய்ப்பு உண்டு.

ஆதிவாசிகளுக்கு மலை இன்றும் கண்கண்ட தெய்வம், வாழ்க்கைக்கும் நம்பிக்கைக்கும் ஊற்றுக்கண், அந்தப் பிரதேசத் தின் சூழல் நலத்திற்கு ஆதார மையம். ஆனால் குழுமங்களுக்கு அது வெறும் சரக்கைப் பாதுகாத்து வைக்கும் இடம். பாது காத்து வைக்கப்படும் சரக்குகள் உடனடியாகக் கிடைக்கும் நிலை வேண்டும். கம்பெனியின் நோக்கிலிருந்து, பாக்சைட் தாதுவை மலையிலிருந்து வெளிக் கொண்டுவர வேண்டும். அதை அமைதியாகச் செய்ய முடியாவிட்டால், வன்முறை கொண்டுதான் செய்யவேண்டும். சுதந்திரச் சந்தையின் அழுத்த மும் அவசரமும்தான் காரணம்.

ஒரிஸாவிலுள்ள பாக்ஸைட்டின் கதை இது. மேற்கூறிய நான்கு டிரில்லியன் டாலரோடு, சத்தீஸ்கரிலும் ஜார்க்கண்டிலும்

உள்ள உயர்தர இரும்புத் தாது, பிற இருபத்தெட்டு உயர்விலை மதிப்புள்ள தாதுக்களின் வளம் இவற்றையும் சேர்த்துக்கொள் ளுங்கள். பிற இருபத்தெட்டு உயர்விலை தாதுக்கள் என்பன வற்றில், யுரேனியம், சுண்ணாம்புக்கல், டோலமைட், நிலக்கரி, வெள்ளீயம், கிரானைட், மார்பிள், தாமிரம், வைரம், தங்கம், குவார்ட்சைட், கோரண்டம், பெரில், அலெக்சாண்டிரைட், சிலிக்கா, ஃப்ளூரைட், கார்னெட் போன்றவை அடங்கும். இவற்றுடன் ஆற்றல் மின்நிலையங்கள், அணைகள், நெடுஞ் சாலைகள், எஃகு மற்றும் சிமெண்டு ஆலைகள், அலுமினியத் தாது உருக்காலைகள், இன்னும் பிற உள்கட்டுமானத் திட்டங் களையும் (நூற்றுக்கணக்கான புரிந்துணர்வு ஒப்பந்தங்கள் இவற்றுக் காகக் கையெழுத்திடப்பட்டுள்ளன, ஜார்க்கண்டில் மட்டும் தொண்ணூறுக்குமேல்) சேர்த்துக் கொள்ளுங்கள். முதலீட்டாளர் களுடைய செயல்பாட்டு எல்லையையும் மூர்க்கத்தனத்தையும் ஒருவாறு காட்டுவதற்கு இது போதுமானது.

ஒரு காலத்தில் தண்டகாரண்யம் என்று அறியப்பட்ட காட்டுநிலப்பகுதி, மேற்கு வங்கத்திலிருந்து ஜார்க்கண்ட், ஒரிஸா, சத்தீஸ்கர், ஆந்திரப்பிரதேசம் மற்றும் மகாராஷ்டிரத்தின் சில பகுதிகள்வரை பரவியிருந்தது. இந்தியாவின் கோடிக்கணக்கான பழங்குடி மக்களுக்குத் தாயகம் அது. ஊடகங்கள் இப்போது அதைச் சிவப்பு நிலப்பகுதி அல்லது மாவோயிஸ்டு நிலப்பகுதி என்று அழைக்கின்றன. அதைவிடத் துல்லியமாக அப்பகுதியை எம்ஓயுவிஸ்டு (*MoUist*) நிலப்பகுதி – அதாவது புரிந்துணர்வு ஒப்பந்தங்களின் நிலப்பகுதி – என்று அழைக்கலாம். அரசியல் சட்டத்தின் ஐந்தாவது அட்டவணை, ஆதிவாசி மக்களுக்குப் பாதுகாப்பும், அவர்களுடைய நிலப்பகுதிகளிலிருந்து அவர் களைப் பிரிக்காதிருத்தலையும் உறுதிசெய்கிறது. ஆனால் இதைப் பற்றி ஒருவரும் கவலைப்படுவதில்லை. அரசியலமைப்பை நல்ல விதமாகக் காட்சியளிக்க வைக்க – அலங்காரப்படுத்த, ஒப்பனை செய்ய – ஏற்படுத்தப்பட்ட உட்பிரிவாகத்தான் அது தோன்று கிறது. சற்றே வெளித்தெரியவராத கம்பெனிகளிலிருந்து உலகறிந்த பெரிய சுரங்கத்தொழில் குழுமங்கள்வரை, மித்தல்கள், ஜிந்தால் கள், டாடா, எஸ்ஸார், போஸ்கோ, ரியோடின்டோ, பிஎச்பி பில்லிடன், அப்புறம் இருக்கவே இருக்கிறது வேதாந்தா – யாவும் ஆதிவாசி நிலங்களைக் கைப்பற்றிக்கொள்ளச் சச்சர வில் ஈடுபட்டுள்ளன.

ஒவ்வொரு மலைக்கும், ஆற்றுக்கும், காட்டின் திறந்த வெளிகளுக்கும் புரிந்துணர்வு ஒப்பந்தம் (*MoU*) போடப்பட் டுள்ளது. நமது கற்பனைக்கெட்டாமல், புரிந்துகொள்ளாமல் சமூக மற்றும் சுற்றுச்சூழல் பாதுகாப்புப் பற்றிப் பேசிக்கொண்

டிருக்கிறோம். மேலும் இவையெல்லாம் இரகசியம். இவற்றில் எதுவும் பொதுமக்கள் அறிதல் எல்லைக்குள் இல்லை. உலகின் இந்த மிகப் புராதனமான காட்டையும் சூழல் அமைவுகளையும், அதில் வசிக்கும் மக்களையும் அழிக்கப்போகும் திட்டங்கள் ஆயத்தமாகி வருகின்றன. ஆனால் கோபன்ஹேகனில் நடக்க இருக்கும் வானிலை மாற்றச் சுற்றுச்சூழல் மாநாட்டில் இது எப்படியும் விவாதிக்கப்படப் போவதேயில்லை என்பது தெளிவாகத் தெரிகிறது. மாவோயிஸ்டு வன்முறை பற்றிய பயங்கரமான கதைகளைத் தேடி அளித்துக்கொண்டிருக்கின்ற, அவை உண்மையில் கிடைக்காவிட்டால், பொய்யாக அவற்றைக் கட்டிவிடுகின்ற நமது 24 மணிநேரத் தொலைக்காட்சி சேனல்களுக்குக் கதையின் இந்தப் பக்கத்தில் – சுற்றுச்சூழல் இழப்பில் – சற்றும் ஆர்வமே இல்லை. ஏனென்று தெரியவில்லை.

ஒருவேளை அவர்களை மயக்கி அடிமைப்படுத்தியுள்ள வளர்ச்சித் திட்டங்கள் பற்றிய கட்டுக்கதைகள், GDP (உள் நாட்டு மொத்த உற்பத்தி)யை ஒரேயடியாகச் சுரங்கத் தொழில்கள் உயர்த்திவிடும், இடம்பெயர்க்கும் மக்களுக்கு வேலைவாய்ப்பு அளித்து விடும் என்று சொல்வதை நம்புவதால் இருக்கலாம். சுற்றுச்சூழல் பேரழிவுக்கு நாம் அளிக்கப்போகும் பெருங் கேடான விலையை இதில் சேர்க்கவில்லை. குழுமங்கள் சொல்லும் அளவிலேயே எடுத்துக்கொண்டாலும், அது பொய் தான். பெரும்பாலான பணம், சுரங்கக் கம்பெனிகளின் வங்கிக் கணக்கில் சேரப்போகிறது. பத்து சதவீதத்திற்கும் குறைவாகத் தான் பொதுமக்களின் கருவூலத்திற்கு வரப்போகிறது. இடம் பெயர்க்கப்பட்ட மக்களில் மிகக்குறைந்த சதவீதத்தினருக்குத் தான் வேலைகள் கிடைக்கும். அப்படி வேலை கிடைப்பவர்களும், இழிவான, முதுகை ஒடிக்கின்ற வேலைகளுக்கு அடிமைத் தனமான கூலியைப் பெறப்போகிறார்கள். இந்தப் பேராசை எனும் வலிப்புநோய்க்கு இடம்கொடுப்பதன் வாயிலாக, நமது சுற்றுச்சூழலை அழித்துப் பிறநாடுகளின் பொருளாதாரத்துக்கு முட்டுக்கொடுக்கிறோம்.

எவ்வளவு பணம் இதில் புழங்குகிறது என்பதைக் கண்டாலும், இந்தப் பந்தயத்தில் ஈடுபட்டிருப்பவர்களை இனம் காண்பது எப்போதுமே எளிதல்ல. தங்கள் தனிப்பட்ட ஜெட் விமானங்களில் வரும் உயர் நிர்வாக அதிகாரிகளுக்கும், மக்கள் படைகளில் உள்ள போலீஸ் அலுவலர்களுக்கும் (இவர்கள் மாதத்தில் சில ஆயிரம் ரூபாய் வருமானம் பெறுவதற்காகத் தங்கள் சொந்த மக்களையே பாலியல் பலாத்காரம், கொலை புரிபவர்கள், சுரங்கத்தொழில் தொடங்குவதற்காக நிலத்தைப் பெறவேண்டி முழுக் கிராமங்களையே எரிப்பவர்கள்) இடையில்

முதல்தர, இரண்டாந்தர, மூன்றாந்தரப் பந்தயக்காரர்கள் நிறையப்பேர் இருக்கிறார்கள். இவர்கள் தங்கள் விருப்பங்களை வெளியிடவேண்டிய அவசியமில்லை, ஆனால் இந்தக் கம்பெனி களுக்காகத் தங்கள் அந்தஸ்தையும் அலுவல் பொறுப்புகளை யும் பயன்படுத்துவார்கள்.

எந்தெந்த அரசியல் கட்சிகள், எந்தெந்த அமைச்சர்கள், எந்தெந்தப் பாராளுமன்ற உறுப்பினர்கள், எந்தெந்த அரசியல் வாதிகள், எந்தெந்த நீதிபதிகள், எந்தெந்த அரசு சாரா நிறுவனங் கள், எந்தெந்தத் திறன்மிகுந்த ஆலோசகர்கள், எந்தெந்த போலீஸ் அதிகாரிகள் இந்தக் கொள்ளையில் நேராகவோ மறைமுக மாகவோ பலன்பெறப் போகிறார்கள் என்று நமக்கு எப்படித் தெரியும்? “மிகப்புதிய மாவோயிஸ்டு அட்டூழியம் இது” என்று செய்தி வெளியிடும் எந்த எந்தப் பத்திரிகைகள், “போர் நடக்கும் இடத்திலிருந்து நேராகச் செய்தி அளிக்கிறோம்” என்று சொல் லும் எந்த எந்தத் தொலைக்காட்சி சேனல்கள், அல்லது சண்டை நடக்கும் இடத்திற்குப் போகாமலே பொய் சொல் வதையே குறிக்கோளாக வைத்திருக்கின்ற சேனல்கள், இந்தக் கொள்ளையில் பங்குபெறுகின்றவர்கள் என்பதை நாம் எப்படி அறிவது?

இந்தியக் குடிமக்கள் சிலர் ஸ்விஸ் வங்கிகளில் பல லட்சம் கோடி டாலர்களை இரகசியமாக ஒளித்து வைத்துள்ளனர். இது இந்தியாவின் மொத்த உற்பத்தியைவிடப் பல மடங்கு அதிகம். இந்தப் பணத்தின் பிறப்பிடம் எது? சென்ற பொதுத் தேர்தலுக்குச் செலவிடப்பட்ட எண்பதுக்கும் மேற்பட்ட பில்லியன் ரூபாய்கள் எங்கிருந்து வந்தன? (எண்பது பில்லியன் என்பது எட்டாயிரம்கோடி ரூபாய்.) தேர்தலுக்கு முன்னால் (பி. சாய்நாத் அண்மையில் எழுதிய) தொலைக்காட்சியின் உயர்தர, கீழ்த்தர, நேரலைச் செய்திசேகரிப்புப் பொட்டலங் களுக்கு அரசியல் கட்சிகளாலும் அரசியல்வாதிகளாலும் அளிக்கப்படும் பல்லாயிரம் கோடிரூபாய்கள் எங்கிருந்து வருகின்றன?[14] (இன்னொரு சமயம், நீங்கள் தொலைக்காட்சி யின் இணைப்புரையாளர் உணர்ச்சியற்று உட்கார்ந்திருக்கும் விருந்தினரைப் பார்த்து, “மாவோயிஸ்டுகள் தேர்தலில் ஏன் நிற்கக்கூடாது? ஏன் அவர்கள் நேரடி அரசியலுக்குள் வரக் கூடாது?” என்று ஆவேசமாகக் கேட்கும்போது தயவுசெய்து அந்த சேனலுக்கு, “மாவோயிஸ்டுகளால் உங்களைப் போல் செலவுசெய்யமுடியாது” என்று கைப்பேசிச் செய்தி அனுப்புங்கள்.)

பசுமைவேட்டைப் போரின் தலைமை நிர்வாக அதிகாரி யான மத்திய உள்துறை அமைச்சர் ப. சிதம்பரம், தான் வழக்கறிஞ ராகப் பணியாற்றியபோது பலவேறு சுரங்கக் கம்பெனிகளுக்

காக வாதாடியவர் என்ற உண்மைக்கு நாம் எவ்வாறு விளக்கம் அளிப்பது? 2004இல் நிதியமைச்சராக ஆவதற்கு முன்னாள் வரை அவர் வேதாந்தாவின் பொதுஇயக்குநராக இருந்துவந்து இராஜிநாமா செய்தார் என்ற உண்மைக்கு எப்படி விளக்கம் தருவது? அவர் நிதியமைச்சராக ஆனபோது, வெளிநாட்டு நேரடி முதலீட்டுக்கு அவர் அளித்த முதல் அனுமதியே மொரீஷியஸைச் சேர்ந்த ட்வின்ஸ்டர் ஹோல்டிங்ஸ் என்ற குழுமம், வேதாந்தா குழுவின் ஒரு பகுதியான ஸ்டெர்லைட் ஆலையிடம் பங்குகள் வாங்குவதற்குத்தான் என்ற செய்கையை எப்படி விளக்கலாம்?[15]

ஒரிஸாவிலிருந்து சில செயல்வீரர்கள், வேதாந்தாவுக்கு எதிராக, அது அரசாங்க விதிமுறைகளை மீறியுள்ளது என்று உச்சநீதிமன்றத்தில் ஒரு வழக்கினைப் பதிவுசெய்தார்கள். ஏற்கெனவே அந்தக் கம்பெனி, ஒட்டுமொத்தமான சுற்றுச் சூழல் அழிவுக்குக் காரணமாக இருந்துள்ளது, மனித உரிமை மீறல்களை நிகழ்த்தியுள்ளது என்பதால் நார்வே நாட்டு ஓய்வூதிய நிதியம் அந்தக் குழுமத்திலிருந்து தன் முதலீட்டை விலக்கிக் கொண்டது என்பதைச் சுட்டிக்காட்டினார்கள். அதற்கு நீதிபதி கபாடியா, வேதாந்தாவிற்குப் பதிலாக ஸ்டெர்லைட் நிறுவனத்தை வைத்துக்கொள்ளுங்கள் என்றார். இதற்கு நாம் என்ன செய்யமுடியும்? பிறகு வெளிப்படையாகவே நீதியவையில் அவர் தமக்கும் ஸ்டெர்லைட்டில் பங்குகள் இருப்பதாகக் களிப்புடன் அறிவித்தார்.

உச்சநீதிமன்றத்தின் சொந்த நிபுணர்குழுவே, சுரங்கத் தொழிலுக்கு அனுமதி அளிக்கலாகாது, அத்தொழில் காடுகள், நீர்ஆதாரங்கள், சற்றுச்சூழல், அங்கு வாழும் ஆயிரக்கணக்கான பழங்குடி மக்களின் வாழ்க்கை ஆகியவற்றை அழித்துவிடும் என்று வெளிப்படையாகத் தெரிவித்திருந்தும்கூட, ஓர் உச்சநீதிமன்ற நீதிபதியாகிய அவர், ஸ்டெர்லைட் ஆலைக்குக் காடுகளின் ஊடே சுரங்கத்தொழிலை மேற்கொள்ளலாம் என்று அனுமதி அளித்தார். உச்ச நீதிமன்றத்தின் சொந்தக் குழுவின் அறிக்கையைத் தவறென்று நிரூபிக்காமலேயே இந்த அனுமதியை நீதிபதி கபாடியா வழங்கியிருக்கிறார்.

2005இல் டாடாக்களுடன் புரிந்துணர்வு ஒப்பந்தம் ஏற்பட்ட சில நாட்களுக்குள்ளாகவே தன்னிச்சையாக மக்கள்படை என்ற போர்வையில் இயங்கும் சல்வா ஜுடும் என்ற அமைப்பிற்குத் தொடக்கவிழா நடத்தி, தண்டிவாடாவில் கொடுமையாகத் தரையழிப்பு வேலையை நடத்துவதற்கு அனுமதி அளித்ததற்கு நாம் என்ன கூறமுடியும்? அதே சமயத்தில்தான்,

காங்கேரில் காட்டுப் போருக்கான அரசாங்கப் பயிற்சிக் கல்லூரியை ஏற்படுத்தியதற்கு நாம் என்ன சொல்ல இயலும்?

2009 அக்டோபர் 12 அன்று, தண்டிவாடாவிலுள்ள லோஹந்திகுடாவில் டாடா குழுமத்தின்மீது நிகழ்த்தவேண்டிய பொதுமக்கள் பங்கேற்புக் கேட்பினை, பஸ்தர் கிராமங்களிலிருந்து ஐம்பது பழங்குடி மக்களைக் கட்டாயப்படுத்தி ஜகதல்பூருக்கு அரசாங்க ஜீப்புகளின் அணிவகுப்பில் அழைத்து வந்து நடத்தியதைப் பற்றி நாம் என்ன சொல்லமுடியும்? (இந்தப் பொதுமக்கள் கேட்பு ஒரு பெரும் வெற்றி என்று அறிவிக்கப்பட்டது, மேலும் மாவட்ட ஆட்சியர் பஸ்தர் மக்களை அவர்களின் ஒத்துழைப்பிற்காகப் பாராட்டினார்.)

மாவோயிஸ்டுகள் "உள்நாட்டுப் பாதுகாப்புக்குத் தனிப் பெரும் சவால்" என்று பிரதமர் அறிவித்தார். இந்த அறிவிப்புக்கு, அரசாங்கம் அவர்கள்மீது போர் தொடுக்க ஆயத்தமாகிறது என்பது பொருள். இந்த அறிவிப்பினால்தான் பலவேறு சுரங்கக் கம்பெனிகளின் பங்குகளின் மதிப்பு வானுயரத்திற்குப் போயிற்று என்பதற்கு நாம் என்ன விளக்கம் அளிக்க முடியும்?

சுரங்கக் கம்பெனிகளுக்கு இந்தப் 'போர்' மிக அவசியமாகத் தேவைப்படுகிறது. இது ஒரு பழங்கால உத்திதான். பழங்குடி மக்களை, இதுவரை வெளியேற்றச் செய்த முயற்சிகளையெல்லாம் எப்படியோ தடுத்து அங்கேயே வாழ்ந்து கொண்டிருக்கும் மக்களை, இந்தப் போரின் வன்முறை பாதித்து, அவர்களை வெளியேற்றிவிடும் என்று கம்பெனிகள் நம்புகிறார்கள். இதுதான் நடைபெறப்போகிறதா, அல்லது இதனால் மாவோயிஸ்டுகளின் எண்ணிக்கைதான் கூடுதலாகப் போகிறதா என்பதைப் பொறுத்திருந்துதான் பார்க்க வேண்டும்.

இந்த வாதத்தை அப்படியே தலைகீழாக்கித் திரித்து, மேற்குவங்கத்தின் முன்னாள் நிதியமைச்சரான டாக்டர் அசோக் மித்ரா, 'நிழல் எதிரி' (The Phantom Enemy) என்ற தமது நூலில், மாவோயிஸ்டுகள் செய்யும் பயங்கரத் தொடர் கொலைகள் கொரில்லாப் போர்முறை பற்றிய புத்தகங்களிலிருந்து கற்றுக் கொண்ட பழங்காலத் தந்திரம் என்று கூறுகிறார். மாவோயிஸ்டுகள், இந்திய அரசாங்கத்துடன் போர்செய்வதற்கான ஒரு கொரில்லாப் படையை உருவாக்கி அதற்குப் பயிற்சியளித்திருக்கிறார்கள் என்றும், அந்தப் படையின் வன்முறைச்செயல்களால் கோபமுற்ற, கவனக் குறைவான இந்திய அரசாங்கம் தன் படையை அவர்கள்மீது ஏவிக் கொடுஞ்செயல்களை இழைக்கச் செய்யும் என்றும், அதனால் ஆதிவாசிகள் இந்திய அரசின்மீது கோபம் கொள்வார்கள் என்றும் எழுதுகிறார். இந்தக் கோபத்தை

நொறுங்கிய குடியரசு

குச்சாய்பாதரில் ஒரு கிராமக்கூட்டம் (2005)

வரலாற்றுரீதியாகப் பார்க்கும்போது, வட்டார மக்களுடனான போராட்டத்தில் சுரங்கக் கம்பெனிகள்தான் எப்போதுமே வெற்றிகொண்டிருக்கிறார்கள். மக்கள், 'ஜான் தேங்கே பர் ஜமீன் நஹீன் தேங்கே' (உயிரைக் கொடுத்தாலும் நிலத்தைத் தரமாட்டோம்) என்று முழக்கமிடுவது, குண்டுகளுக்கு ஒதுங்கும் பாதுகாப்பிடத்தின் மீது சிறு தூறல் விழுவதைப் போலத்தான் இந்தக் கம்பெனிகளுக்கு.

குச்சாய்பாதர் (2005)

மனிதர்கள் விலங்குகளாக்கப்படும்போது, திரும்பிப் போராடுவதைத் தவிர வேறு எந்த 'நல்ல விஷயத்தை' அவர்களால் செய்யமுடியும்? போராட்டம் என்பது அவர்கள் தேர்ந்தெடுத்தது அல்ல.

அறுவடை செய்து ஆட்சியின்மீது அதிருப்தியை உண்டாக்கிப் புரட்சியாக மாற்றலாம் என்று மாவோயிஸ்டுகள் நம்புகிறார்கள் என்று கூறுகிறார் டாக்டர் மித்ரா.

இம்மாதிரித் 'துணிகரத்தில்' மாவோயிஸ்டுகள் ஈடுபடுகிறார்கள் என்று பல்வேறு இடதுசாரிப் போக்குகள் ஏற்கெனவே குற்றம் சாட்டியுள்ளன. தங்கள் கட்சி ஆட்சிக்கு வருவதற்கான புரட்சியை ஏற்படுத்துவதற்காக, எந்த மக்களின் சார்பாகத் தாங்கள் இருப்பதாகக் கூறுகிறார்களோ, அந்த மக்களையே அவர்கள் அழிக்கத் தயாராக இருக்கிறார்கள்; அதற்குமேல் மாவோயிஸ்டுக் கருத்தியலாளர்கள் சிந்திக்கவில்லை என்பதை இது காட்டுகிறது என்பது அவர்களது குற்றச்சாட்டு.

மேற்கு வங்கத்தில் அறுபதுகளிலும் எழுபதுகளிலும் நக்சலைட் எழுச்சி ஏற்பட்டபோது அருகிலிருந்து கண்டவர், அசோக் மித்ரா. அவர் ஒரு பழைய கம்யூனிஸ்டு. அவருடைய கருத்துகளை ஒரேயடியாக நிராகரித்துவிட முடியாது. ஆனால் மாவோயிஸம் பிறப்பதற்கு முன்னாலிருந்தே ஆதிவாசிகளுக்கு ஒரு நீண்ட தைரியமான எதிர்ப்புப் போராட்ட வரலாறு இருக்கிறது என்பதையும் மறந்துவிடக் கூடாது. ஏதோ சில நடுத்தரவர்க்க மாவோயிஸ்டுக் கருத்தியலாளர்கள் எளிதில் கையாளக் கூடிய மூளையற்ற பொம்மைகளாகப் பழங்குடி மக்களை நோக்குவது அவர்களுக்கு நியாயம் செய்வது ஆகாது.

இதுவரை சுரங்கச் செல்வத்தைப் பற்றிய பேச்சு எழாத லால்கட் சூழலைப் பற்றி டாக்டர் மித்ரா பேசுகிறார் என்று ஒருவேளை வைத்துக் கொள்வோம். (இப்போது லால்கட்டில் ஏற்பட்டுள்ள எழுச்சி, ஜிந்தால் தொழிற்சாலை ஒன்றைத் திறந்துவைக்க முதலமைச்சர் வந்ததனால் தூண்டப்பட்டது என்பதை நாம் மறக்கக் கூடாது. ஒரு எஃகு ஆலை வந்தபிறகு, இரும்புத் தாதுத் தொழிற்சாலை வருவது ரொம்ப தூரமா?) இங்குள்ள மக்களின் நம்பிக்கையற்ற வறுமை, போலீஸின் கைகளிலும் 'ஹர்மதி'ன் கைகளிலும் பல்லாண்டுகளாகப்படும் அவதி இவற்றினால் தான் மக்களுக்குக் கோபம் ஏற்பட்டது. (ஹர்மத் என்பது, முப்பதாண்டுகளுக்கும் மேலாக மேற்கு வங்கத்தை ஆண்டுவருகின்ற இந்தியப் பொதுவுடைமைக் கட்சி (மார்க்சிஸ்டு)யின் ஆயுதமேந்திய படை.)

லால்கட்டில் பல்லாயிரக்கணக்கான போலீஸ் படையினரும், துணைப்படைத் துருப்புகளும் என்ன செய்துகொண்டிருக்கிறார்கள் என்று நாம் கேட்கவில்லை என்று ஒரு வாதத்திற்காக வைத்துக் கொண்டாலும், மாவோயிஸ்டுகளுடைய

நொறுங்கிய குடியரசு 39

‘துணிகரம்’ என்ற கோட்பாட்டை ஏற்றுக்கொண்டாலும், அது இங்குள்ள சித்திரத்தின் ஒரு சிறிய பகுதிதான்.

இந்தியாவின் அற்புதசக்தி வாய்ந்த ‘வளர்ச்சி’ பற்றிய கதையின் முக்கியப்பகுதி அங்கே சுற்றுக்கு வந்துவிட்டது போலும்! மிகப்பெரிய சமூக மற்றும் சுற்றுச்சூழல் விலை கொடுத்தே ‘வளர்ச்சியை’ வாங்கவேண்டி வந்தது. இப்போது, ஆறுகள் வறண்டுபோய், காடுகள் மறையும்போது, நிலத்தடிநீர் மட்டம் கீழிறங்கும்போது, மக்கள் தங்களுக்கு இழைக்கப்பட்ட அநீதி என்ன என்பதைப் புரிந்துகொள்கிறார்கள், இழைக்கப் பட்ட செயல் தன் விளைவை ஏற்படுத்துகிறது. நாடுமுழுவதும் அமைதியின்மை நிலவுகிறது. போலியான வாக்குறுதிகளை நம்பி மக்கள் இனிமேலும் தங்கள் நிலத்தையோ தங்கள் மூலவள உரிமையையோ விட்டுக்கொடுக்கத் தயாராக இல்லை. திடீ ரெனப் பத்துசதவீத வளர்ச்சிவீதமும் ஜனநாயகமும் ஒன்றுக் கொன்று ஒத்துப் போகாதவை எனத் தோன்றத் தொடங்கி யிருக்கிறது.

பல ஆண்டுகளாக, சிந்த்பஹாலி கிராமத்தின் துலா தே பாராபாய், தனது வீட்டை விட்டு நகர மறுத்து விட்டதால் லஞ்சிகட்டிலுள்ள வேதாந்தாவின் சுத்திகரிப்பு ஆலை யின் எல்லை அவரது வீட்டை வளைத்துச் செல்கிறது. கடைசி வரை நின்ற பெண்மணி இப்போது இல்லை.

தட்டையுச்சிக் குன்றுகளிலிருந்து பாக்ஸைட் தாதுவை வெளிக்கொண்டு வருவதற்கு, காட்டின் நடுவிலிருந்து இரும்புத் தாதுவை வெளியே கொண்டுவருவதற்கு, 85 சதவீதம் இந்திய மக்களைத் தங்கள் நிலங்களிலிருந்து வெளியேற்றி நகரங்களுக்கு அனுப்புவதற்கு (இதைத்தான் திரு. சிதம்பரம் காணவிரும்பு வதாகச் சொல்கிறார்), இந்தியா ஒரு இராணுவநாடாக மாற வேண்டிய நிர்ப்பந்தம் ஏற்பட்டிருக்கிறது. அரசாங்கம் இராணுவ மயமாக வேண்டும் என்றால் அதை நியாயப்படுத்த, ஒரு எதிரி வேண்டும். அந்த எதிரிதான் மாவோயிஸ்டுகள். கூட்டுத் தொழிற்குழும (கார்ப்பரேட்) அடிப்படைவாதிகளுக்கு மாவோ யிஸ்டுகள் எதிரிகள். இந்துத்துவவாதிகளுக்கு முஸ்லிம்கள் எதிரிகள் என்பதுபோல. (அடிப்படைவாதிகளுக்குள் ஒருவேளை ஒருவித சகோதரத்துவம் நிலவுகிறதா? அதனால்தான் RSS திரு. சிதம்பரத்தை வெளிப்படையாகவே பாராட்டியிருக்கிறதா?)

துணைப்படைத் துருப்புகள், ராஜ்நந்தன்காம் – இன் விமானப்படைத்தளம், பிலாஸ்பூர் இராணுவத் தலைமையகம், சட்டப்பூர்வமற்ற செயல்கள் (தடுப்புச்) சட்டம், சத்தீஸ்கர் பொதுமக்கள் பாதுகாப்புச் சிறப்புச்சட்டம், பசுமைவேட்டைப் போர் ஆகிய எல்லாமே ஒருசில ஆயிரம் மாவோயிஸ்டுகளைக் காடுகளிலிருந்து வெளியேற்ற ஏற்பட்டவை என்று கற்பனை செய்வது மிகவும் தவறானது. திரு. சிதம்பரம் முன் சென்று ஆரம்பித்துவைக்கிறாரோ இல்லையோ, பசுமைவேட்டைப் போர் பற்றிய பேச்சுகளில் எல்லாம், அவசர நிலை வருவதற்கான ஆபத்தை நான் உணர்கிறேன். (இங்கே கணக்கில் ஒரு கேள்வி. மிகச்சிறிய கஷ்மீர்ப் பள்ளத்தாக்கினை அடக்கி வைக்க 6,00,000 வீரர்கள் தேவை என்றால், கோடிக்கணக்கான மக்களின் கோப எழுச்சியை அடக்க எத்தனை வீரர்கள் தேவைப்படுவார்கள்?)

சமீபத்தில் கைதுசெய்யப்பட்ட மாவோயிஸ்டுத் தலைவர் கோபாட் காந்திக்கு மயக்க மருந்தளித்து "மனப்பகுப்பாய்வு" செய்வதைவிட, அவரிடம் நேரடியாகப் பேசிப்பார்ப்பது நல்லது.

இதற்கிடையில் இந்த ஆண்டின் இறுதியில், கோபன்ஹேகனில் நடக்க இருக்கும் வானிலைமாற்ற மாநாட்டுக்குச் செல்ல இருப்பவர்களில் யாராவது ஒருவர், கேட்கத் தகுதியுள்ள ஒரே கேள்வியான "மலையிலுள்ள பாக்ஸைட் தாதுவை நாம் அப்படியே விட்டுவிட்டால் என்ன?" என்பதை எழுப்புவார்களா?

2009 அக்டோபர்

தோழர்களுடன்
ஒரு நடைப் பயணம்

எனது கதவுக்குக்கீழ் முத்திரையிட்ட உறையில் சுருக்கமான, தட்டச்சு செய்யப்பட்ட குறிப்புச் செருகப் பட்டிருந்தது. 'இந்தியாவின் ஆகப் பெரிய உள்நாட்டுப் பாதுகாப்புச் சவாலுடன் என் சந்திப்பை உறுதி செய்தது அது. அவர்களிடமிருந்து செய்தி வருவதற்கு மாதக்கணக் காக நான் காத்திருந்தேன்.

சத்தீஸ்கர் தண்டிவாடாவில், மா தண்டீஸ்வரி கோயிலில், அவர்கள் எனக்குக் கூறிய இரு நாட்களில், நான்கு குறிப்பிட்ட சமயங்களில் நான் அங்கு இருக்க வேண்டும். மோசமான வானிலை, பஞ்சர் ஆவது, முற்றுகைத்தடை, வாகன வேலைநிறுத்தங்கள், அல்லது வெறும் துரதிர்ஷ்டம் இவற்றைத் தவிர்ப்பதற்காக இந்த ஏற்பாடு. அந்தக் குறிப்புச் சொல்லியது: எழுத்தாளர் – காமிரா, குங்குமப்பொட்டு, தேங்காய் இவற்றுடன் வர வேண்டும். சந்திப்பாளர் – குல்லாய், இந்தி அவுட்லுக் பத்திரிகை, வாழைப்பழம் ஆகியவற்றுடன் வருவார். கடவுச்சொல்: 'நமஸ்கார் குருஜி'.

நமஸ்கார் குருஜி. சந்திப்பவர், தம்மைப் பார்க்க வருபவர் ஒரு ஆணாக இருக்கும் என்று நினைத்திருப் பார் போலும்! 'எனக்கு ஒரு மீசை தேவையா' என்று கேட்டுக் கொண்டேன்.

○

தண்டிவாடாவை விவரிக்கப் பலவழிகள் உள்ளன. அது ஒரு முரண்தொடர். இந்தியாவின் இதயப்பகுதியில் சிக்கிக்கொண்ட ஒரு எல்லைப்பகுதிச் சிறுநகரம். அது

ஒரு போர் மையப் பகுதி. ஒரு குழப்பமான, எல்லாம் தலை கீழாக இருக்கும் நகரம்.

தண்டிவாடாவில் போலீஸ்காரர்கள், சாதாரண உடை அணிகிறார்கள். கலகக்காரர்கள் சீருடை அணிகிறார்கள். ஜெயில் கண்காணிப்பாளர், சிறையில் இருக்கிறார். சிறையில் அடைக்கப்பட்டவர்கள் சுதந்திரமாக இருக்கிறார்கள். (இரண்டு ஆண்டுகளுக்கு முன்னால் பழைய நகரச் சிறையிலிருந்து முந்நூறு பேர் தப்பிச்சென்றார்கள்.) பாலியல் வன்முறைக்கு ஆளான பெண்கள் போலீஸ் காவலில் இருக்கிறார்கள். பாலியல் வன் முறையில் ஈடுபட்டவர்கள் அங்காடித் தெருவில் சொற்பொழி வாற்றிக் கொண்டிருக்கிறார்கள்.

இந்திராவதி ஆற்றுக்கு அப்பால், மாவோயிஸ்டுகள் பாது காப்பிலுள்ள பகுதியைப் போலீஸ்காரர்கள் 'பாகிஸ்தான்' என்கிறார்கள். அங்கே கிராமங்கள் காலியாகக் கிடக்கின்றன, காடுகள் மக்களால் நிரம்பியுள்ளன. பள்ளிக்குச் செல்லவேண் டிய சிறுவர்கள் இலக்கின்றி ஓடுகிறார்கள். காட்டுப்பகுதியின் அழகிய சிற்றூர்களில், கான்கிரீட்டால் கட்டப்பட்ட பள்ளிக் கட்டடங்கள், தகர்த்தெறியப்பட்டுக் குப்பையாகக் கிடக்கின் றன, அல்லது அவற்றில் போலீஸ்காரர்கள் தங்கியிருக்கிறார் கள். காட்டில் நிலவக்கூடிய கொடிய போரைப் பற்றி இந்திய அரசாங்கம் பெருமிதம் கொள்கிறது, வெட்கமும் படுகிறது. பசுமைவேட்டைப் போர் நடப்பதாகச் சொல்லப்படுகிறது, மறுக்கவும்படுகிறது. இந்தியாவின் உள்துறை அமைச்சரும், போரை நடத்துபவருமான ப.சிதம்பரம், அது நடக்கவில்லை, ஊடகங்கள் உருவாக்கிவிட்ட ஒன்று என்கிறார். இருந்தாலும், குறிப்பிடத்தக்க அளவு நிதி அதற்காக ஒதுக்கப்பட்டுச் செல வழிக்கப்படுகிறது, பத்தாயிரக்கணக்கான சிப்பாய்கள் அங்கு கொண்டுசெல்லப்படுகிறார்கள். மத்திய இந்தியாவின் காடு களில்தான் போர் நடக்கிறது என்றாலும், நாம் யாவரும் அதனால் கடுமையான விளைவுகளை அனுபவிப்போம்.

இல்லாமற்போன மனிதனின் அல்லது பொருளின் இருப்பு தான் பேய் என்கிறார்கள். அவ்வாறாயின், தேசியத் தாதுப் பொருள் வளர்ச்சிக்கழகத்தின் புதிய நான்குவழிப்பாதை, காட்டி னூடாகக் கிழித்துச்செல்லக்கூடியது, பேய் என்பதன் எதிர் மறை. இன்னும் வரப்போவதன் முன்னறிகுறிதான் அது.

காட்டிலிருக்கும் எதிர்ப்பாளர்கள், வெவ்வேறு வகையைச் சேர்ந்தவர்கள், எந்த வழியிலும் சமமானவர்கள் அல்ல. ஒரு புறம், பெரிய அளவிலான துணைப்படைத் துருப்புகள், பணம், சுடும் ஆற்றல், ஊடக ஆதரவு, இனி எழப்போகின்ற ஒரு

தண்டகாரண்யா, மத்திய இந்தியா (2010)

இந்திராவதி ஆற்றுக்கு அப்பால், மாவோயிஸ்டுகள் பாதுகாப்பிலுள்ள பகுதியைப் போலீஸ்காரர்கள் 'பாகிஸ்தான்' என்கிறார்கள். அங்கே கிராமங்கள் காலியாகக் கிடக்கின்றன, காடுகள் மக்களால் நிரம்பியுள்ளன.

உறங்கும் தோழர்

அந்த இடத்திற்கு ஒரு தனித்த அழகு இருக்கிறது. ஒவ்வொன்றும் சுத்தமாகவும் தேவையானதாகவும் உள்ளது. அடைசல் கிடையாது. தாழ்ந்த மண்சுவரின்மீது ஒரு கருப்புக் கோழி மேலும்கீழும் சென்று வருகிறது. வேயப்பட்ட கூரையின் மரச்சட்டங்களை ஒரு மூங்கில் சட்டகம் தாங்கிநிற்கிறது. அதுவே பொருள்கள் வைக்கும் அலமாரியாகவும் பயன்படுகிறது. காலியான, மடித்துச்செய்யப்பட்ட அட்டைப்பெட்டிகள் தட்டையாக்கப்பட்டு ஒருபுறம் அடுக்கப்பட்டிருந்தன. கண்ணில் ஒன்று படுகிறது: 'ஐடியல் பவர் 90 ஹைஎனர்ஜி எமல்ஷன் வெடி பொருள்' என்று அட்டைமீது எழுதப்பட்டிருக்கிறது.

பெரிய சக்தியின் அகந்தை ஆகியவற்றைப் படைத்தவர்கள். அதற்கு மறுபுறம், சாதாரணக் கிராம மக்கள். மரபுவழியான ஆயுதங்கள் கொண்டவர்கள். அவர்களுக்குப் பின்னணியில் மிகச்சிறப்பாக ஒழுங்கமைக்கப்பட்ட மிக நன்றாகக் கருத்தேற்றம் செய்யப்பட்ட மாவோயிஸ்டு போர்ப்படை. அவர்களுக்கு ஆயுதந்தாங்கிய கலகங்களில் அதிதீவிர வன்முறையில் ஈடுபட்ட வரலாறு இருக்கிறது. மாவோயிஸ்டுகளும், துணைப் படையினரும் பழைய எதிரிகள். தங்களின் முன் அவதாரங்களில் பலமுறை போரிட்டிருக்கிறார்கள். ஐம்பதுகளில் தெலுங்கானாவில், பிறகு அறுபது – எழுபதுகளில் மேற்குவங்கம், பிஹார், ஆந்திரப்பிரதேசத்தில் ஸ்ரீகாகுளம் ஆகிய இடங்களில், பிறகு எண்பதுகளிலிருந்து இன்றுவரை மறுபடியும் ஆந்திரப்பிரதேசம், பிஹார், மகாராஷ்டிராவில்.

ஒருவர் தந்திரம் மற்றவருக்கு நன்றாகத் தெரியும். எதிரிகளின் போர்முறைக் குறிப்புகளை ஒவ்வொருவரும் நன்றாகவே படித்திருக்கிறார்கள். ஒவ்வொரு சமயமும், மாவோயிஸ்டுகள் (அல்லது அவர்களின் முந்தைய அவதாரங்கள்) தோற்கடிக்கப் பட்டது மட்டுமல்ல, முற்றிலுமாக ஒழிக்கப்பட்டுவிட்டதுபோலத் தோன்றுகிறார்கள். ஒவ்வொரு சமயமும் அவர்கள் இன்னும் திடமாக, இன்னும் செல்வாக்குடன் புத்தெழுச்சி பெறுகிறார்கள். இன்று இந்தக் கலகம் சத்தீஸ்கர், ஜார்க்கண்ட், ஒரிஸா, மேற்கு வங்கம் ஆகியவற்றின் தாதுப்பொருள்கள் நிறைந்த காட்டுக்குள் நிகழ்கிறது – இந்தியாவின் கோடிக்கணக்கான பழங்குடிமக்களின் இருப்பிடத்தில், கூட்டுவணிகக் குழுமங்களின் கனவுலகத்தில்.

தாராளவாத மனங்களுக்குக் காட்டில் நடக்கும் இந்தப் போர் இந்திய அரசாங்கத்திற்கும், தேர்தல்களைப் போலி என்றும், பாராளுமன்றத்தைப் பன்றிக்கொட்டகை என்றும் கூறி, தேசத்தின் அரசாங்கத்தைக் கவிழ்ப்பதே தங்கள் நோக்கம் என்று வெளிப்படையாக அறிவித்த மாவோயிஸ்டுகளுக்கும் இடையிலான போர் என்றே தோன்றும். மத்திய இந்தியாவிலுள்ள பழங்குடிமக்களுக்கென மாவோவுக்கு முன்னாலிருந்தே பலநூற்றாண்டுகள் போராட்ட வரலாறு உண்டு என்பதைப் பலரும் வசதியாக மறந்துவிடுகிறார்கள். (இது சலித்துப்போன விஷயம்: அப்படி அவர்கள் மறக்கவில்லை என்றால், அவர்களால் பிழைக்க முடியாது.) ஹோ, ஒராவன், கோல், சந்தால், முண்டா, கோண்டு இனத்தவர்கள் எல்லோருமே பலசமயங்களில் கலகம் செய்ய நேர்ந்திருக்கிறது. பிரிட்டிஷாரை எதிர்த்து, ஜமீன்தார்களை எதிர்த்து, லேவாதேவிக்காரர்களை எதிர்த்து.

இந்தக் கலகங்கள் மிகக் கொடுமையாக நசுக்கப்பட்டன. பல்லாயிரக்கணக்கானவர்கள் கொல்லப்பட்டனர். ஆனால் மக்களை வெல்ல எவராலும் முடியவில்லை. மேற்கு வங்கத்தில், நக்சல்பாரி கிராமத்தில் (இதிலிருந்துதான் இன்று மாவோயிஸ்டு என்பதற்கு மாற்றாகப் பயன்படுத்தப்படுகின்ற நக்சலைட் என்ற வார்த்தை உருவானது) சுதந்திரத்திற்குப் பிறகும்கூட, முதல் கலகத்தின் அடிப்படையாக இருந்தவர்கள் பழங்குடி மக்கள்தான். அவர்களை ஒருவேளை மாவோயிஸ்டுகள் என்று கூறினாலும் சரிதான். அக்காலத்திலிருந்து, பழங்குடி மக்களின் எழுச்சியோடு நக்சலைட் அரசியல் பிரிக்க முடியாதபடி ஒன்று கலந்து விட்டது. இந்த வரலாறு பழங்குடி மக்களைப் பற்றியும் நக்சலைட்டுகளைப் பற்றியும் சமமான அளவில் தெரிவிக்கிறது.

இந்தக் கலக வரலாறு, இந்திய அரசாங்கத்தினால் வேண்டுமென்றே தனிமைப்படுத்தி ஓரங்கட்டப்படுகின்ற கோபமுற்ற மக்களை உருவாக்கியுள்ளது. இந்திய ஜனநாயகத்தின் அறவியல் அடிக்கட்டுமானமான இந்திய அரசியலமைப்பு, 1950இல் பாராளுமன்றத்தால் ஏற்கப்பட்டது. அந்நாள் பழங்குடி மக்களுக்கு ஒரு துக்கநாள். பிரிட்டிஷ் காலனியாதிக்கக் கொள்கையை அரசியலமைப்பு அப்படியே ஏற்றுக்கொண்டது. பழங்குடி மக்களின் தாயகங்களின் பாதுகாவலனாக அரசாங்கத்தை ஆக்கிவிட்டது. ஒரே நாளில், தங்கள் சொந்த இடத்தையே பழங்குடிமக்கள் அந்நியர் வீடாக உணரவைத்து விட்டது. காட்டின் விளைபொருட்களின்மேல் அவர்களுக்குப் பாரம்பரியமாக இருந்த உரிமையை மறுத்தது. அவர்கள் வாழ்க்கை முறையையே குற்றத்தனமானது ஆக்கிவிட்டது. வாக்களிக்கும் உரிமையைத் தந்துவிட்டு அதற்குப் பதிலாக அவர்களின் பிழைப்பு, கௌரவம் ஆகியவற்றின் உரிமைகளைப் பறித்துக்கொண்டது.

அவர்களைக் கைகழுவிவிட்டு, வறுமையின் கீழ்நோக்கிய சுழலுக்குள் சிக்கவைத்துவிட்டு, அவர்களின் வறுமையையே அவர்களுக்கு எதிராக அரசாங்கம் பயன்படுத்தத் தொடங்கியது ஒரு கொடுமையான மாயவித்தைதான். அணை கட்டுவதற்காக, நீர்ப்பாசனத் திட்டங்களுக்காக, சுரங்கங்களுக்காக என்று ஒவ்வொருமுறை ஒரு பெரிய மக்கள்தொகையினரை இடப்பெயர்ச்சி செய்தபோதும், இந்த அரசாங்கம், பழங்குடி மக்களை மையநீரோட்டத்திற்குள் கொண்டுவருகிறோம், நவீன வளர்ச்சியின் பயன்களை அவர்களும் நுகருமாறு செய்கிறோம் என்று பேசியது. (பெரிய அணைகள் கட்டும் திட்டங்களுக்காக மட்டும் மூன்றுகோடிப்பேர் இடப்பெயர்ச்சி செய்யப்பட்டனர்.) இடப்பெயர்ச்சி செய்யப்பட்ட கோடிக்கணக்கான மக்களில்,

இந்தியாவின் வளர்ச்சிக்காக அகதிகள் ஆக்கப்பட்டவர்களில், மிகப் பெரும்பங்கினர் பழங்குடி மக்கள்தான். அரசாங்கம் பழங்குடிமக்களின் நலன் என்று அக்கறையுடன் பேச ஆரம்பித் தாலே வேதனைதான்.

அண்மையில் உள்துறை அமைச்சர் ப.சிதம்பரத்திடமிருந்து இந்த மாதிரி அக்கறை வெளிப்பட்டுள்ளது. பழங்குடி மக்கள் 'அருங்காட்சியகக் கலாச்சாரங்களில்' வாழ்வதை அவர் விரும்ப வில்லை என்கிறார். பல்வேறு சுரங்கக் கம்பெனிகளுக்கு அவர் வழக்கறிஞராகப் பணிபுரிந்தபோது, இந்தப் பழங்குடி மக்களின் நல்வாழ்வு அவருடைய முதன்மையான அக்கறையாக இல்லை. அவருடைய புதிய கவலையின் ஆதாரங்களை ஆராய்ந்து பார்ப்பது ஒரு நல்ல சிந்தனையாக அமையும்.

கடந்த ஐந்தாண்டுகளாக, சத்தீஸ்கர், ஜார்க்கண்ட், ஒரிசா, மேற்குவங்கம் ஆகிய மாநில அரசாங்கங்கள் பெருங்கூட்டுக் குழும அமைப்புகளுடன் நூற்றுக்கணக்கான புரிந்துணர்வு ஒப்பந்தங்களில் கையெழுத்திட்டுள்ளன. இவை யாவும் இரகசிய மானவை, பல ஆயிரக்கணக்கான கோடிரூபாய்கள் மதிப்புள்ளவை. எஃகு ஆலைகள், தேனிரும்புத் தொழிற்சாலைகள், மின்சக்தி உற்பத்தி நிறுவனங்கள், அலுமினியச் சுத்திகரிப்பு ஆலைகள், அணைகள், சுரங்கங்கள் ஆகிய தொழில்களுக்காக இந்த ஒப்பந்தங ்கள். இந்தப் புரிந்துணர்வு ஒப்பந்தங்கள் நிஜமான பணமாக மாறவேண்டுமானால், பழங்குடி மக்களை வெளியேற்றியாக வேண்டும்.

ஆகவே, இந்தப் போர்.

குடியரசு என்று தன்னைப் பறைசாற்றிக்கொள்ளும் ஒரு நாடு, தன் நாட்டுக்குள்ளாகவே, தன் குடிமக்களுக்கு எதிராகவே போர் அறிவிக்குமானால், அந்தப்போர் எப்படி இருக்கும்? எதிர்ப்பு வெற்றிபெற வாய்ப்பிருக்கிறதா? வெற்றி பெறத்தான் வேண்டுமா? மாவோயிஸ்டுகள் யார்? காலத்துக்கொவ்வாத ஒரு கருத்தியலைப் பழங்குடி மக்கள்மீது சுமத்தி, அவர்களை வெற்றி நம்பிக்கையற்ற கலகத்தில் ஈடுபடத் தூண்டும் வன் முறைகொண்ட சூனியவாதிகளா? பழைய அனுபவங்களி லிருந்து அவர்கள் பெற்ற பாடங்கள்தான் என்ன? ஆயுதம் தாங்கிய புரட்சி என்பது தன்னளவிலேயே ஜனநாயகத்துக்கு எதிரானதா? சாதாரணப் பழங்குடி மக்கள் அரசாங்கத்துக்கும் மாவோயிஸ்டுகளுக்கும் இடையில் வைத்து நசுக்கப்படுகிறார் கள் என்ற 'சேண்ட்விச்' கொள்கை சரியானதுதானா? மாவோ யிஸ்டுகளும் பழங்குடி மக்களும் தனித்தனியான வகைகள்

என்று இப்போது முன்வைக்கப்படும் கருத்துச் சரியானதா? அவர்களுடைய இலட்சியங்கள் ஒன்றுபடுகின்றனவா? ஒருவரிட மிருந்து மற்றவர் எதையாவது கற்றுக்கொண்டார்களா?

ஒருவரையொருவர் மாற்றியிருக்கிறார்களா?

❍

நான் புறப்படுவதற்கு முந்திய நாள், என் தாயார் தூக்கக் கலக்கத்தோடு என்னைக் கூப்பிட்டார். "நான் சிந்தித்துக்கொண் டிருக்கிறேன்" என்றார். ஒரு தாயின் விளக்கமுடியாததோர் உள்ளுணர்வோடு, "இந்த நாட்டில் தேவைப்படுவது புரட்சி தான்" என்றார்.

மாவோயிஸ்டு நிறுவனத்தைத் 'தலையற்றது' ஆக்குவதற் காக, இஸ்ரேலின் மொசாட் படை, இந்தியாவின் முப்பது உயர்மட்ட அதிகாரிகளுக்கு இலக்கைத் தவறாமல் குறிவைத்துத் தாக்குகின்ற உத்திகள் பற்றிப் பயிற்சியளிக்கிறது என்று வலைத் தளத்தில் வெளிவந்த ஒரு கட்டுரை சொல்கிறது.[1] இஸ்ரேலிட மிருந்து இந்தியா வாங்கியுள்ள ஆயுதங்கள் – இலக்குகளைக் கண்டறியும் லேசர்கருவிகள், வெப்ப அலைகளால் உருவங் களைக் கண்டறியும் சாதனம், அமெரிக்க இராணுவத்தின் பிரபலமான ஆளில்லா விமானங்கள் – இவை பற்றிய தகவல் கள் பத்திரிகைகளில் வெளியாகியிருக்கின்றன. ஏழைகளுக்கு எதிராகப் பயன்படுத்த மிகச் சரியான ஆயுதங்கள்.

❍

ராய்ப்பூரிலிருந்து தண்டிவாடாவுக்குக் காரில் செல்வதற்கு ஏறத்தாழப் பத்துமணிநேரம் ஆகிறது. பாதை செல்லும் பகுதி, மாவோயிஸ்டுகள் 'மொய்த்திருக்கின்ற' பகுதி என்று சொல்லப் படுகிறது. 'மொய்த்திருத்தல்' என்ற சொல், நோய்கள், அவற்றைப் பரப்பும் பூச்சிகள் ஆகியவற்றை நினைவுக்குக் கொண்டுவரு கிறது. நோய்களை நிவர்த்திக்க வேண்டும். பூச்சிகளை ஒழிக்க வேண்டும். மாவோயிஸ்டுகளைத் துடைத்தொழிக்க வேண்டும். இப்படித் தீங்கற்றதுபோன்று காட்சியளிக்கின்ற மொழியில், படுகொலைக்கான வார்த்தைகள் நமது சொற்களஞ்சியத் திற்குள் செலுத்தப்படுகின்றன.

நெடுஞ்சாலையைப் பாதுகாப்பதற்காக, பாதுகாப்புப் படைகள், சாலையின் இரு மருங்கிலும் கொஞ்சத்தூரத்திற்குக் காடுகளை வளைத்திருக்கிறார்கள். காட்டுக்குள் சென்றுவிட் டால், அந்த இடங்கள் 'தாதா லோக்' கிற்கு உரியவை – சகோ தரர்கள், தோழர்கள்.

எல்லையோரக் கிராமத்தில் ஒரு குடிசை

‘வறுமைக்கோட்டுக்குக் கீழ்வாழும் குடும்பங்கள்’ *(BPL - Below Poverty Line)* வீட்டுச் சுவற்றில் சட்டப்படி எழுதப்படும் வாசகம்: ‘நான் ஏழை. இரண்டு ரூபாய்க்கு ஒருகிலோ அரிசியை நான் உண்கிறேன்.’

கிராமப்படை

அவர்கள் மனத்தில் அதிக முக்கியத்துவம் பெற்றிருப்பது போர் அல்ல. அன்றைய நாளின் வேலையை இப்போதுதான் முடித்திருக்கிறார்கள். சில வீடுகளைச் சுற்றி வேலியிட்டிருக்கிறார்கள், ஆடுகள் வயலுக்குச் சென்றுவிடாமல் பாதுகாப்பதற்காக. அவர்களுடைய வேலை, நான்கைந்து கிராமங்களைச் சுற்றிக் காவல்வந்து அவற்றைப் பாதுகாப்பதும், வயல்களில் உதவிசெய்வதும், கிணறுகளைச் சுத்தம் செய்வதும், வீடுகளைப் பழுதுபார்ப்பதும் – எந்த உதவி தேவையோ அதைச் செய்வது.

ராய்ப்பூரின் வெளிப்புறம், வேதாந்தா (நமது உள்துறை அமைச்சர் ஒருகாலத்தில் சேவகம்புரிந்த கம்பெனி) புற்றுநோய் மருத்துவமனை பற்றி விளம்பரம் செய்கிறது, பிரம்மாண்ட மான ஒரு விளம்பரப் பலகை. ஒரிசாவில், பாக்ஸைட்டைத் தோண்டும் பகுதியில், அது ஒரு பல்கலைக்கழகத்திற்கு நிதியுதவி செய்கிறது. இந்த மாதிரி பிறர் அறியாமல் (மனத்திற்கு) உள் நுழையும் வழிகளில் சுரங்கக் கம்பெனிகள் நமது கற்பனையில் நேசமாக உருப்பெறுகின்றன. நமது நலத்தை உண்மையாக நாடும் மென்மைவாய்ந்த அரக்கர்கள். இதற்கு சிஎஸ்ஆர் (கூட்டு நிறுவன சமூகப்பொறுப்பு – *Corporate Social Responsibility*) என்று பெயர். இவ்வகையில், சுரங்கக் கம்பெனி கள், பழைய நடிகரும், முன்னாள் முதலமைச்சருமான என்.டி. ராமராவ் போன்றவை. ஒரே புராணப்படத்தில் எந்த வேடத்தையும் அவர் ஏற்று நடிப்பார். நல்லது கெட்டது இரண்டையுமே. அதுபோன்றவை இந்த CSR கள், இந்தியாவில் சுரங்கத்தொழில்கள் செய்யும் பொருளாதார அட்டூழியத்தை மூடிமறைக்கின்றன.

சமீபத்திய கர்நாடக லோக் – ஆயுக்த அறிக்கை, ‘எந்த ஒரு தனியார் கம்பெனியும் தான் தோண்டியெடுக்கும் ஒவ்வொரு டன் இரும்புத் தாதுக்கும் அரசாங்க உரிமைத் தொகையாக 27 ரூபாய் தருகிறது, தான் 5,000 ரூபாய் சம்பாதிக்கிறது’ என்கிறது. பாக்சைட், அலுமினியம் தொழில்களில் இந்தத் தொகைகள் இன்னும் மோசமானவை. அந்தக் கம்பெனிகள் அடிக்கும் பல நூறுகோடிரூபாய் பகற்கொள்ளை பற்றித்தான் இங்கே பேசுகிறோம். தேர்தல்கள், நீதிபதிகள், பத்திரிகைகள், தொலைக்காட்சி சேனல்கள், அரசுசாராத் தொண்டு நிறுவனங் கள், உதவி முகமைகள் ஆகிய யாவற்றையும் வாங்கப் போது மான தொகை அது. ஏதோ இங்கொன்றும் அங்கொன்றும் புற்றுநோய் மருத்துவமனை கட்டுவதில் என்ன செலவாகி விடப்போகிறது?

சத்தீஸ்கர் அரசாங்கம் செய்துகொண்ட புரிந்துணர்வு ஒப்பந்தங்களின் நீண்ட பட்டியலில் வேதாந்தாவின் பெயரை நான் காணவில்லை. ஆனால் எங்காயினும் ஒரு புற்றுநோய் மருத்துவமனை இருந்தால், அங்கே பக்கத்தில் ஒரு தட்டை உச்சி பாக்சைட் மலை இருக்கவேண்டும் என்று சந்தேகிக்கக் கூடிய அளவிற்கு எனக்குப் புத்தி சரியாக இருக்கிறது.

காங்கேரைக் கடக்கிறோம். பயங்கரவாதத்திற்கு எதிராகப் புகழ்பெற்ற ஊர். அங்கே பிரிகேடியர் பி.கே. போன்வரால் நடத்தப்படுகின்ற காட்டுப் போர்ப்பயிற்சிக் கல்லூரி இருக்கிறது.

இந்தப்போரின் ரம்பெல்ஸ்டில்ஸ்கின் அவர். (ரம்பெல்ஸ்டில்ஸ்கின் என்பவன் ஒரு தேவதைக்கதையில் வரும் குள்ளன். ஒரு பெண் வைக்கோல் போரைத் தங்க இழைகளைாக நூற்றுத் தரவேண்டும் என்றபோது உதவிசெய்த மாயாஜாலத் துணை வன்.) ஊழல்மிக்க, சோம்பேறித்தனமான போலீஸ்காரர்களை (வைக்கோல் போர்) காட்டுப் படைவீரர்களாக (தங்கமாக) மாற்றுபவர் இவர். 'ஒரு கொரில்லாவுடன் கொரில்லாவைப் போலப் போரிடு' என்பது இந்தப் போர்ப் பயிற்சிக் கல்லூரி யின் கொள்கைவாசகம். பாறைகளில் தீட்டப் பட்டிருக்கிறது.

இவர்களுக்கு ஓடுவதற்கு, சறுக்கிச் செல்வதற்கு, உலங்கு ஊர்திகளிலிருந்து இறங்குவதற்கு, அவற்றில் ஏறுவதற்கு, (என்ன காரணத்திற்காகவோ) குதிரைச் சவாரி செய்வதற்கு, பாம்பு களை உண்டு காட்டில் உயிர் வாழ்வதற்குப் பயிற்சி அளிக்கப் படுகிறது. 'தெருநாய்களுக்கு'ப் 'பயங்கரவாதி'களுடன் போரிடப் பயிற்சியளித்து உருவாக்குவதில் பிரிகேடியருக்கு மிகவும் பெருமை. ஒவ்வொரு ஆறுவாரத்திற்கும் எண்ணூறு போலீஸ்காரர்கள் இதில் பயிற்சிபெற்று வெளிவருகிறார்கள். இந்தியாவில் வேறு பல இடங்களிலும் இதுபோன்ற இருபது கல்லூரிகளை நடத்தத் திட்டமிடப்பட்டுள்ளது. போலீஸ்படை, கொஞ்சம்கொஞ்ச மாக இராணுவமாக மாற்றப்பட்டு வருகிறது. (கஷ்மீரில் இதற்கு எதிராக நடக்கிறது. இராணுவம், அங்கே ஊழல்மிக்க, நிர்வாக, போலீஸ்படையாக மாற்றப்பட்டு வருகிறது.) மேலிருந்து கீழாக, கீழிருந்து மேலாக. எப்படியிருப்பினும் எதிரிகள், மக்கள்தான்.

காலதாமதம் ஆகிவிட்டது. ஜகதல்பூர் உறங்கிவிட்டது. இளைஞர் காங்கிரஸில் சேர ராகுல்காந்தி அழைக்கும் சாலை யோரத் தட்டிகள் மட்டுமே விழித்திருக்கின்றன. சமீபமாதங் களில் அவர் இருமுறை பஸ்தருக்கு வந்திருக்கிறார். ஆனால் இந்தப் போரைப்பற்றி எதுவும் பேசவில்லை. இந்தச்சமயத்தில் இந்த விஷயத்தில் தலையிடுவது மக்களின் இளவரசரைக் குழப்பத்தில் தள்ளிவிடும். அவருடைய ஊடக நிர்வாகிகள் இச்சமயத்தில் காலைவிடமாட்டார்கள். மிக எச்சரிக்கையாக வெளியிடப்படும் விளம்பரச் செய்திகளில் ராகுல் காந்தியைச் சுற்றியிருக்கும் காங்கிரஸ் எம்.எல்.ஏவான மகேந்திர கர்மா வின் பெயர் இடம்பெறுவதில்லை. மகேந்திர கர்மாதான் சல்வா ஜுடும் ('தூய்மையாக்கும்') படைக்குத் தலைமைதாங்கி நடத்துபவர். அரசு சார்பான 'அமைதிகாப்புக்' குழு, 'மக்கள் படை' அது. தனது பயங்கரவாதத்திற்கு – பாலியல் வன்முறைக்கு, கொலைகளுக்கு, கிராமங்களை எரிப்பதற்கு, இலட்சக்கணக் கான மக்களை அவர்கள் வீடுகளிலிருந்து விரட்டியடித்ததற்குப் பெயர்பெற்றது அது.

மா தண்டேஸ்வரி கோயிலுக்கு உரிய நேரத்திற்கு முன்னா லேயே வந்து சேர்கிறேன். (முதல் தடவை, முதல் காட்சி அல்லவா!) என் புகைப்படக்கருவி, சிறிய தேங்காய், நெற்றியில் குங்குமச் சிவப்புத் திலகம் ஆகியவற்றுடன் காத்திருக்கிறேன். யாராவது என்னை மறைவிலிருந்து பார்த்துச் சிரிக்கிறார்களோ என்ற சந்தேகம். சில நிமிடங்களுக்குள் ஒரு பையன் என்னருகில் வந்தான். குல்லாய், முதுகில் பள்ளிச் சிறுவர்கள் வைத்திருக்கும் பை. கைநகங்களில் சிவப்பு நகப்பாலிஷ். இந்தி அவுட்லுக் பத்திரிகையோ வாழைப்பழமோ இல்லை. "நீங்கள்தான் உள்ளே போகிறவரா?" என்று கேட்டான். "நமஸ்கார் குருஜீ" இல்லை. எனக்கு என்ன சொல்வது என்று தெரியவில்லை. தன் பாக்கெட் டிலிருந்து கசங்கிய குறிப்பு ஒன்றை எடுத்துக் கொடுத்தான். அதில் "அவுட்லுக் நஹீ மிலா" (அவுட்லுக் கிடைக்கவில்லை) என்று எழுதப்பட்டிருந்தது.

"வாழைப்பழம் என்ன ஆயிற்று?"

"தின்றுவிட்டேன். பசித்தது."

பாதுகாப்புக்கு மிகப் பெரிய சவால்தான் இவன்.

அவன் முதுகுப்பையில் "*Charlie Brown – Not Your Ordinary Blockhead*" என்று எழுதப்பட்டிருந்தது. அவன் பெயர் மாங்டு என்று சொன்னான். நான் நுழையப் போகிற தண்டகாரண்யக் காட்டில் மக்கள் நிறைந்திருக்கிறார்கள் என்றும், பல பெயர் களுடன் பல்வேறு அடையாளங்களில் வாழ்பவர்கள் அவர்கள் என்றும் விரைவில் தெரிந்துகொண்டேன். அந்த உத்தி எனக்கு ஆறுதலளிப்பதாக இருந்தது. நீங்களாகவே இல்லாமல் வேறு ஒருவராகக் கொஞ்சநேரம் இருப்பது எவ்வளவு சுகமானது!

கோவிலிலிருந்து சில நிமிட நடை பேருந்து நிலையம். அதை நோக்கி நடந்தோம். அங்கே ஏற்கெனவே கும்பலாக இருந்தது. மிகவும் சீக்கிரமாக விஷயங்கள் நடந்தன. மோட்டார் பைக்குகளில் இருவர் இருந்தார்கள். உரையாடல் இல்லை. புரிந்துகொண்ட ஒரு பார்வை. சுமைகளை மாற்றிக்கொள்ளு தல். எஞ்சின்களின் உறுமல். எங்கே போகிறோம் என்று எனக்குத் தெரியாது. சென்றமுறை வந்தபோது பார்த்ததிலிருந்து போலீஸ் கண்காணிப்பாளரின் வீட்டைக் கடந்துசெல்கிறோம் என்பதைப் புரிந்து கொண்டேன். இந்த எஸ்.பி. ஒரு நேர்மை யான மனிதர். "பாருங்கள் மேடம், வெளிப்படையாகச் சொன் னால், இந்தப் பிரச்சினையை போலீஸோ இராணுவமோ தீர்க்க முடியாது. இந்தப் பழங்குடி மக்களுக்குப் பேராசை என்றால் என்னவென்று தெரியாது. அதுதான் பிரச்சினையே.

அவர்களுக்குப் பேராசை பிடித்தால் ஒழிய எங்களுக்கு வெற்றி பெறும் நம்பிக்கை கிடையாது. நான் தலைவருக்குச் சொன்னேன்: 'இராணுவம், படைகளையெல்லாம் நீக்கிவிடுங்கள். ஒவ்வொரு வீட்டிலும் தொலைக்காட்சிப் பெட்டியை வைத்துவிடுங்கள். எல்லாம் தானாகவே சரியாகப் போகும்.'"

கண்மூடித் திறப்பதற்குள் நகரத்திற்கு வெளியே வந்துவிட்டோம். எவரும் பின்தொடரவில்லை. மிக நீண்ட பயணம் – பைக்கில் மூன்று மணிநேரம். ஏதோ ஓரிடத்தில் இருமருங்கும் காடு நிறைந்த இடத்தில், எவருமற்ற சாலையில் திடீரென அது முடிவடைந்தது. மாங்டு இறங்கினான். நானும் இறங்கினேன். பைக்குகள் சென்றுவிட்டன. நான் என் பையை எடுத்துக்கொண்டு, பாதுகாப்புக்குச் சவாலான அந்தச் சிறுபையனைப் பின்தொடர்ந்தேன். மிக அழகான நாள். காட்டின் தரையெல்லாம் பொன்னிறக் கம்பளம் விரித்தாற்போல் இருந்தது.

சற்றுநேரத்தில் ஓர் அகன்ற, சமதளத்தில் செல்கின்ற வெண்மையான ஆற்றங்கரையை அடைந்தோம். பருவமழையினால் நீர்பெறுவது அந்த ஆறு எனத் தெரிந்தது. இப்போது வெறும் மணல்வெளியாகவே காட்சியளித்தது. மத்தியில் கணுக்கால் அளவு நீர் நிரம்பிய ஓடை. எளிதாகக் கடந்துசெல்ல முடிந்தது. அதற்கு அப்பாலுள்ள பகுதிதான் பாகிஸ்தான். "அங்கே மேடம்", அந்த நேர்மையான எஸ்பி சொன்னார் – "என் ஆட்கள் கொல்வதற்காகத்தான் சுடுவார்கள்." அங்கு செல்லத் தொடங்கியதும் அதை நினைத்துக்கொண்டேன். ஒரு போலீஸ்காரரின் ரைஃபிள் சுடும் எல்லைக்குள் தான் நாங்கள் இருந்தோம். அங்கே சிறிய உருவங்களைப் பார்த்தேன். எளிதில் சுடக்கூடிய உருவங்கள். ஆனால் மாங்டு அதைப் பற்றிக் கவலையற்றவன்போலத் தோன்றினான். நானும் அவன் போலவே நடந்துகொண்டேன்.

எதிர்க்கரையில் காத்திருந்தவன், 'ஹார்லிக்ஸ்!' என்று எழுதிய எலுமிச்சைநிறப் பச்சைச் சட்டையை அணிந்திருந்த சந்து. பாதுகாப்புக்குச் சற்று வயதான சவால் அவன். இருபது வயது இருக்கலாம். தயாரான புன்னகை, ஒரு சைக்கிள். வெந்நீர்கொண்ட குவளை, எனக்காகக் கட்சியினர் அளித்த குளூகோஸ் பாக்கெட்டுகள். மூச்சைப் பிடித்துக்கொண்டு மீண்டும் நடக்கத் தொடங்கினோம். அந்த சைக்கிள் ஒரு ரெட் ஹெரிங். சைக்கிளில் செல்ல இயலாத தடம் அது. செங்குத்தான பாறைகளையும், அவற்றின் விளிம்புகளில் பாதுகாப்பற்ற பாதைகளையும் கடந்தோம். சைக்கிளைத் தள்ளிக்கொண்டு செல்லமுடியாதுபோல அது எடை ஒன்றுமே இல்லா

தைப்போலச் சந்து தலைமீது அதைத் தூக்கிச்சென்றான். ஒரு குழப்பமுற்ற கிராமத்துப் பையனின் தோற்றம் அவனிடம் இருந்தது ஏன் என்று நினைத்தேன். மிகவும் பின்னால், அவன் ஆயுதங்கள் எல்லாவற்றையும் கையாளுவதில் வல்லவன் என்று தெரிந்துகொண்டேன். “இலகு எந்திரத்துப்பாக்கி (*LMG* – லைட் மெஷின் கன்) தவிர” என்று சந்தோஷத்தோடு சொன்னான் அவன்.

எங்கள் பாதைகள் பிரிவதற்கு முன்னால், மூன்று அழகான, போதையேறிய, தங்கள் தலைப்பாகைகளில் பூக்களைச் செருகியிருந்த ஆடவர்கள், எங்களுடன் அரை மணிநேரம்போல நடந்துவந்தனர். சூரிய அஸ்தமனத்தின்போது, அவர்களின் தோள் பைகள் கூவத்தொடங்கின. அவற்றில் சேவல்கள் இருந்தன. அவற்றைச் சந்தைக்கு விற்பதற்காகக் கொண்டுசென்றிருந்தார்கள், ஆனால் விற்க முடியாமல் போய்விட்டது.

சந்துவுக்கு இருட்டிலும் கண்தெரியும் போலிருக்கிறது. நான் என்னுடைய கைவிளக்கைப் பயன்படுத்தினேன். சுவர்க்கோழிகள் திடீரெனக் கூட்டமாக ஒலியெழுப்பத் தொடங்கின. எங்களைச் சுற்றி ஒலியின் கவிகை. இரவு வானத்தை நிமிர்ந்து பார்க்க ஆசை, ஆனால் முடியவில்லை. தரையிலேயே கண்களைப் பதித்து நடக்க வேண்டியிருக்கிறது. ஓரடி ஒருசமயத்தில். கவனம் தேவை.

நாய்கள் குரைக்கும் சத்தம். ஆனால் எவ்வளவு தூரத்தில் என்று சொல்ல முடியவில்லை. தரை சமதளமாகிறது. சற்றே நிமிர்ந்து வானத்தைப் பார்க்கிறேன். களிப்படைய வைக்கிறது அது. சீக்கிரமே பயணம் முடியும் என்று நினைக்கிறேன். “சீக்கிரமே” என்கிறான் சந்து. ஆனால் ஒரு மணிநேரத்திற்கும் மேல் செல்லுகிறது. பெரிய மரங்களின் நிழலுருவங்கள் தெரிகின்றன. வந்துவிட்டோம்.

கிராமம் நன்கு இடமகன்றதாக இருக்கிறது. ஒவ்வொரு வீட்டிற்கும் இடையில் நிறைய இடைவெளி. நாங்கள் நுழைகின்ற வீடு அழகாக இருக்கிறது. நெருப்பைச் சுற்றிச் சிலபேர் உட்கார்ந்திருக்கிறார்கள். இருட்டில் இன்னும் பலபேர் இருக்கிறார்கள். எத்தனைபேர் என்று கணிக்கமுடியவில்லை. கொஞ்சம் முயற்சிசெய்து அவர்கள் உருவத்தைக் காணலாம். ஒரு முணுமுணுப்புப் பரவுகிறது. “லால் சலாம், காம்ரேட்.” “லால் சலாம்” (செவ்வணக்கம், தோழரே) என்கிறேன் நான். மிகவும் களைப்பாக இருக்கிறது. அந்த வீட்டின் பெண்மணி உள்ளே என்னை அழைத்து, அவரைக்காயுடன் சேர்த்துச் சமைத்த கோழிக்கறியையும், சிவந்த சோற்றையும் அளிக்கிறாள். எனக்குப் பக்கத்தில்

அவளுடைய குழந்தை உறங்குகிறது. அவளுடைய வெள்ளிக் கொலுசு நெருப்பு வெளிச்சத்தில் ஒளிவிடுகிறது.

சாப்பிட்ட பிறகு நான் என் படுக்கைப் பையை விரிக்கிறேன். அதன் பெரிய ஜிப்பை இழுப்பது விசித்திரமாகக் குறுக்கிடும் சத்தமாக இருக்கிறது. யாரோ ஒருவர் வானொலியைத் திருப்புகிறார். *BCC* யின் இந்திச் சேவை. சுற்றுச்சூழல் சீரழிவையும், டோங்க்ரியா கோண்டு பழங்குடியினரின் உரிமைகளை மீறுவதையும் காரணம் காட்டி, இங்கிலாந்து சர்ச் அமைப்பு வேதாந்தாவின் நியமகிரி திட்டத்திற்கான உதவியை நிறுத்திக் கொண்டுவிட்டது. மாட்டு மணியோசை, உறிஞ்சுதல் ஓசை, இடம்பெயரும் ஓசை, மாடுகளின் வாயு பிரியும் ஓசை ஆகியவை காதில் விழுகின்றன. உலகத்தில் யாவும் நன்றாகத்தான் இருக்கின்றன. என் கண்கள் மூடுகின்றன.

காலை ஐந்து மணிக்கு எழுகிறோம். ஆறுமணிக்கு நடக்கத் தொடங்கிவிடுகிறோம். இன்னும் இரண்டு மணிநேரத்தில் இன்னொரு ஆற்றைக் கடக்கிறோம். எங்கள் பாதையிலிருக்கும் எல்லாக் கிராமங்களிலும் சுற்றிலும் புளியமரங்கள் இருக்கின்றன. அந்தக் கிராமத்தைத் தங்கள் பிடியில் வைத்திருக்கின்ற பெரிய கருணை நிறைந்த தேவதைகள் போல. பதினொரு மணிக்கெல்லாம் சூரியன் உயரத்தில் சென்றுவிடுகிறது. நடப்பது கொஞ்சம் கடினமாக இருக்கிறது. ஒரு கிராமத்தில் மதிய உணவுக்காக நிற்கிறோம். அந்த வீட்டிலுள்ளவர்களைச் சந்துவுக்கு முன்னமே தெரியும்போல் இருக்கிறது. ஒரு அழகான இளம்பெண் அவனோடு சாகசம் செய்கிறாள். ஒருவேளை நான் அருகில் இருப்பதால் போலும், அவன் சற்றே வெட்கப்படுகிறான். பகலுணவு, பப்பாளிப்பழம், துவரம்பருப்புடனும் சிவந்த சோற்றுடனும். கொஞ்சம் மிளகாய்த் தூளும். மீண்டும் நடக்க முற்படுவதற்கு முன், கொஞ்சம் வெயில் தளரட்டும் என்று காத்திருக்கிறோம். வீட்டின் முற்றத்தில் கொஞ்சம் தூக்கம் போடுகிறோம். அந்த இடத்திற்கு ஒரு தனித்த அழகு இருக்கிறது. ஒவ்வொன்றும் சுத்தமாகவும், தேவையானதாகவும் உள்ளது. அடைசல் கிடையாது. தாழ்ந்த மண்சுவரின்மீது ஒரு கருப்புக் கோழி அணிவகுத்து மேலும்கீழும் சென்றுவருகிறது. வேயப்பட்ட கூரையின் மரச்சட்டங்களை ஒரு மூங்கில் சட்டகம் தாங்கி நிற்கிறது. அதுவே பொருள்கள் வைக்கும் அலமாரி போலவும் பயன்படுகிறது. தட்டையான, காலியான, மடித்துச் செய்யப்பட்ட அட்டைப்பெட்டிகள் அடுக்கு ஒருபுறம் இருக்கிறது. கண்ணில் ஏதோ ஒன்று படுகிறது : ஐடியல் பவர் 90 ஹை எனர்ஜி எமல்ஷன் வெடிபொருள் (இரண்டாம் வகை) *SD CAT ZZ* என்று அட்டை மீது எழுதப்பட்டிருக்கிறது.

மறுபடியும் ஏறத்தாழ இரண்டு மணிக்கு நடக்கத் தொடங்கு கிறோம். நாங்கள் செல்லப்போகும் கிராமத்தில் ஒரு தீதியைச் ('அக்கா') சந்திக்க இருக்கிறோம். அவர்தான் பிரயாணத்தின் அடுத்த கட்டம் என்ன என்பதைத் தீர்மானிப்பார். சந்துவுக் குத் தெரியாது. எல்லாவற்றையும் ஒருவர் அறிந்திருக்கவேண்டிய அவசியம் இல்லை. ஆனால் நாங்கள் கிராமத்தை அடையும் போது தீதி அங்கு இல்லை. அவரைப் பற்றிய செய்தியும் தெரியவில்லை. சந்துவின் முகத்தில் முதல்முறையாகக் கவலை யின் நிழல் தெரிகிறது. என் முகத்தில் இன்னும் பெரிதாக வெளிப்படுகிறது. தொடர்புகொள்ளல் விதிகள் என்ன என்பது எனக்குத் தெரியாது, ஆனால் ஒருவேளை தவறாகப் போய் விட்டால் என்ன செய்வது?

கைவிடப்பட்ட ஒரு பள்ளிக் கட்டடத்தின் வெளியில் நிற்கிறோம். கிராமத்திற்குச் சற்றே வெளியில். ஜன்னலில் இரும்புக் கதவுகள். கதவுகள், இழுத்து மடக்கக் கூடியவை. அரசாங்கப் பள்ளிகள் எல்லாம் ஏன் கான்கிரீட் கொத்தளங்கள்போலக் கட்டப்படுகின்றன? கிராமத்து வீடுகளைப்போல, மண்ணாலும் வேய்ந்தகூரையாலும் ஏன் கட்டக் கூடாது? அவை இராணுவ வீரர்கள் தங்குமிடமாகவும் பங்கர்களாகவும் பயன்படட்டுமே என்றுதான் போலும். "அபூஜ்மட் கிராமங்களில், பள்ளிக்கூடங் கள் இப்படித்தான் இருக்கும்" என்று ஒரு குச்சியால் தரையில் படம் வரைந்து காட்டுகிறான் சந்து. தேன்கூடுகள்போல ஒன்றோ டொன்று இணைந்துள்ள மூன்று எண்கோணங்கள். "அதனால் எல்லாப் பக்கங்களிலும் அவர்களால் சுடமுடியும்." தன் கருத்தை வலியுறுத்திச் சொல்ல, ஒரு கிரிக்கெட் படம்போல, ஒரு பந்தடிப்பவனின் வண்டிச்சக்கரம்போல, அம்புக்குறிகள் வரைந்து காட்டுகிறான். இந்தப் பள்ளிகள் எதிலும் ஆசிரியர் கள் கிடையாது என்கிறான் சந்து. "அவர்கள் எல்லோரும் ஓடிவிட்டார்கள்."

"அல்லது நீங்களே அவர்களைத் துரத்திவிட்டீர்களா?"

"இல்லை, நாங்கள் போலீஸைத்தான் துரத்துவோம். ஆனால் தங்கள் வீட்டில் உட்கார்ந்துகொண்டே சம்பளம் வாங்கலாம் என்கிறபோது அந்த ஆசிரியர்கள் ஏன் இங்கே, காட்டுக்கு வரவேண்டும்?" சரியான விஷயம்.

"இது ஒரு புது இடம்" என்கிறான் சந்து. கட்சி சமீபத்தில் தான் இங்கே நுழைந்திருக்கிறது.

ஏறத்தாழ இருபது இளைஞர்கள் – ஆண்களும் பெண்களு மாக வருகிறார்கள். பதின்வயதின் இறுதிகளில் அல்லது இருபது

களின் தொடக்கங்களில் இருப்பவர்கள். இவர்கள்தான் கிராமப் படையினர் என்று தெரிவிக்கிறான் சந்து. மாவோயிஸ்டு இராணுவப் படிநிலையில் கீழ்ப்படியில் இருப்பவர்கள். அவர் களைப் போன்றவர்களை நான் முன்னால் கண்டதில்லை. சேலைகளும் லுங்கிகளும் அணிந்திருக்கிறார்கள். சிலர், இராணுவ வீரர்களின் ஆலிவ் பச்சை உடையில் இருக்கிறார்கள். பையன் கள் ஆபரணங்களும் தலைப்பாகையும் அணிந்திருக்கிறார்கள். எல்லாரிடமும் தோட்டாக்களைப் போட்டுச் சுடும் துப்பாக்கி கள் – பர்மார் – இருக்கின்றன. சிலரிடம் கத்திகள், கோடாரி கள், வில் – அம்பு ஆகியவையும் இருக்கின்றன. ஒரு பையனிடம் சிறுபீரங்கி இருக்கிறது. மூன்றடிநீள வலுப்படுத்தப்பட்ட இரும்பை வளைத்துச் செய்தது. அதில் வெடிமருந்தும் தெறிகுண்டுகளும் ஏற்கெனவே நிரப்பப்பட்டுள்ளன. வெடிப்பதற்கு ஆயத்தமாக இருக்கிறது. பெரிய சத்தத்தை அது உண்டாக்கும், ஆனால் ஒரே ஒரு முறைதான் பயன்படுத்தமுடியும். இருந்தாலும், அது போலீஸைப் பயப்படச் செய்கிறது என்று வேடிக்கையாகச் சிரிக்கிறார்கள் அவர்கள்.

அவர்கள் மனத்தில் போரைப் பற்றிய எண்ணம் முதன்மை யாக இருப்பதாகத் தெரியவில்லை. ஒருவேளை அவர்கள் வாழும் பகுதி சல்வாஜுடும் படையினரின் எல்லைக்கு அப்பால் இருப்பதால் இருக்கலாம். இப்போதுதான் ஒரு நாளின் பணியை முடித்திருக்கிறார்கள். வயல்களில் ஆடுகள் மேயாமல் பாதுகாக்கச் சில வீடுகளைச் சுற்றி வேலி அமைக்க உதவியிருக்கிறார்கள். அவர்களிடம் விளையாட்டும் ஆர்வமும் இருக்கிறது. பெண்கள் தைரியமாகவும் பையன்களுடன் சகஜமாகவும் இருக்கிறார்கள். இந்த மாதிரி விஷயத்தை என்னால் புரிந்துகொள்ள முடிகிறது. நன்றாக இருக்கிறது என்று நினைக்கிறேன். அவர்கள் வேலை ரோந்து பார்ப்பதும், நான்கைந்து கிராமங்களைப் பாதுகாப்பதும், அவர்களுக்கு வயலில் வேலைக்கு உதவுவதும், கிணறுகளைச் சுத்தம் செய்வதும், வீடுகளைப் பழுதுபார்ப்பதும், எந்தவகையில் உதவி தேவையோ அதைச் செய்வதும்.

இன்னும் தீதியைக் காணோம். என்ன செய்வது? செய்யக் கூடியது எதுவுமில்லை. காத்திரு. ஏதாவது காய்கறி நறுக்க, உரிக்க, உதவிசெய்.

இரவு உணவு முடிந்ததும், பேச்சு அதிகமில்லாமல், எல் லோரும் வரிசையாக நிற்கிறார்கள். நடக்கப் போகிறோம் என்று தெளிவாகத் தெரிகிறது. எல்லாமே எங்களுடன் வரு கின்றன – அரிசி, காய்கறி, பானைகள், தட்டுகள். பள்ளிச் சுற்றுச்சுவரை விட்டு, ஒரே வரிசையில் காட்டுக்குள் நடக்கிறோம்.

அரைமணி நேரத்துக்குள் ஒரு திறந்தவெளிக்கு வருகிறோம். அங்குதான் உறக்கம். கொஞ்சம்கூடச் சந்தடி இல்லை. சில நிமிடங்களுக்குள் ஒவ்வொருவரும் அவரவர் நீல பிளாஸ்டிக் விரிப்புகளை விரிக்கிறார்கள். எங்கேயும் கிடைக்கின்ற ஜில்லி. (இது இல்லாமல் புரட்சி நடக்கவே நடக்காது.) சந்துவும் மாங்டுவும் ஒன்றில் படுத்துக்கொள்கிறார்கள். இன்னொன்றை எனக்காக விரிக்கிறார்கள். மிக நல்ல பாறையொன்றில் மிகநல்ல இடமாகப் பார்த்து எனக்குத் தருகிறார்கள். சந்து தீதிக்கு ஒரு செய்தி அனுப்பியிருப்பதாகச் சொல்கிறான். அவருக்கு அது கிடைத்தால், முதல்வேலையாகக் காலையில் இங்கே இருப்பார். அவருக்குக் கிடைத்தால்.

வெகுகாலத்திற்குப் பின் நான் தூங்கிய மிக அழகான 'அறை' அதுதான். 'ஆயிர நட்சத்திர' விடுதியில் எனக்கான தனியறை. என்னைச் சுற்றி இந்த அறிமுகமற்ற, அழகான குழந்தைகள். தங்கள் விசித்திரமான ஆயுதங்களுடன். இவர்கள் எல்லோரும் மாவோயிஸ்டுகள்தான், சந்தேகமில்லாமல். எல்லோரும் நிச்சயமாக இறக்கப் போகிறார்களா? இதுதான் காட்டுப் போர்க் கல்லூரியா அவர்களுக்கு? அப்புறம் உலங்கு ஊர்திகளின் போர்க்கருவிகள், வெப்பஅலை உருவக்கருவிகள், லேசர் எல்லைக் கண்டுபிடிப்புக் கருவிகள்?

ஏன் இவர்கள் சாகவேண்டும்? எதற்காக? இந்தப் பகுதியை யெல்லாம் சுரங்கமாக மாற்றவா?

ஒரிஸாவில் திறந்தவெளிச் சுரங்கத்திற்குச் சென்று பார்த்ததை நினைவுபடுத்திக் கொள்கிறேன். அங்கேயும் ஒருகாலத்தில் காடு இருந்தது. இந்த மாதிரிக் குழந்தைகள் இருந்தார்கள். இப்போது ஆறாத சிவந்த புண்போலக் காட்சியளிக்கிறது. உங்கள் மூக்குகளையும் நுரையீரல்களையும் செம்புழுதி நிரப்புகிறது. நீரும் சிவப்பு நிறம், காற்றும் சிவப்பு, மக்களும் சிவப்பு, அவர்கள் நுரையீரல்களும் தலைமுடியும் சிவப்பு. பகல் இரவு எல்லா நேரமும் லாரிகள் அவர்கள் கிராமங்களின் ஊடே செல்கின்றன. ஒன்றின் வாலில் இன்னொன்று என்று ஆயிரக் கணக்கான லாரிகள். இங்கிருந்து பாராதீப் துறைமுகத்துக்குத் தாதுவை எடுத்துச்செல்ல. அங்கிருந்து சீனாவுக்கு. அங்கே அது கார்களாகவும் புகையாகவும் மாறும். திடீர் நகரங்கள் ஒரே இரவில் உருவாகும். பொருளாதார வல்லுநர்களை மூச்சடைக்கவைக்கும் வளர்ச்சி விகிதத்தில். போர் செய்யும் ஆயுதங்களாக மாறி.

ஒன்றரைமணி நேரத்திற்கு ஒருமுறை மாறுகின்ற காவலர்கள்தான் விழித்திருக்கிறார்கள். மற்ற அனைவரும் தூங்கிவிட்

காட்டில் மாவோயிஸ்டு அறிவிப்புச் சீலை

'ஏகாதிபத்தியவாதிகளின் மேய்ச்சல் நிலமாக இந்தியா ஆவதைத் தடுத்து நிறுத்துங்கள். எங்கள் வாக்குகளைக் கேட்க மத்திய அரசுக்கு உரிமை இல்லை. நமது வளத்தை விற்றுக் கொழித்திருக்கும் இந்தக் கோடீஸ்வரர் களுக்கு வாக்களிக்காதீர்கள். தற்சார்பு கொண்ட, புரட்சிகர வளர்ச்சிக் காகப் போராடுங்கள். பாராளுமன்ற தேர்தல்களைப் புறக்கணியுங்கள்.'

நீண்ட பயணம்

நாங்கள் இப்போது ஒரே வரிசையில் செல்கிறோம். நானும், 'ஒரு நூறு புத்தியற்ற வன்முறையான, இரத்தவெறிபிடித்த கிளர்ச்சிக்காரர்களும்.'

டார்கள். இப்போது நான் நட்சத்திரங்களைக் காணமுடியும். மீனச்சில் ஆற்றின் கரையில் ஒரு குழந்தையாக நான் வளர்ந்த சமயத்தில் கருக்கிருட்டு நேரத்தில் – அப்போதுதான் சுவர்க் கோழிகளின் சத்தம் தொடங்கும் – அது தான் நட்சத்திரங்கள் வானத்திற்குப் புறப்பட்டுச் சென்று பிரகாசிக்கத் தொடங்கு வதன் ஓசை என்று நினைத்துக் கொள்வேன். இப்போது இங்கே இருப்பதை நான் எவ்வளவு விரும்புகிறேன் என்பது ஆச்சரியமாக இருக்கிறது. இந்த இடத்தைத் தவிர வேறு எங்கும் இருக்க எனக்கு விருப்பமில்லை என்றே சொல்லலாம். இன்றிரவு நான் யாராக இருப்பேன்? இந்த நட்சத்திரங்களுக்குக் கீழே, தோழர் ராஹேல் ஆக? ஒருவேளை நீதி நாளை வரலாம்.

அவர்கள் விடியற்காலை வந்தார்கள். தொலைவில் வரும் போதே என்னால் பார்க்கமுடிந்தது. ஏறத்தாழ பதினைந்து பேர், எல்லாருமே ஆலிவ் பச்சைச் சீருடையில், எங்களை நோக்கி ஓடிவந்தார்கள். தூரத்திலிருந்தே, அவர்கள் ஓடிவந்த முறையிலிருந்தே, அவர்கள் பயங்கரமாகத் தாக்கும் வீரர்கள் தான் என்று தெரிந்துகொள்ள முடிந்தது. மக்கள் விடுதலை கொரில்லாப் படை (PLGA – People's Liberation Guerilla Army) யினர் இவர்கள். இவர்களுக்காகத்தான் வெப்பஅலை உருவக் கருவி, லேசர் உதவியுடன் தாக்கும் ரைஃபிள்கள், இவர்களுக் காகத்தான் காட்டுப் பாதுகாப்புக் கல்லூரி.

கடுமையான ரைஃபிள்களை – இன்சாஸ், எஸ்எல்ஆர் – வைத்திருந்தார்கள். இருவரிடம் ஏகே47 இருந்தது. இந்தப் படை யணியின் தலைவர் தோழர் மாதவ். ஒன்பது வயதிலிருந்தே கட்சியில் இருப்பவர். ஆந்திரப் பிரதேசம் வரங்கல்லைச் சேர்ந்த வர். அவர் மிகவும் நிலை தளர்ந்து மன்னிப்புக்கேட்கும் நிலையில் இருந்தார். தொடர்பில் ஏதோ தவறு நடந்துவிட்டது என்று திரும்பத் திரும்பச் சொன்னார். வழக்கமாக அவ்வாறு நடப்ப தில்லை. நான் தலைமை முகாமுக்கு முதல்நாளிரவே வந்து சேர்ந்திருக்க வேண்டும். செய்தியளிப்பின் தொடர் ஓட்டத்தில் யாரோ இடையில் விட்டுவிட்டார்கள். மோட்டார் சைக்கிள்கள் என்னை முற்றிலும் வேறு ஓர் இடத்தில் விட்டிருக்க வேண்டும். “உங்களைக் காத்திருக்க வைத்துவிட்டோம், உங் களை மிகவும் நடக்க வைத்து விட்டோம். நீங்கள் இங்கே இருப்பதாகச் செய்திவந்ததும் வழிமுழுதும் ஓடியே வந்தோம்.” நான் பரவாயில்லை என்று சொன்னேன். “காத்திருக்கவும், நடக்கவும், கேட்கவும் ஆயத்தமாகவே வந்தேன்.” உடனே புறப்பட வேண்டும் என்று சொன்னார். ஏனெனில் முகாமி லிருந்தவர்கள் காத்துக்கொண்டும், கவலையோடும் இருந்தார்கள்.

சிலமணிநேரம் நடந்தபின் முகாமை அடைந்தோம். நாங்கள் வந்தபோது இருட்டத் தொடங்கியிருந்தது. பலநிலைக் காவல்கள் இருந்தன. காவல் வட்ட வலயங்கள். இரண்டு வரிசைகளிலிருந்த தோழர்கள் குறைந்தது நூறுபேர் இருக்க லாம். ஒவ்வொருவரிடமும் ஆயுதம் இருந்தது, புன்னகையும் கூட.

லால் லால் சலாம், லால் லால் சலாம்,
ஆனேவாலி சாத்தியோங்கோ
லால் லால் சலாம்

(செவ்வணக்கம், செவ்வணக்கம்,
வந்துசேர்கின்ற தோழர்களுக்குச்
செவ்வணக்கம்)

என்று அவர்கள் பாடினார்கள். ஏதோ ஒரு ஆற்றைப் பற்றிய, மலரும் பூவைப் பற்றிய நாட்டார் பாடலைப்போல மிகவும் இனிமையாகப் பாடினார்கள். பாடலுடன் வரவேற்பு. கைகுலுக்கு தல். பிறகு முட்டியை உயர்த்திக்காட்டுதல். ஒவ்வொருவரும் அடுத்தவருக்கு முகமன் கூறுகிறார்கள் – லால்சலாம், ல்சலாம்லா, ம்லால்சலா . . .

தரையில் விரித்திருந்த ஒரு பெரிய – பதினைந்து சதுர அடிப்பரப்பு இருக்கலாம் – ஜில்லியைத் தவிர முகாம் எனக் குறிப்பிடத்தக்க வகையில் ஒன்றுமில்லை. இதற்கு ஜில்லியால் ஆன கூரையும் இருந்தது. இதுதான் நான் இரவு தங்கும் அறை. நான் இதுவரை நடந்துவந்ததற்கு இது பரிசாக இருக்க வேண்டும், அல்லது வரப்போகும் விஷயங்களுக்கு முன்ன தாகவே நல்லதைத் தந்துவிடும் எண்ணமாக இருக்கவேண்டும். எப்படிப் பார்த்தாலும், இதுதான் என் தலைக்குமேல் ஒரு கூரை இருக்கக்கூடிய கடைசி இரவாக இருக்கும். இரவு உணவின் போது தோழியர் நர்மதா, சரோஜா, மாசி, ரூபி, தோழர் ராஜு, வேணு, ஆகியோரைச் சந்தித்தேன். நர்மதா க்ராந்திகாரி ஆதிவாசி மஹிளா சங்கடன் (*KAMS* – ஆதிவாசிப் புரட்சிப் பெண்கள் அமைப்பு) தலைவி. அவர் தலைக்கு விலை வைக்கப் பட்டிருந்தது. சரோஜா அவர் கையிலிருந்த *SLR* அளவு உயரமே இருந்தார். மாசி என்றால் கோண்டி மொழியில் கருப்பு. அவர் தலைக்கும் விலை வைத்திருந்தது. ரூபி, தொழில்நுட்ப நிபுணி. நான் நடந்து வந்த படைப்பிரிவின் தலைவர் ராஜு. இவர்கள் எல்லோருக்கும் மூத்தவர் தோழர் வேணு (அல்லது முரளி, சோனு, சுசீல் – எப்படி வேண்டுமானாலும் அழைத்துக்கொள் ளுங்கள்). ஒருவேளை மையச் செயல் நிர்வாகக்குழுவாக (பொலிட்பியூரோவாக) எப்படி வேண்டுமானாலும் இருக்க லாம். எனக்குச் சொல்லவில்லை. நான் கேட்கவுமில்லை.

எங்களுக்கு மத்தியில் நாங்கள் கோண்டி, ஹால்பி, தெலுங்கு, பஞ்சாபி, மலையாளம் ஆகிய மொழிகளில் பேசினோம். மாசிக்கு மட்டுமே ஆங்கிலம் தெரியும். (ஆக, நாம் யாவரும் இந்தியில் பேசுகிறோம்!) தோழியர் மாசி உயரமானவர், பேச்சுக்குள் புகுவதற்கு முன் அவர் பல துயர நினைவுகளைக் கடக்கவேண்டியிருந்தது என்று தோன்றியது. ஆனால் அவர் என்னைத் தழுவிக்கொண்ட முறையிலிருந்து அவர் நன்கு படிப்பவர் என்று உணர முடிந்தது. காட்டில் அவருக்குப் புத்தகங்கள் கிடைக்கவில்லை. அவர் தன் கதையைப் பின்னால் எனக்குக் கூறினார். தன் துயரங்களை என்னிடம் வெளியிடலாம் என்ற நம்பிக்கை வந்தபோது.

காட்டில் கெட்டசெய்தி வருகிறது. ரன்னர் ஒருவன் கையில் 'பிஸ்கட்டுகளுடன்' ஓடிவருகிறான். தாள்களில் கையால் குறிப்பெழுதிச் சிறுசிறு சதுரங்களாக மடித்துப் பின் அடிக்கப்பட்டவை. ஒரு பைநிறைய அவை இருக்கின்றன. 'சிப்ஸ்' போல. (இந்தச் செய்திக் குறிப்புகளுக்குத்தான் பிஸ்கட்டுகள் என்று பெயர்.)

எல்லா இடங்களிலிருந்தும் செய்திகள். ஓங்நார் கிராமத்தில் போலீஸ் ஐந்து பேரைக் கொன்றுவிட்டது – நான்கு பேர் படையணியைச் சேர்ந்தவர்கள், ஒருவர் கிராமவாசி. பெயர்கள் – சாந்து போட்டை (25), பூலோ வட்டே (22), காண்டே போட்டை (22), ரமோலி வட்டே (20), தல்சாய் கோரம் (22). நேற்றிரவு நட்சத்திரங்கள் மின்னிய எனது தங்குமிடத்திலிருந்த சிறுவர்களாக இவர்கள் இருக்கக்கூடும்.

பிறகு ஒரு நல்ல செய்தி வருகிறது. சதைப்பிடிப்பான இளைஞர் ஒருவருடன் சில ஆட்கள். அவரும் சீருடையில்தான் இருக்கிறார். ஆனால் அது புத்தம்புதிதாக இருக்கிறது. ஒவ்வொருவரும் அதைப் பார்த்துப் பாராட்டுகிறார்கள். அவர் வெட்கமாகவும் மகிழ்ச்சியாகவும் உணர்கிறார். காட்டிலுள்ள தோழர்களுடன் தங்கி வாழ்ந்து பணியாற்ற வந்திருக்கும் ஒரு டாக்டர் அவர். தண்டகாரண்யத்துக்கு ஒரு டாக்டர் வந்து தங்கிப் பல ஆண்டுகள் ஆகிவிட்டன.

இடதுசாரித் தீவிரவாதத்தினால் பாதிக்கப்பட்ட மாநிலங்களின் முதலமைச்சர்களை உள்துறை அமைச்சர் சந்தித்த செய்தி வானொலியில் வருகிறது. ஜார்க்கண்ட், பிஹார் முதலமைச்சர்கள் அமைதியாகக் கூட்டத்துக்கு வராமல் ஒதுங்கிவிட்டார்கள். வானொலிப் பெட்டியைச் சுற்றி உட்கார்ந்திருக்கும் அனைவரும் சிரிக்கிறார்கள். தேர்தல் சமயங்களில், வாக்குச் சேகரிப்பு நடக்கின்ற சமயம் முழுவதும், பிறகு, அரசு அமைத்து

நொறுங்கிய குடியரசு　　　63

ஓரிரண்டு மாதங்கள் வரையிலும், அரசியலில் முக்கியமாக ஈடுபட்டிருக்கும் தலைவர்கள் எல்லோரும், 'நக்சலைட்டுகள் நமது சகோதரர்கள்' என்பதுபோலச் சொல்வார்கள். நன்றாகவே கால அவகாசத்தைக் குறித்து வைத்துக்கொள்ளலாம் – பிறகு அவர்கள் அனைவரும் மனத்தை மாற்றிக்கொண்டு நச்சுப்பறக்களாகி விடுவார்கள்.

தோழியர் கமலாவுக்கு என்னை அறிமுகம் செய்கிறார்கள். அவரை எழுப்பாமல் எனது ஜில்லியிலிருந்து ஐந்தடிகூடச் செல்லக்கூடாது என்று எனக்குச் சொல்லப்படுகிறது. இருட்டில் மனம் தடுமாறித் தொலைந்து போவது இயல்பு. (நான் அவரை எழுப்பவில்லை. மரக்கட்டைபோல உறங்கினேன்.) காலையில் கமலா எனக்கு மூலை வெட்டப்பட்ட ஒரு பாலிதீன் பையைத் தருகிறார். முன்பு அது அபிஸ்கோல்டு சுத்திகரிக்கப்பட்ட சோயா எண்ணெய் இருந்த பாக்கெட். இப்போது எனக்குக் கழிவுக் குவளையாகப் பயன்படப்போகிறது. புரட்சிக்கான பாதையில் எதுவும் வீணாக்கப்படுவதில்லை.

(இப்போதும்கூட எந்நேரமும் தோழியர் கமலாவை நினைத்துக்கொள்கிறேன். அவருக்கு வயது பதினேழு. இடுப்பில் நாட்டுத்துப்பாக்கி ஒன்றைச் செருகியிருக்கிறார். அப்புறம், என்ன ஒரு சிரிப்பு! ஆனால் போலீஸ் அவரைக் கண்டால் கொன்றுவிடுவார்கள். முதலில் அவரைப் பாலியல் பலாத்காரம் செய்வார்கள். கேள்விமுறை எதுவும் கிடையாது. ஏனென்றால் அவர் சர்வதேசப் பாதுகாப்புக்குச் சவாலாக இருப்பவராம்.)

காலை உணவுக்குப் பின் தோழர் வேணு (சுசீல், முரளி, சோனு) எனக்காகக் காத்திருக்கிறார். ஜில்லிமீது சப்பணமிட்டு அமர்ந்திருக்கிறார். உலகத்தினர் பார்வைக்கு ஒரு கிராமத்துப் பள்ளிக்கூட வாத்தியார் போன்ற தோற்றம். எனக்கு வரலாற்றுப் பாடம் சொல்லித் தரப்போகிறார். அல்லது, குறிப்பாக, இன்று சுழன்றுகொண்டிருக்கும் போராகச் சங்கமித்த கடந்த முப்பதாண்டுக்காலத் தண்டகாரண்யக் காட்டின் சம்பவங்கள் பற்றிச் சொல்லப்போகிறார். நிச்சயமாக, இது ஒருதரப்புப் பார்வைதான்.

ஆனால், எந்த வரலாறுதான் ஒருதரப்புப் பார்வையாக இல்லாமல் இருக்கிறது? எப்படியிருந்தாலும் இப்போது நடப்பது போல இதைப் பொய் என்று தள்ளிவிடக் கூடாது. இந்த இரகசிய வரலாறு வெளிப்படுத்தப்படவேண்டும், விவாதிக்கப்பட வேண்டும். எதிர்வாதங்கள் முன்வைக்கப்பட வேண்டும்.

தோழர் வேணு, அமைதியாக, அச்சத்தைப் போக்குகின்ற முறையில், மென்மையான குரலில் பேசுகிறார். இந்தக் குரல்

எதிர்வரும் நாட்களில், என் உறுதியைக் குலைக்கும் ஒரு சூழலில் முன்னிற்கப் போகிறது. இந்தக் காலைநேரத்தில் அவர் பல மணி நேரம் தொடர்ந்து பேசிக்கொண்டேயிருந் தார். சாவிக்கொத்துகளைக் கையில் வைத்திருக்கும் ஒரு சிறிய கடை நிர்வாகியைப்போல. அவரிடமும் ஒரு சாவிக்கொத்து இருக்கிறது. திறந்தால், சுற்றிச்சுழலும் அறைகளில், வெளிவர முடியாத எத்தனையோ லாக்கர்களில், கதைகள், பாட்டுகள், நுணுக்கப்பார்வைகள் நிறைந்திருக்கின்றன.

கட்சியில் தண்டகாரண்யக் காட்டைச் சுருக்கமாக DK என்கிறார்கள். ஆந்திரப் பிரதேசத்திலிருந்து முப்பது ஆண்டு களுக்கு முன்னால் 1980இல் கோதாவரியைக் கடந்து டிகேவுக்கு வந்த ஏழுபேரில் ஒருவர் வேணு. அசலான 'நாற்பத்தொன்பதுக் காரர்'களில் ஒருவரும்கூட. அசலான நக்சலைட்டுகளான CPI (ML) கட்சியின் ஒரு உட்பிரிவான மக்கள் போர்க்குழு (PWG) வைச் சேர்ந்தவர். அந்த ஆண்டு ஏப்ரல் மாதம் கொண்ட பள்ளி சீதாராமையாவின்கீழ், PWG முறைப்படியாகச் சுதந்திர மான ஒரு தனிக்கட்சி என்று அறிவிக்கப்பட்டது. PWG ஒரு நிலையான இராணுவத்தை வைத்திருக்க விரும்பியது. அதற்கு ஒரு தளம் வேண்டும். DK தான் அவ்வாறு தளமாக இருக்க ஏற்ற இடம். எனவே முதல் அணிகள் சில முன்னீடு ஆய்வு செய்து கொரில்லாத்தளங்களை உருவாக்குவதற்கென அனுப்பப் பட்டன. "பொதுவுடைமைக் கட்சிகள் தனியான இராணுவம் வைத்துக்கொள்ள வேண்டுமா, மக்கள் இராணுவம் என்பது சொற்களுக்குள் முரண்பாடு இல்லையா" என்ற கேள்விகளெல் லாம் மிகப் பழைய கேள்விகள்.

ஆந்திராவில், உழுபவர்க்கு நிலம் என்ற போராட்டம், நேரடியாக நிலச்சுவான்தாரர்களுடன் மோதலில் கொண்டு விட்டது. அந்த மோதல் போலீஸ் ஒடுக்குமுறைக்கு இட்டுச் சென்றது. தனக்கெனப் பயிற்சிபெற்ற ஒரு தனி இராணுவ அமைப்பு இல்லாமல், அந்தப் போலீஸ் தாக்குதலை எதிர்கொள்ள இயலவில்லை. எனவே ஆந்திராவில் தனது அனுபவத்தை வைத்து இராணுவம் வைத்துக்கொள்ள வேண்டும் என்ற முடிவுக்கு PWG வந்தது.

2004 அளவில் PWG, பார்ட்டி யூனிடி (PU), மாவோயிஸ்டு பொதுவுடைமை மையம் (MCC) போன்ற பிற CPI (ML) குழுக்களுடன் கலந்துவிட்டது. MCC பெரும்பாலும் பிஹார், ஜார்க்கண்ட் மாநிலங்களில் பணியாற்றுகிறது. இப்போது அது இந்திய மாவோயிஸ்டுப் பொதுவுடைமைக் கட்சி என்று அழைக்கப்படுகிறது.

○

மக்கள் விடுதலை கொரில்லாப் படையிலிருந்து ஒரு தோழியர்.

2000 டிசம்பரில் *PLGA* முறையாகத் தொடங்கப்பட்டது. அது ஒரு தன்னார்வப் படை. எவருக்கும் ஊதியம் கிடையாது. அதன் தொண்டர் களில் பெண்கள் 45 சதவீதம் இருக்கிறார்கள்.

முகாம்

நாங்கள் கிளம்பியபோது முகாமைத் திரும்பிப் பார்த்தேன். நெருப்பு மூட்டிய இடங்களில் எஞ்சியிருந்த சாம்பலைத் தவிர, ஏறத்தாழ நூறு பேர் இங்குத் தங்கிருந்தார்கள் என்பதற்கான அடையாளங்கள் எதுவும் காணப்படவில்லை. இந்த இராணுவத்தை என்னால் நம்பவே முடிய வில்லை. நுகர்வினைப் பொறுத்த அளவில், எந்தக் காந்திய அமைப்பை யும் விட இது காந்தியமானது. சுற்றுச்சூழல் பாதுகாப்பில் மகோன்னத மான சுற்றுச்சூழல் பிரச்சாரகர்களைவிடவும் மேம்பட்டது.

பிரிட்டிஷ்காரர்கள், தங்கள் வெள்ளைக்காரப் பார்வையில், கோண்டுகளின் நிலம் – கோண்டுவானா என்று அழைத்ததன் ஒருபகுதிதான் தண்டகாரண்யம். இன்று மத்தியப்பிரதேசம், சத்தீஸ்கர், ஒரிஸா, ஆந்திரப்பிரதேசம், மகாராஷ்டிரம் ஆகியவற்றின் எல்லைகள் இந்தக் காட்டிற்குள் வெட்டிச் செல்கின்றன. தொல்லை கொடுக்கும் மக்களைப் பல பிரிவுகளாகப் பிரித்து ஆள்வது என்பது பழைய தந்திரம். ஆனால் இந்தக் 'கோண்டுகளும் – மாவோயிஸ்டுகளும்' அல்லது 'மாவோயிஸ்டு – கோண்டுகள்', மாநில எல்லை போன்றவற்றைப் பற்றி மிகவும் கவலைப்படுவதில்லை. அவர்கள் மூளைகளில் இருக்கும் வரைபடங்கள் வேறு. காட்டின் பிற உயிரினங்களைப் போல அவர்களின் பாதைகளும் வேறு. அவர்களுக்குச் சாலைகள் நடப்பதற்காக ஏற்பட்டவை அல்ல. அவை தாண்டிச்செல்ல ஏற்பட்டவை, அல்லது இப்போது மேலும் மேலும் நிகழ்வதைப்போலத் தாக்குதலுக்காகப் பதுங்கியிருப்பதற்கென ஏற்பட்டவை. (கோயா, டோர்லா பழங்குடியினருக்குள் பகிர்ந்துகொள்ளப்படுகின்ற) கோண்டுகள்தான் ஆகப்பெரும்பான்மையினர் என்றாலும், வேறுபிற பழங்குடிமக்களின் குடியிருப்புகளும் இருக்கின்றன. ஆதிவாசிகள் அல்லாதவர்கள் – வணிகர்கள், குடிபெயர்ந்து தங்குபவர்கள் ஆகியோர், சாலைகளின் அருகிலும், சந்தைகளின் அருகிலும், காட்டின் விளிம்புகளில் வாழ்கிறார்கள்.

தண்டகாரண்யத்துக்கு வந்த 'வேதக்காரர்'களில் PWGக்கள் தான் முதலாவது என்பதல்ல. 1975இல் வடோதராவில், நன்கறியப்பட்ட காந்தியவாதியான பாபா ஆம்டே, அவரது ஆசிரமத்தையும் தொழுநோய் மருத்துவமனையையும் நடத்திவந்தார்.[4] அபூஜ்மட் காட்டின் தொலைதூரப் பகுதிகளில், ராமகிருஷ்ணா மிஷனும், காயத்ரி சமாஜமும் கிராமப் பள்ளிகளைத் திறந்தன. பஸ்தரின் வடக்குப் பகுதியில் பாபா பிஹாரிதாஸ், பழங்குடியினரைத் திரும்பவும் இந்து மதத்திற்குள் கொண்டுவருவது என்ற தீவிரப்போராட்டத்தை ஆரம்பித்தார். அது பழங்குடிக் கலாச்சாரத்தை அவதூறு செய்து, சுயவெறுப்பை உண்டாக்கி, இந்துமதத்தின் மிகப்பெரிய கொடையான ஜாதியைப் புகுத்தும் வேலையைச் செய்தது.

முதன்முதலில் இந்துமதத்திற்கு மாறியவர்கள் கிராமத் தலைவர்களும் பெரிய நிலக்கிழார்களும்தான். சல்வா ஜுடும் படையை அமைத்த மகேந்திர கர்மா போன்றவர்களுக்கு த்விஜ (இருபிறப்பாளர் – அதாவது பிராமணர்) என்ற அந்தஸ்தும் அளிக்கப்பட்டது. (உண்மையில் இது ஒரு பிறழ்ச்சிதான். ஏனென்றால், யாரும் பிராமணர் ஆக முடியாது. அப்படி ஆகமுடியும் என்றால் நாம் எல்லோரும் பிராமணராகி இந்தியா

பிராமண தேசமாகவே இந்நேரத்துக்கு இருக்கலாமே!) ஆனால் பிஸ்கட்டுகள், சோப்புகள், எண்ணெய்கள், தீப்பெட்டிகள் போன்ற எல்லாவற்றிலும் போலிகளே கிராமப்புறச் சந்தையில் விற்கப்படுகின்ற நிலையில், இந்தப் போலியான இந்து மதமே பழங்குடி மக்களுக்குப் போதுமானது என்று கருதப்பட்டது. இந்துத்துவ நெருக்கடியின் பெயரால் கிராமங்களின் பழைய பெயர்கள் ஆவணங்களில் மாற்றப்பட்டன. அதனால் இப்போது பெரும்பாலான கிராமங்களுக்கு இரண்டு பெயர்கள் – ஒன்று மக்கள் வழங்கிய பெயர், இன்னொன்று அரசாங்கம் வைத்த பெயர். உதாரணமாக, இன்மார் என்ற கிராமத்தின் பெயர் சின்னாரி என்று மாற்றப்பட்டது. வாக்காளர் பட்டியல்களில் பழங்குடிமக்களின் பெயர்கள் இந்துப்பெயர்களாக மாற்றப்பட்டன. (உதாரணமாக மசா கர்மா என்ற பெயர், மகேந்திர கர்மா என்று ஆக்கப்பட்டது.) இந்து மதத்தின் அரவணைப்புக்குள் வர முன்வராதவர்களைக் 'கட்வா' என்று ஒதுக்கிவிட்டனர். கட்வா என்றால் தீண்டத்தகாதவர்கள் என்று அர்த்தம். பின்னால் இவர்கள் இயல்பாகவே மாவோயிஸ்டுகளின் அமைப்பாக மாறினர்.

PWG முதலில் தெற்குப் பஸ்தரிலும் கடசிரோலியிலும் பணியாற்றத் தொடங்கியது. தோழர் வேணு அந்த ஆரம்ப மாதங்களைப் பற்றி, கிராமவாசிகள் அவர்களைச் சந்தேகத்துடன் நோக்கியது, வீடுகளுக்குள் அவர்களை அனுமதிக்காதிருந்தது ஆகியவற்றைச் சற்றே விரிவாகக் கூறினார். யாரும் அவர்களுக்கு உணவோ நீரோ அளிக்கவில்லை. போலீஸ், அவர்கள் திருடர்கள் என்ற வதந்தியைப் பரப்பியது. மர அடுப்புகளின் சாம்பலுக்குள் பெண்கள் தங்கள் நகைகளை மறைத்து வைத்தார்கள். மிகக் கடுமையான ஒடுக்குமுறை. 1980 நவம்பரில், கடசிரோலியில் ஒரு கிராமக் கூட்டத்தின் போது போலீஸ் துப்பாக்கிச்சூடு நடத்தி, கட்சி உறுப்பினரான பெட்டி சங்கர் என்பவரைக் கொன்றது. DK யில், கட்சியின் முதல் 'தியாகி' அவர்தான். மிகச் சோர்வு தந்த பின்னடைவு அது. தோழர்கள் கோதாவரிக்குப் பின்வாங்கி, அடிலாபாத் திரும்பினார்கள்.

ஆனால் 1981இல் அவர்கள் திரும்பினார்கள். தேந்து இலைகளுக்கு (இவை பீடி தயாரிக்க உதவுபவை) பழங்குடி மக்களுக்கு அளிக்கப்பட்ட விலை குறைவு. அதை அதிகப்படுத்த வேண்டி மக்களை ஒன்றுபடுத்தி ஒரு போராட்டத்தில் இறங்கினார்கள். வணிகர்கள், ஏறத்தாழ ஐம்பது இலைகள் கொண்ட கட்டு ஒன்றுக்கு 3 பைசா கொடுத்தார்கள். இந்த மாதிரி அரசியலுக்குச் சற்றும் தொடர்பில்லாத மக்களை ஒரு வேலைநிறுத்தத்திற்

கென ஒன்றுபடுத்துவது மிகவும் கடினமான வேலையாக இருந்தது. சில நாட்களில், வேலைநிறுத்தம் வெற்றிபெற்று, விலை ஒரு கட்டுக்கு 6 பைசா ஆக, இரட்டிப்பாக்கப்பட்டது. ஆனால் ஒற்றுமையின் சிறப்பையும், அரசியல் பேரத்தை முற்றிலும் புதிய முறையில் நடத்தமுடியும் என்பதையும் மக்களுக்கு உணர்த்தியமைதான் கட்சி பெற்ற உண்மையான வெற்றி.

இன்று, பல வேலை நிறுத்தங்களுக்கும் போராட்டங்களுக்கும் பிறகு, தேந்து இலைக் கட்டு ஒன்றின் விலை ஒரு ரூபாய். (இந்த விலை சற்றே சாத்தியமற்றது என்ற சந்தேகம் தோன்றுகிறது, ஆனால், தேந்து வணிகம் பலகோடிக் கணக்கான ரூபாய்கள் அளவில் நடைபெறுகிறது.) பருவகாலங்களில் அரசாங்கம், ஒப்பந்தப்புள்ளிகள் மூலம் ஒப்பந்தக்காரர்களை நியமித்து மானக் போரா என்றழைக்கப்படுகின்ற அளவு சாக்குக்கு 1500 முதல் 5000 சாக்குகள் வரையிலான தேந்து இலைகளைப் பறிப்பதற்கு அனுமதி வழங்குகிறது. ஒரு மானக் போராவில் 1000 கட்டுகள் வழக்கமாக இருக்கும். (ஒப்பந்தக்காரர்கள் அந்த அளவைத்தான் பெறுவார்கள், மேலதிகமாக அவர்கள் பெற மாட்டார்கள் என்பதற்கு உத்தரவாதம் இல்லை.) தேந்து, சந்தைக்கு வந்தபிறகு கிலோ கணக்கில் விற்கப்படுகிறது. மோசமான கணக்கீடும், கட்டுகளை மானக் போராவாக ஒப்பந்தக்காரர்கள் மாற்றும்போது ஏமாற்றுவதும் மிகமோசமான கொள்ளையடிப்புக்கு வழிவகுக்கின்றன. மிகக் குறைந்த அளவில் ஏமாற்றுவதாகக் கணக்கிட்டாலும், ஒரு திட்டமான அளவுப் பைக்கு லாபம் 1100 ரூபாய் – அதுவும் கட்சிக்கு வரியாக ஒரு பைக்கு 120 ரூபாய் கொடுத்த பிறகு. இந்தக் கணக்கில் பார்த்தாலும், ஒரு சிறிய ஒப்பந்தக்காரருக்கு (1500 மூட்டைகள்) ஒரு சீசனில் 16 லட்சம் ரூபாய் தேறும். பெரிய ஒப்பந்தக்காரராக இருந்தால் (5000 மூட்டைகள்) ஏறத்தாழ 55 லட்சம் ரூபாய் கிடைக்கும். இன்னும் நிஜமாகக் கணக்குப் போட்டால், இதைப்போலப் பல மடங்கு தேறும். இதற்கிடையில் உண்மையாகக் காட்டில் சென்று இலைகளைத் திரட்டுபவர்களுக்கு அடுத்த பருவம் வரை உயிர்தரித்திருப்பதற்கான அளவுதான் வருமானம்.

இச்சமயத்தில் ஏதோ சிரிப்பு எங்கள் உரையாடலில் குறுக்கிடுகிறது. தன்னை அடித்துக்கொண்டவாறே மிகவேகமாகச் சமைக்கும் இடத்தை நோக்கி வருகின்றார் இளம் PLGA தோழரான நீலேஷ். கிட்டத்தில் பார்க்கும்போது, அவர் இலையடர்ந்த ஒரு கோபமான சிவப்பெறும்புப் (சுள்ளெறும்புப்) புற்றையே தூக்கிக்கொண்டு வருவது தெரிகிறது. நீலேஷும் சிரித்துக்கொண்டுதான் வருகிறார். "எப்போதாவது நீங்கள்

நொறுங்கிய குடியரசு

எறும்புச் சட்னி சாப்பிட்டிருக்கிறீர்களா?” என்று கேட்கிறார் தோழர் வேணு. கேரளாவில் எனது குழந்தைப் பருவத்திலிருந்து இந்தச் சுள்ளெறும்புகளை நன்றாகத் தெரியும், அவை என்னைக் கடித்திருக்கின்றன, ஆனால் நான் அவற்றைக் கடித்ததில்லை (சாப்பிட்டதில்லை). (சட்னி நன்றாகத்தான் இருக்கிறது என்று தெரிய வந்தது. புளிப்பு. மிக அதிகமான ஃபார்மிக் அமிலம்.)

சல்வா ஜூடும் செயல்பாட்டின் மத்தியத்தளமான பீஜப்பூரி லிருந்து வருகிறார் நீலேஷ். நீலேஷின் தம்பி, ஜூடும் படையில் ஒருமுறை அதன் கொள்ளை – எரிப்பு வெறியாட்டத்தில் கலந்துகொண்டானாம். அதனால் அவன் ஒரு சிறப்புப் போலீஸ் அதிகாரி (SPO) ஆக்கப்பட்டுவிட்டான். அவன் தன் தாயா ருடன் பஸகுடா முகாமில் வசிக்கிறான். அவன் தந்தை அவ னோடு செல்ல மறுத்து கிராமத்திலேயே இருக்கிறார். நிஜமாகப் பார்த்தால் அது ஒரு குடும்பச் சண்டை – பங்காளிச்சண்டை. பின்னால் நீலேஷுடன் பேசும் வாய்ப்புக் கிடைத்தபோது, அவரிடம் ஏன் அவருடைய தம்பி இவ்வாறு செய்தான் என்று கேட்டேன். “வயதில் மிக இளைஞன்” என்றார் அவர். “வெறித்தனமாக ஓடி மக்களைத் துன்புறுத்துவதற்கும் வீடு களைக் கொளுத்துவதற்கும் ஒரு வாய்ப்பு அவனுக்குக் கிடைத்து விட்டது. பைத்தியம் பிடித்து, பயங்கரமான செயல்களைச் செய்தான். இப்போது வேறு வழியில்லை. அவனால் கிராமத்துக் குள் ஒருபோதும் வரமுடியாது. அவனுக்கு மன்னிப்புக் கிடை யாது, அவனுக்கும் அது தெரியும்.”

❍

எங்கள் வரலாற்றுப் பாடத்திற்குத் திரும்புகிறோம். பாலார் பூர் காகிதத் தொழிற்சாலையை எதிர்த்தது கட்சியின் அடுத்த பெரிய போராட்டம், என்று தோழர் வேணு சொல்கிறார். அந்த ஆலையின் சொந்தக்காரர்களான தாப்பர்களுக்கு மிகக் குறைந்த விலையில், 1,50,000 டன் மூங்கிலை வெட்டிக்கொள் வதற்கு நாற்பத்தைந்து வருட ஒப்பந்தத்தைக் கொடுத்துவிட்டது அரசாங்கம். (பாக்ஸைட் ஒப்பந்தத்தோடு ஒப்பிடும்போது சிறிய அளவுதான், இருந்தாலும்?) இருபது மூங்கில் தண்டுகள் கொண்ட ஒரு கட்டுக்குப் 10 பைசா வீதம் பழங்குடி மக்களுக் குக் கொடுத்தார்கள். (இதில் தாப்பர்கள் அடித்த பெரும் லாபத்தைப் பற்றி விவரிக்க நான் ஆசைப்படவில்லை.) நீண்ட போராட்டம், ஒரு வேலை நிறுத்தம். பிறகு காகித ஆலை அதிகாரிகளுடன் மக்கள் எதிரிலேயே நடத்திய பேரங்கள். அதன்பின் ஒரு கட்டுக்கு விலை 30 பைசா ஆக்கப்பட்டது. பழங்குடி மக்களுக்கு இவை பெரும் சாதனைகளாகத் தோன்றின. (மற்ற அரசியல் கட்சிகள் வாக்குறுதிகள் கொடுத்தன, ஆனால்

ஒருவரும் அதைக் காப்பாற்றவில்லை.) மக்கள் PWGயில் தாங்கள் சேரமுடியுமா என்று கேட்கத் தொடங்கினார்கள்.

தேந்து, மூங்கில், பிற காட்டு விளைபொருட்கள் பற்றிய பிரச்சினைகள் எல்லாம் பருவகாலம் சார்ந்தவை. ஆனால் காட்டுமக்களின் நிரந்தரப் பிரச்சினை, காட்டில் வாழும் மக்களுடைய சாபக்கேடு, நிலச்சுவான்தாரர்களுக்கெல்லாம் பெரிய நிலவுடைமையாளரான காட்டுஇலாகா (வனத்துறை) தான். ஒவ்வொரு நாள் காலையிலும் ஒரு கெட்டகனவுபோல, காட்டிலாகா அதிகாரிகள் – மிகப் புதிதாக வேலைக்குச் சேர்ந்த வர்களும்கூட – கிராமத்திற்கு வந்துவிடுவார்கள். உழுவதிலிருந்து, கால்நடை மேய்ப்பதிலிருந்து, விறகு சேகரிப்பதிலிருந்து, இலை கள் பறிப்பதிலிருந்து, பழங்கள் சேகரிப்பதிலிருந்து – சுருக்க மாகச் சொன்னால் கிராம மக்கள் பிழைப்பிலிருந்து அவர் களைத் தடுப்பார்கள். வயல்களில் யானைகளை ஓட்டிப் பயிர்களை நாசமாக்குவார்கள். போகும் வழியெல்லாம் கரு வேலம் விதைகளை விதைத்து மண்வளத்தைக் கெடுப்பார்கள். மக்களை அடிப்பார்கள், கைதுசெய்வார்கள், இழிவுபடுத்து வார்கள், பயிர்களை நாசமாக்குவார்கள். வனத்துறையினரைப் பொறுத்தவரை, இந்த மக்கள் சட்டத்துக்குப் புறம்பான செயல் களில் ஈடுபட்டுள்ளவர்கள்; சட்டத்தின் நிலைநாட்டும் பணி யைத்தான் அவர்கள் துறை அங்கு செய்துவருகிறது. (பெண்கள் மீதான அவர்களின் பாலியல் செயல்கள் அவர்களின் கடினப் பணிக்காக அவர்களுக்கு அளிக்கப்படுகின்ற ஒருவிதமான சம்பளப்படி.)

மேற்கண்ட சில்லறைப் போராட்டங்களில் மக்கள் பங்கேற்றதிலிருந்து தைரியமடைந்த கட்சி, வனத்துறையுடன் போராட்டம் நடத்திப் பார்க்க முனைந்தது. மக்களை வனத் துறைக்குச் சொந்தமான நிலத்தைக் கையகப்படுத்தி விவசாயம் செய்ய ஊக்கப் படுத்தியது. காட்டுப்பகுதிகளில் முளைத்த புதிய கிராமங்களையெல்லாம் எரித்ததன் மூலம வனத்துறை பதிலடி கொடுத்தது. 1986இல் பீஜப்பூரில் ஒரு தேசியப் பூங்கா அமைக்கும் திட்டத்தை வெளியிட்டது. அதற்காக அறுபது கிராமங்கள் குடிபெயர்க்கப்படும். ஏறத்தாழப் பாதிக் கிராமங ்கள் வெளியேற்றப்பட்டு, தேசியப்பூங்கா அமைக்கும் பணி, கட்சி அங்கே நுழைந்தபோதே நடந்துவிட்டிருந்தது. பூங்கா கட்டுமானங்களை இடித்து, மீதியிருக்கும் கிராம மக்களை வெளியேற்றுவதிலிருந்து கட்சி தடுத்தது. சில சந்தர்ப்பங்களில், வனத்துறை அதிகாரிகள் கிராமத்தினரால் பிடித்துவைக்கப்பட்டு, மரங்களில் கட்டப்பட்டு அடிக்கப்பட்டனர். பல தலைமுறைச் சுரண்டலுக்குப் பழிதீர்க்கும் காரியம் அது. கடைசியாக வனத்

துறையினர் ஓடிவிட்டனர். 1986 – 2000 காலப்பகுதிக்குள் கட்சி, 3,00,000 ஏக்கர் (1214 சதுர கி.மீ.) காட்டுநிலப்பரப்பை மறு பகிர்வு செய்து மக்களுக்கு அளித்தது. இன்று, தோழர் வேணு வின் கூற்றுப்படி, தண்டகாரண்யத்தில் நிலமற்ற விவசாயி ஒருவரும் கிடையாது.

இன்றைய இளம் தலைமுறையினருக்கு, வனத்துறை என்பது ஒரு பழைய ஞாபகம்தான். தாய்மார்கள் பிள்ளைகளுக்குச் சொல்லும் கதை. பழங்காலத்தின் அடிமைத்தனம், இழிவுபடுத்தல் பற்றிய தொல்கதை. முன்பிருந்த தலைமுறைக்கு, வனத்துறை யிலிருந்து சுதந்திரம் அடைந்ததுதான் உண்மையான சுதந்திரம். அவர்களால் அதைத் தொட்டு அனுபவித்து உணரமுடிந்தது. இந்தியாவின் சுதந்திரம் என்பதைவிட மிக முக்கியமான சுதந் திரம் இது. தங்களுக்காகப் போராடிய கட்சியுடன் சேர்ந்து மக்கள் அணிதிரள ஆரம்பித்தனர்.

ஆரம்பத்தில் ஏழு அணிகளாக வந்த கட்சி இப்போது நீண்ட தொலைவு முன்னேறிவிட்டது. இப்போது அதன் செல் வாக்குக் காட்டில் 60,000 சதுர கி.மீ. பரப்புக்கு, ஆயிரக்கணக் கான கிராமங்கள், கோடிக்கணக்கான மக்கள்மீது பரவியிருக் கிறது.

ஆனால் வனத்துறையின் ஓட்டம், போலீஸின் வருகையை முன்னறிவிப்பதாக அமைந்தது. இரத்தம் சிந்தும் போராட்டம் தொடர்ந்து நடப்பதை அது உறுதிப்படுத்தியது. போலீஸ் போலிமோதல்களை நடத்தியது. PWGA மறைந்து தாக்குவதை மேற்கொண்டது. நிலத்தைப் பங்கிட்டு அளித்தபோது அதனோடு தொடர்புடைய சில புதிய சவால்களையும் அவர்கள் எதிர் கொள்ள வேண்டியதாயிற்று: பாசன வசதி செய்து கொடுத்தல், வேளாண் உற்பத்தியை நிலைப்படுத்துதல் போன்றவற்றோடு வனப்பகுதிகளை சாகுபடிக்காகத் தங்கள் விருப்பம் போல திருத்திவந்த மக்கள் பெருக்கத்தையும் அவர்கள் எதிர்கொள்ள வேண்டியிருந்தது. 'பொதுமக்கள்' வேலையையும் 'இராணுவப் பணி'யையும் வேறுபடுத்த ஒரு தீர்மானம் நிறைவேற்றப்பட்டது.

இன்று தண்டகாரண்யம், ஜனதன சர்க்கார் என்னும் விரிவான ஒரு கட்டமைப்பினால் நிர்வாகம் செய்யப்படுகிறது. இதை ஒழுங்கமைக்கும் முறையைச் சீனப் புரட்சியிலிருந்தும், வியட்நாம் தேசிய விடுதலைப் போராட்டத்திலிருந்தும் பெற்றுக் கொண்டார்கள். மொத்த மக்கள் தொகை 500 முதல் 5000 வரை இருக்கும் கிராமங்களின் கூட்டங்கள் ஜனதன சர்க்காரைத் தேர்ந்தெடுக்கின்றன.

அதில் ஒன்பது துறைகள் இருக்கின்றன. கிருஷி (விவசாயம்), வியாபார் – உத்யோக் (வாணிகமும் தொழிலும்), ஆர்திக் (பொருளாதாரம்), நியாய (நீதி), ரக்ஷா (பாதுகாப்பு), ஆஸ்பிடல் (உடல்நலம்), ஜன சம்பர்க் (பொதுமக்கள் தொடர்பு), வனத் துறை. ஜனதன சர்க்காரின் ஒரு குழு, பிரதேசக் கமிட்டியின் கீழ் வருகிறது. மூன்று பிரதேசக் கமிட்டிகள் சேர்ந்தது ஒரு டிவிஷன். தண்டகாரண்யத்தில் பத்து டிவிஷன்கள் இருக்கின்றன.

"இப்போது காட்டைக் காப்பாற்றுவதற்குக்கூட எங்களிடம் ஒரு துறை இருக்கிறது" என்கிறார் வேணு. "காட்டில் நக்சல் பகுதிகள் பெருகிவிட்டன என்று அரசாங்க அறிக்கை சொல்வதை நீங்கள் படிக்கவில்லையா?"

வனத்துறைக்கு எதிராகக் கட்சி நடத்திய போராட்டத் தினால் முதலில் பயன்பெற்றவர்கள் – கிராமத்து முக்கியஸ்தர் கள், துவிஜர்களாக (பிராமணர்களாக) மாற்றப்பட்டவர்கள் கூட்டம்தான். நிலைமை நன்றாக இருக்கும்போது அவர்களுடைய ஆட்களையும் மூலவளங்களையும் பயன்படுத்தி எவ்வளவு நிலத்தை அபகரிக்கமுடியுமோ அவ்வளவையும் சேர்த்துக்கொண் டார்கள்; ஆனால் மக்கள், 'உள்முரண்பாடுகள்' என்ற காரணத் திற்காகக் கட்சியிடம் அணுகலானார்கள் என்று தோழர் வேணு வேடிக்கையாகச் சொன்னார்.

பழங்குடியினர் சமூகத்துக்குள்ளேயே நிலவிய பொருளாதார ஏற்றத்தாழ்வுகள், வர்க்க வேறுபாடுகள், அநீதிகள் போன்ற சிக்கல்களை நோக்கிக் கட்சி கவனம் செலுத்தத் துவங்கியது. தங்களுக்குத் தொல்லை ஏற்படப்போகிறது என்று நிலவுடைமை யாளர்கள் பயந்தார்கள். கட்சியின் செல்வாக்குப் பெருகப் பெருக, அவர்களுடைய செல்வாக்குக் குறைந்துபோயிற்று. மக்கள் தங்கள் முக்கியஸ்தர்களிடம் பிரச்சினைகளைக் கொண்டுபோவ தற்குப் பதிலாகக் கட்சியிடம் கொண்டுசென்றார்கள். சுரண்டலின் பழைய வடிவங்கள் சவாலுக்குள்ளாயின. காட்டில் முதல் மழை பெய்யும்போது, மக்கள் தங்கள் நிலத்தை உழுவதற்குப் பதிலாக முக்கியஸ்தர்களின் நிலங்களை உழுவது வழக்கம். அது நின்றுபோயிற்று. காட்டில் முதன்முதலாக விளையும் மஹுவா அல்லது பிற விளைபொருட்களில் முதல்நாள் அறுவடையைக் கிராமத்தலைவர்களுக்கு அளிப்பது வழக்கம். ஆகவே ஏதாவது செய்தாக வேண்டும்.

மகேந்திர கர்மா – அந்தப்பகுதியின் மிகப்பெரிய நிலக்கிழார் களில் ஒருவர். அந்தச் சமயத்தில் CPI (இந்தியப் பொதுவுடை மைக் கட்சி)யின் உறுப்பினரும்கூட. 1990இல் கிராமத் தலைவர்

ஜனதன சர்க்கார் கொடி

இன்று தண்டகாரண்யம், ஜனதன சர்க்கார்களின் (மக்கள் அரசாங்கங்கள்) விரிவான ஒழுங்கமைவினால் நிர்வாகம் செய்யப்படுகிறது. ஒவ்வொரு ஜனதன சர்க்காரும் சில கிராமங்களின் தொகுதியால் தேர்ந்தெடுக்கப்படுகிறது. அதில் ஒன்பது துறைகள் இருக்கின்றன. "இப்போது காட்டைக் காப்பாற்றுவதற்குக்கூட எங்களிடம் ஒரு துறை இருக்கிறது" என்கிறார் தோழர் வேணு.

தோழியர் கமலா ஜனதன சர்க்காரின் நிலங்களைக் காட்டுகிறார்

துப்பாக்கியுடன் கிராம சுயராஜ்யம் என்ற இந்தச் சிந்தனை இன்னும் ஒரு மாற்றாக வளரவில்லை. கடும் பசியும் நோயும் இங்கு இருக்கின்றன. ஆனால் இது நிச்சயமாக ஒரு மாற்றுக்கு வழிகோலியுள்ளது. ஒட்டு மொத்த உலகிற்கும் அல்ல, அலாஸ்காவிற்கோ புது தில்லிக்கோ அல்ல, ஒருவேளை முழு சத்தீஸ்கர் மாநிலத்திற்கும் கூட அல்ல, தனக்கென மட்டும். தண்டகாரண்யத்துக்கு.

களையும் நிலக்கிழார்களையும் ஒன்றுபடுத்தி, ஜன ஜாக்ரண் அபியான் (பொதுமக்கள் விழிப்புணர்ச்சி இயக்கம்) என்ற ஒன்றை ஆரம்பித்தார். அவர்கள் பொதுமக்களுக்கு அளித்த விழிப்புணர்ச்சி என்னவென்றால், 300 ஆட்களைச் சேர்த்து, வேட்டைக்குழு ஆக்குவார்கள். அவர்கள் காட்டின் பலபகுதி களுக்கும் சென்று மக்களைக் கொல்வார்கள், வீடுகளை எரிப்பார் கள், பெண்களைப் பலவந்தம் செய்வார்கள். அப்போதிருந்த மத்தியப்பிரதேச மாநில அரசாங்கம் (அப்போது சத்தீஸ்கர் உருவாக்கப்படவில்லை) தேவையான போலீஸ் பாதுகாப்பை அவர்களுக்கு அளித்தது. மகாராஷ்டிராவில் இதைப்போலவே ஜனநாயக முன்னணி என்ற அமைப்புத் தன் தாக்குதலைத் தொடங்கியது. மக்கள் போர்க்குழு தங்களுக்கே உகந்த வழியில் இதற்குப் பதிலடி கொடுத்தது. மிகவும் பேர்போன நிலக்கிழார் கள் சிலர் கொல்லப்பட்டார்கள். 'வெள்ளைப் பயங்கரம்' என்று தோழர் வேணு அழைத்த, ஜன ஜாக்ரண் அபியான் சிலமாதங்களில் மறைந்தது. 1998இல், மகேந்திர கர்மா (இப் போது அவர் காங்கிரஸ் கட்சியில் சேர்ந்துவிட்டார்) ஜன ஜாக்ரண் அபியானை உயிர்ப்பிக்க முயற்சிசெய்தார். அது முன்னைவிட இப்போது மிகவேகமாகத் தோல்வியுற்று அழிந்தது.

பிறகு 2005 கோடைக்காலத்தில், அதிர்ஷ்டக் காற்று மகேந்திர கர்மா பக்கம் வீசியது. ஏப்ரல் மாதம், சத்தீஸ்கரின் பாரதீய ஜனதா கட்சி (BJP) அரசாங்கம், ஒருங்கிணைந்த எஃகு ஆலை களுக்கான புரிந்துணர்வு ஒப்பந்தங்கள் இரண்டில் கையெழுத் திட்டது (இவற்றின் ஷரத்துகள் இரகசியமாக வைக்கப்பட் டுள்ளன.) ஓர் ஒப்பந்தம் பைலாதிலாவில் எஸ்ஸார் ஸ்டீல் தொழிற்சாலைக்காக, ஏழாயிரம் கோடி ரூபாய்க்கு. இன்னொன்று லோஹண்டிகுடாவில் டாடா ஸ்டீல் கம்பெனிக்காக, பத்தாயிரம் கோடி ரூபாய்க்கு.

ஏறத்தாழ இந்தச் சமயத்தில்தான் பிரதமர் மன்மோகன் சிங், தமது புகழ்பெற்ற கூற்றான 'இந்தியாவின் உள்நாட்டுப் பாதுகாப்புக்கான மிகப்பெரிய சவால்' மாவோயிஸ்டுகள்தான் என்பதைக் கூறிவந்தார்.[5] (அந்தச் சமயத்தில் கூறிய இந்தச் செய்தி, விசித்திரமான ஒன்று: ஏனென்றால் அதற்கு மறுதலை தான் உண்மை. ஆந்திரப் பிரதேசத்திலிருந்த அரசாங்கம் அப் போதுதான் மாவோயிஸ்டுகளின் தந்திரங்களை முறியடித்து, அவர்களை ஏறத்தாழ நசுக்கியழித்திருந்தது. அவர்கள் தங்களுட னிருந்தவர்களில் ஏறத்தாழ 1600 பேரை இழந்து, மிகவும் ஒழுங்கு குலைந்த நிலையில் இருந்தார்கள்.) பிரதமரின் கூற்றி னால் சுரங்கக் கம்பெனிகளின் பங்குவர்த்தக மதிப்பு மிகவும்

உயரத்தில் பறந்தது. அதேசமயம், அவர்களைத் துரத்தும் எவருக்கும் மாவோயிஸ்டுகள் ஒரு சரியான வேட்டைதான் என்று ஊடகங்களுக்குக் கூறும் குறிப்பும் அதில் இருந்தது. 2005 ஜூன் மாதம் மகேந்திர கர்மா குத்ரூ கிராமத்தில் கிராமத் தலைவர்களுடைய இரகசியக் கூட்டம் ஒன்றைக் கூட்டி சல்வா ஜூடும் (தூய்மைப்படுத்தல் வேட்டை) தொடங்கப் போவதை அறிவித்தார். பழங்குடி மக்களின் மண்ணோடியைந்த தன்மையும், த்விஜ/நாஜி உணர்வும் சேர்ந்த ஒரு மிக அழகான கலவை!

ஜன ஜாக்ரண் அபியானைப் போலன்றி, சல்வாஜூடும், நிலத்தைப் பெறும் (தூய்மைப்படுத்தும்) செயலாகத்தான் தொடங்கியது. அதாவது மக்களை அவர்கள் கிராமங்களி லிருந்து சாலையோர முகாம்களுக்கு ஓடச்செய்வது. அங்கே அவர்களை எளிதாக ஒழுங்குபடுத்த, கட்டுப்படுத்த முடியும். இராணுவச் சொற்களில், இதை இராணுவ இருப்பிடமாக்கல் என்று கூறலாம். மலேயாவிலிருந்த கம்யூனிஸ்டுகளுடன் பிரிட்டிஷ் காரர்கள் போரில் இறங்கியபோது 1950இல் இந்த உத்தி சர் ஹெரால்டு பிரிக்ஸ் என்பவரால் வகுக்கப்பட்டது. இந்த பிரிக்ஸ் திட்டம், இந்திய இராணுவத்திற்கு மிகவும் பிடித்துப்போயிற்று. அவர்கள் நாகாலாந்து, மீசோரம், தெலுங்கானா ஆகிய இடங் களில் அதைக் கையாண்டார்கள். சத்தீஸ்கரின் முதலமைச்சர் ரமண் சிங், தனது அரசாங்கத்தைப் பொறுத்தவரை, முகாம் களுக்கு வராத கிராம வாசிகள் மாவோயிஸ்டுகள் என்று கருதப்படுவார்கள் என அறிவித்தார். ஆகவே பஸ்தரில், சாதாரணமாகத் தனது கிராமத்தில் ஒருவர் இருந்து சாதாரண வாழ்க்கை வாழ்வது என்பது ஒரு அபாயகரமான பயங்கர வாதச் செயலில் ஈடுபடுவதற்குச் சமமாகிவிட்டது.

ஒரு சிறப்பு விருந்தாக, கருப்புத் தேநீர் அடங்கிய ஒரு குவளையோடு, என்னிடம் யாரோ ஒருவர் ஒரு காதுக்கருவி யைக் கொடுத்து ஒரு MP3 பிளேயரை இயக்குகிறார். கிராமங் கள் விழிப்புப் பெற்று முகாம்களுக்குச் செல்வதால் அந்த மக்களுக்கு மாநில, மத்திய அரசாங்கங்கள் வழங்கக்கூடிய பரிசுகள், ஊக்கக் கொடைகள் ஆகியவற்றைப் பற்றித் தனக்குக் கீழ்ப்பட்ட இளம் அதிகாரி ஒருவருக்கு ஒயர்லஸ் கருவி மூலம் பீஜப்பூர் போலீஸ் கண்காணிப்பாளர் டி.எஸ்.மன்ஹட் எடுத் துரைக்கும் உரையின் சில பகுதிகளின் பதிவு அது. அதில் அவர், பணிய மறுக்கும் கிராமங்கள் எரிக்கப்படவேண்டும், நக்சலைட்டுகளின் கருத்துகளை எடுத்துரைக்க விரும்பும் பத்திரிகையாளர்கள் பார்த்தவுடனே சுடப்பட வேண்டும் என்று மிகத் தெளிவான ஆணைகளை இடுகிறார். (நான் இதைப்பற்றிப் பத்திரிகைகளில் வெகுகாலத்திற்கு முன்னா

லேயே படித்திருக்கிறேன். இந்தச் செய்தி வெளியாகியபோது, தண்டனையாக (யாருக்குத் தண்டனை என்பதுதான் புரிய வில்லை) மாநில மக்கள் உரிமைக் கமிஷனுக்கு அந்த எஸ்பி மாற்றப்பட்டார் என்று வதந்தி.)

2005 ஜூன் மாதம் அம்பேலி என்ற கிராமத்தில் கூடிய முக்கியஸ்தர்களுடைய கூட்டத்தில் சல்வா ஜூடும் அறிவிக்கப் பட்டது. 2005 ஜூன் முதல் டிசம்பருக்குள் அந்த அமைப்பு, தெற்குத் தண்டிவாடாவில் நூற்றுக்கணக்கான கிராமங்களை எரித்து, பெண்களைப் பாலியல் பலாத்காரம் செய்து, கொள்ளை யடித்துக் காட்டிற்குள் ஊடுருவிக்கொண்டே சென்றது. எஸ்ஸாரின் புதிய ஆலை அறிவிக்கப்பட்ட பைலாதிலா அருகில், பீஜப்பூர், பைராம்கட் பகுதிகள் அதன் இயக்க மையமாயின. இவைதான் முன்னர் மாவோயிஸ்டுக் கட்டுப் பாட்டில் இருந்த பகுதிகளும் கூட. அங்கே ஜனதன சர்க்கார் கள் மிக நல்ல சேவையை – குறிப்பாக நீர்ப்பிடிப்பு அமைப்புகள் ஏற்படுத்துவது – செய்திருந்தன.

சல்வா ஜூடுமின் தாக்குதல்களுக்கு ஜனதன சர்க்கார்கள் சிறப்பு இலக்குகளாயின. மிகக் கொடுமையான வழிகளில் நூற்றுக்கணக்கான மக்கள் கொல்லப்பட்டனர். ஏறத்தாழ 60,000 பேர் முகாம்களுக்குச் சென்றனர் – சிலர் தாங்களாகவே, பலர் பயத்தினால். அவர்களில் ஏறத்தாழ 3000 பேர், 1500 ரூபாய் மாதச் சம்பளத்தில் சிறப்பு போலீஸ் அதிகாரிகளாக நியமிக்கப்பட்டனர்.

இந்தச் சிறிய ரொட்டித்துண்டுகளுக்கு, நீலேஷின் தம்பி போன்ற இளைஞர்கள் தங்களைக் கம்பிவேலிச் சிறைகளுக்குள் அடைத்துக் கொண்டனர். கொடுமை மிக்கவர்களாக இருந்த தால், இந்தப் பயங்கரப் போரின் மிக மோசமான பலியாடு களாக அவர்களே ஆயினர். சல்வா ஜூடுமைக் கலைத்துவிட வேண்டும் என்பது போன்ற உச்சநீதி மன்ற ஆணைகள் எதுவும் அவர்கள் தலைவிதியை மாற்றிவிட முடியாது.

மிச்சமிருந்த இலட்சக்கணக்கான மக்கள் அரசாங்கத்தின் துப்புத்துலக்கும் எல்லைக்கு அப்பால் மறைந்துவிட்டனர். (ஆனால் அந்த 644 கிராமங்களுக்கு அறிவிக்கப்பட்ட வளர்ச்சி நிதி அப்படி ஆகவில்லை. அந்தச் சிறிய தங்கச் சுரங்கத்திற்கு என்ன நேர்ந்தது?) அவர்களில் பலர் ஆந்திரப் பிரதேசத்திற்கும் ஒரிஸாவுக்கும் சென்று, மிளகாய்பறிக்கும் பருவத்தில் ஒப்பந்தக் கூலிகளாக வேலை செய்தனர். ஆனால் பத்தாயிரக்கணக்கில் காடுகளுக்குள் ஓடித்தப்பியவர்கள், இரவில் உறைவிடமின்றி, பகலில்மட்டும் தங்கள் நிலங்களுக்கும் வீடுகளுக்கும் திரும்பிக் கொண்டு. அங்கேதான் அவர்கள் இருக்கிறார்கள்.

நொறுங்கிய குடியரசு

சல்வா ஜுடும் சென்ற வழித்தடங்களில், புற்றீசல்போல போலீஸ் நிலையங்களும் முகாம்களும் தோன்றின. மாவோயிஸ்டுக் கட்டுப்பாட்டில் இருந்து விடுவிக்கப்பட்ட பிரதேசங்களின் புனர் நிர்மாணத்திற்குச் சிறந்த பாதுகாப்பு அளிப்பதற்காக இவை அமைக்கப்பட்டன. மாவோயிஸ்டுகள் இவ்வளவு அதிகமாகச் செறிந்திருக்கும் பாதுகாப்புப் படைகளின் முகாம்களைத் தாக்கமாட்டார்கள் என்பது கணிப்பு. மாவோயிஸ்டுகளைப் பொறுத்தவரை, இந்தக் கூடுதல் பாதுகாப்பை அவர்கள் முறியடிக்காவிட்டால், தாங்கள் இருபத்தைந்து ஆண்டுகளாக ஒன்றாக இருந்து பணிசெய்து, எந்த மக்களின் நம்பிக்கையை அவர்கள் பெற்றார்களோ அவர்களைக் கைவிடுவதுபோல ஆகும் என்பதை நன்றாகப் புரிந்துகொண்டார்கள். பாதுகாப்பு வலயத்தின் இதயத்தைத் தொடர்ச்சியாகத் தாக்குவதில் அவர்கள் ஈடுபட்டார்கள்.

2006 ஜனவரி 26 அன்று PLGA கங்காளூர் காவல் முகாமைத் தாக்கி, ஏழு பேரைக் கொன்றது. 2006 ஜுலை 17 அன்று, எராபோரில் சல்வா ஜுடும் முகாம் தாக்கப்பட்டது. இருபது பேர் கொல்லப்பட்டார்கள், 150 பேர் காயமுற்றார்கள். ("நக்சலைட்டுகள் அவிழ்த்துவிட்ட பயங்கரவாதத்தின் காரணமாகத் தங்கள் கிராமங்களை விட்டு ஓடிவந்த கிராமவாசிகளுக்கு மாநில அரசாங்கம் அமைத்த மறுவாழ்வு முகாம்களை மாவோயிஸ்டுகள் தாக்கினார்கள்" என்பது போன்ற செய்தியாக நீங்கள் இதைப்பற்றிப் படித்திருக்கலாம்.) 2006 டிசம்பர் 13இல் அவர்கள் பஸகுடா மறுவாழ்வு முகாமைத் தாக்கி மூன்று SPO க்களையும் ஒரு போலீஸ்காரரையும் கொன்றார்கள். 2007 மார்ச் 15 அன்று நடந்ததுதான் மிகவும் துணிச்சலான தாக்குதல். நூற்றியிருபது PLGA கொரில்லாக்கள் ராணி போதிலி கன்யா ஆஸ்ரமத்தைத் தாக்கினார்கள்.

சல்வா ஜுடும் தலைவர், தோர்ணாபல் முகாம் (2009)

அந்தப் பெண்கள் விடுதி சத்தீஸ்கரின் எண்பது போலீஸ் காரர்கள், SPO க்களுக்கு வசிப்பிடமாகப் பயன்பட்டது. அங்கு வாழ்ந்த பெண்களை மனிதக் கேடயமாக அந்தப் போலீஸ் காரர்கள் பயன்படுத்தினர். PLGA அந்தக் காம்பவுண்டிற்குள் நுழைந்து, பெண்கள் வசித்த இணைப்புப் பகுதியைத் தனியாக வேலியிட்டு ஒதுக்கிவிட்டு, போலீஸ் தங்கியிருந்த பகுதியை மட்டும் தாக்கியது. 55 போலீஸ்காரர்களும் SPOக்களும் கொல்லப் பட்டார்கள். பெண்களில் ஒருவருக்கும் காயமில்லை. (தண்டி வாடாவின் சூதுவாதற்ற SP, தமது பவர்பாயிண்ட் காட்சிகளில், தகர்க்கப்பட்ட பள்ளிக்கூடக் கட்டடத்தின் பாழ்களுக்கு இடையே எரிக்கப்பட்ட, சிதைக்கப்பட்ட போலீஸ்காரர்களின் உடல்களைக் காட்டினார். அவை மிகவும் கோரமாக இருந்தன. பார்க்காமல் தவிர்க்கவும் முடியவில்லை. எனது எதிர்வினை யைக் கண்டு அவர் சந்தோஷமுற்றதாகத் தோன்றியது.)

ராணி போதிலியின் மீதான தாக்குதல் நாட்டில் அமளியை ஏற்படுத்தியது. மனிதஉரிமை நிறுவனங்கள், மாவோயிஸ்டுகள், வன்முறைக்குச் சார்பாக மட்டுமல்ல, கல்விக்கு எதிராகவும் இருக்கிறார்கள், பள்ளிக்கூடங்களைத் தகர்க்கிறார்கள் என்று அவர்களைக் கண்டித்தன. ஆனால் தண்டகாரண்யத்திலோ ராணிபோதிலி ஒரு கனவுக் கதையாகிவிட்டது. அதைப்பற்றிப் பாடல்களும் கவிதைகளும் நாடகங்களும் இயற்றப்பட்டன.

சிறப்புப்பாதுகாப்பை மாவோயிஸ்டு எதிர்த்தாக்குதல் உடைக்கத்தான் செய்தது, மக்களுக்கு ஆசுவாசத்தையும் அளித்தது. போலீஸும் சல்வா ஜுடும் படையினரும் தங்கள் முகாம் களுக்குப் பின்வாங்கினார்கள். இப்போது அவர்கள் அவற்றி லிருந்துதான் – அதுவும் நள்ளிரவில்தான், முந்நூறு பேர்களாக, ஆயிரம் பேர்களாக, கிராமங்களின் பாதுகாப்பு மற்றும் தேடல் பணிகளைச் சோதனையிடுவதற்காக வெளிவருகிறார்கள். SPO க்கள், அவர்களுடைய குடும்பத்தினர் தவிர, சல்வா ஜுடும் முகாம்களில் இருந்தவர்கள் கொஞ்சம் கொஞ்சமாகத் தங்கள் கிராமங்களுக்குத் திரும்பத் தொடங்கினார்கள். மாவோயிஸ்டு கள் அவர்களை வரவேற்றதோடு, SPOக்களும் தங்கள் செய்கை களுக்குப் பொதுமக்கள் முன்னிலையில் உண்மையாக வருத்தம் தெரிவித்தால், திரும்பவரலாம் என்று அறிவித்தார்கள். PLGAவில் இளைஞர்கள் குவியத் தொடங்கினார்கள். (2000ஆம் ஆண்டு டிசம்பரில்தான் PLGA முறைப்படியாக உருவாக்கப்பட்டது. கடந்த முப்பதாண்டுகளில் அதன் ஆயுதம் தாங்கிய வீரர்கள் சிறு படைப்பிரிவுகளாகவும், சிறுபடைப்பிரிவுகள் பிளாடூன் களாகவும், பிளாடூன்கள் கம்பெனிகளாகவும் பெருகினர். ஆனால் சல்வா ஜுடும்காரர்களின் பாழ்படுத்தலுக்குப் பிறகு,

PWGA ஒரு பட்டாளத்தையே அறிவிக்க முடியும் என்ற நிலை ஏற்பட்டது.) இது தன்னிச்சையான ஒரு படை. யாருக்கும் சம்பளம் தரப்படுவதில்லை.

சல்வா ஜுடும் தோல்வியடைந்தது மட்டுமல்ல, அதன் செயல்களே அதற்கு உலை வைத்தன.

ஆக, இப்போது நாம் அறிந்துகொண்டதுபோல, ஏதோ இது ஒரு சிறிய காலத்திற்கு அமைந்த சிறியதான, வட்டாரச் செயல்பாடு அல்ல. பத்திரிகையாளர்களின் இரட்டை நாக்கு என்ன பேசுகிறது என்பதற்கு அப்பால், சல்வா ஜுடும் என்பது சத்தீஸ்கர் மாநில அரசாங்கம், மைய அரசாங்கத்தை அமைத்துள்ள காங்கிரஸ் கட்சி ஆகியவற்றின் ஒன்றிணைந்த செயல்பாடு தான். அதைப்போய்த் தளரவிடலாமா? அதுவும் எல்லாப் புரிந்துணர்வு ஒப்பந்தங்களும் கல்யாணச் சந்தைக்காகக் காத்திருப்பவர்கள் மெலிந்து போவது போலக் காத்திருக்கும்போது. ஒரு புதிய திட்டத்தை அரசாங்கம் கொண்டு வரவேண்டும் என்று பெரிய அளவு அழுத்தம் தரப்பட்டது. அவர்கள் ‘ஆபரேஷன் கிரீன்ஹண்ட்’ (பசுமைவேட்டைப் போர்) என்பதை அறிவித்தார்கள். சல்வா ஜுடும் *SPO* க்கள் இப்போது கோயா கமேண்டோக்கள் என்று அழைக்கப்படுகிறார்கள். சத்தீஸ்கர் ஆயுதப்படை (*CAF*), மத்திய ரிசர்வ் போலீஸ் படை (*CRPF*), எல்லைப் பாதுகாப்புப் படை (*BSF*), இந்தோதிபேத்திய எல்லைப் போலீஸ் (*ITBP*), மையத் தொழில் பாதுகாப்புப் படை (*CISF*), கிரேஹவுண்டுகள் (வேட்டைநாய்கள்), தேள்கள், பாம்புகள் எல்லாமே இப்போது பழங்குடி மக்களுக்கு எதிராகப் பயன் படுத்தப்படுகின்றன. இந்தக் கொள்கை, மிகவும் அன்போடு, வாம் (*WHAM - Winning Heart And Mind* – இதயங்களையும் மனங் களையும் வெல்லுதல்) என்று அழைக்கப்படுகிறது.

எதிர்பார்க்கவே இயலாத இடங்களில் அவ்வப்போது முக்கியப் போர்கள் நடக்கின்றன. சுதந்திரச் சந்தை முதலாளித் துவம், சோவியத் பொதுவுடைமையை ஆப்கானிஸ்தானத்தின் வறண்ட மலைகளில் தோற்கடித்தது. இப்போது இங்கே தண்டி வாடாக் காடுகளில் இந்தியாவின் ஆன்மாவுக்கான போர் நடக்கிறது. இந்திய ஜனநாயகத்தில் ஏற்பட்டுள்ள நெருக்கடி நிலை பற்றியும், பெரிய கூட்டுக்குழுமங்கள், ஊடகங்கள், முக்கிய அரசியல் கட்சிகள், பாதுகாப்பு நிறுவனங்கள் இவற்றிற் கிடையிலே உள்ள கூட்டுச்சதி பற்றியும் நிறையப் பேசியாகி விட்டது. வேகமாக இவற்றைச் சரிபார்த்துக்கொள்ள நினைப் பவர்களுக்குச் சிறந்தவழி தண்டிவாடாவுக்குச் செல்வதுதான்.

மாநில வேளாண்மை உறவுகள் பற்றிய பதிவு அறிக்கை யும் நிலச்சீர்திருத்தத்தின் நிறைவேறாமற்போன பணி (பாகம்

ஒன்று) அறிக்கையும் சல்வா ஜுடும் படைக்கு நிதி உதவி யளித்தவர்கள் டாடா ஸ்டீல், எஸ்ஸார் ஸ்டீல் ஆகிய குழுமங் களே என்பதை எடுத்துக்கூறியுள்ளன. அரசாங்க அறிக்கை என்பதால், அதைப் பத்திரிகைகளுக்கு அளித்தபோது ஒரு பரபரப்பு உண்டாயிற்று. (இறுதி அறிக்கையில் இந்த உண்மை போகும்போக்கில் விடப்பட்டுவிட்டது. உண்மையான விடுபாடு தானா? அல்லது யாருக்கேனும் ஒரு மென்மையான ஒருங் கிணைந்த கைகுலுக்கல் செய்யப்பட்டதா?)[6]

2009 அக்டோபர் 12இல் லோஹந்திகுடாவில் டாடா ஸ்டீல் தொழிற்சாலைக்கான கட்டாயப் பொதுமக்கள் கேட்பு நிகழ்த்தப்பட இருந்தது. அதற்கு உள்ளூர் மக்கள் வரமுடியும். ஆனால் அந்தக் கேட்பு, வெகு தொலைவிலுள்ள ஜகதல்பூர் கலெக்டர் அலுவலகத்திலுள்ள ஒரு சிறிய கூடத்தில் நடத்தப் பட்டது. அதுவும் மிகுந்த பாதுகாப்போடு, காவல்துறையின் தடுப்புவேலி அமைப்போடு. ஐம்பது பழங்குடி மக்களை அரசாங்க ஜீப்புகளில் மிகப் பாதுகாப்பாக வாடகைக்குப் பிடித்து வந்தார்கள். கூட்டம் முடிந்த பிறகு ஆட்சியர், லோஹந்திகுடாவின் மக்களை அவர்களின் ஒத்துழைப்புக் காகப் பாராட்டினார். உள்ளூர்ப் பத்திரிகைகளுக்கு உண்மை யான விஷயம் தெரியும் என்றாலும் ஆட்சியரது பேச்சை அப்படியே வெளியிட்டன. (இடையில் விளம்பரங்கள் உட்புகுந்து கொண்டன.) கிராமத்தினர் ஆட்சேபணை தெரிவித்தாலும், திட்டத்திற்கான நில அபகரிப்புத் தொடங்கிவிட்டது.

இந்திய அரசாங்கத்தைப் பதவியிறக்கவேண்டும் என்று பேசுகின்றவர்கள் மாவோயிஸ்டுகள் மட்டுமல்ல. இந்து அடிப் படைவாதத்தினாலும், பொருளாதார முழுமைக் கட்டுப்பாட்டு வாதத்தினாலும் அது ஏற்கெனவே பலமுறை பதவியிறக்கம் செய்யப்பட்டிருக்கிறது.

தண்டிவாடாவிலிருந்து லோஹந்திகுடா ஐந்துமணிநேரக் கார்ப் பயணம். அது முன்எப்போதும் நக்சலைட் பகுதியாக இருந்ததில்லை. ஆனால் இப்போது அப்படி ஆகிவிட்டது. நான் எறும்புச் சட்னியைச் சாப்பிட்டுக்கொண்டிருந்தபோது அருகில் அமர்ந்திருந்த தோழியர் ஜுரி, அங்குதான் பணி யாற்றுகிறார். கிராம வீடுகளின் சுவர்களில், "நக்சலைட்டுகளே வாருங்கள், எங்களைக் காப்பாற்றுங்கள்" என்று வாசகங்கள் எழுதப்பட்ட பிறகுதான் தாங்கள் அங்கே சென்றதாகத் தெரி விக்கிறார் அவர்.

சில மாதங்களுக்கு முன்னால், ஜனபத பஞ்சாயத்தின் உபதலைவரான விமல் மேஷராம் சந்தையில் வைத்துச் சுட்டுக்

கொல்லப்பட்டார். "அவர் டாடாவின் ஆள்" என்று ஜுரி சொன்னார். மக்களைத் தங்கள் நிலங்களைக் கொடுத்துவிட்டு ஈட்டுத் தொகை பெறும்படியாக அவர் வற்புறுத்திக்கொண் டிருந்தார். "நல்லதுதான் அந்த ஆள் இறந்தது. உங்களுக்கு இன்னும் சபோலி வேண்டுமா?" என்று கேட்டவாறே அவர் சிவப்புஎறும்புகளைக் கடித்துத் தின்றார். "டாடாவை அங்கே வரவிட மாட்டோம். மக்கள் அவர்களை விரும்பவில்லை." ஜுரி *PLGA*வைச் சேர்ந்தவர் அல்ல. அவர் சேத்னா நாட்டிய மஞ்ச் (*CNM*)ஐச் சேர்ந்தவர். கட்சியின் கலாச்சாரப் பகுதி அது. அவர் பாடுகிறார், பாடல்கள் எழுதுகிறார். அபூஜ்மட்– ஐச் சேர்ந்தவர். (தோழர் மாதவோடு அவருக்குத் திருமணம் ஆகியிருக்கிறது. மாதவ் ஒரு *CNM* குழுவோடு அவரது கிராமத் திற்குச் சென்று பாடியபோது அவரைக் காதலிக்கத் தொடங்கி விட்டார்.)

இந்த இடத்தில் நான் ஏதேனும் மாவோயிஸ்டுகளுக்குச் சொல்லவேண்டும் என்று நினைக்கிறேன். வன்முறையின் பய னின்மை பற்றி, விசாரிக்காமல் கொல்வதை ஏற்கவியலாமை பற்றி. ஆனால் அவர்கள் என்ன செய்யமுடியும் என்று நான் ஆலோசனைகூற முடியுமா? நீதிமன்றத்திற்குப் போவதா? புது தில்லியில் ஜந்தர் மந்தரில் தர்ணா நடத்த முடியுமா? ஒரு பேரணி? ஒரு தொடர் பட்டினிப் போராட்டம்? இவை யெல்லாம் அர்த்தமற்றவையாகத் தோன்றுகின்றன. புதிய பொருளாதாரக் கொள்கையை ஆதரிப்பவர்கள்தான், அதற்கு மாற்றே இல்லை என்று கூறுபவர்கள் தான் – இதற்கு மாற்றாக எதிர்ப்புத் தெரிவிக்கும் முறை பற்றிக் கூறவேண்டும். இந்தக் குறித்த காட்டில், இந்தக் குறித்த மக்களுக்கு, ஒரு குறித்த மாற்றுவழி. இங்கே. எந்தக் கட்சிக்கு அவர்கள் வாக்களிப்பது நல்லது? இந்த நாட்டில் எந்த ஜனநாயக நிறுவனத்தை அவர்கள் அண்டுவது? நர்மதாவில் பெரிய அணைகள் கட்டக்கூடாது என்று போராடியபோது, நர்மதா பச்சாவோ ('நர்மதாவைக் காப்பாற்று' இயக்கத்தினர்) எந்தக் கதவைத்தான் தட்டவில்லை?

○

இருட்டாக இருக்கிறது. முகாமில் பரபரப்பாகச் செயல் கள் நிகழ்ந்துகொணடேயிருக்கின்றன. ஆனால் என்னால் எதையும் பார்க்கமுடியவில்லை. ஒளிப்புள்ளிகள் அங்குமிங்கும் அலைந்தவண்ணம் இருக்கின்றன. அவை நட்சத்திரங்களா, மின்மினிப் பூச்சிகளா, இல்லை இயங்கும் மாவோயிஸ்டுகளா என்று சொல்வது கடினம். எங்கிருந்தோ சிறிய மாங்டு தோன்று கிறான். இளம் கம்யூனிஸ்டுகளுடைய நகரும் பள்ளியில் பத்துப்

பத்துச் சிறார் கொண்ட குழுக்கள் ஒன்றில் அவன் உறுப்பினன். அவர்களுக்குப் படிக்கவும், எழுதவும், அடிப்படையான பொது வுடைமைக் கொள்கைகள் கற்றுத்தரவும் படுகிறது. (இளம் மனங்களில் கருத்தேற்றம் செய்கிறார்கள் என்று ஊடகங்கள் கூச்சலிடுகின்றன. ஆனால் சிறார்கள் சிந்திக்கத் தொடங்கு முன்பே தொலைக்காட்சி விளம்பரங்கள் அவர்களை மூளைச் சலவை செய்வதைக் கருத்தேற்றத்தின் ஒரு வடிவமாகக்கூட அவை பார்ப்பதில்லை.) இளம் கம்யூனிஸ்டுகளைத் துப்பாக்கி ஏந்தவோ சீருடை அணியவோ விடுவதில்லை. ஆனால் அவர்கள் ஒரு ‘ராக்’ இசைக்குழுவிலுள்ள பின்னணியினரைப்போலக் கண்களில் நட்சத்திரங்களுடன் PLGA அணியினரைப் பின் தொடர்ந்து செல்கிறார்கள்.

மாங்டு, என்னை ஒரு மென்மையான உரிமையுடன் சொந்தக்காரி போன்று ஏற்றுக்கொண்டிருக்கிறான். எனது நீர்க்குடுவையை நிரப்பிவிட்டு, பையிலுள்ள பொருள்களை எடுத்துவைத்துக்கொள்ளுமாறு சொல்கிறான். ஒரு விசில் சத்தம் கேட்கிறது. நீலவண்ண ஜில்லியால் ஆன அந்தக் கூடாரம் ஐந்தே நிமிடங்களில் தட்டையாக மடித்து வைக்கப்பட்டுவிடு கிறது. இன்னொரு விசில். எல்லாத் தோழர்களும் வரிசையில் நிற்கிறார்கள். ஐந்து வரிசைகள். செயல்பாடுகளின் இயக்குநர் தோழர் ராஜு.

இருப்பைச் சோதிப்பதற்கான ஓர் அழைப்பு. நானும் வரிசையில் நிற்கிறேன். எனக்கு முன்னால் நிற்கும் தோழியர் கமலா என்னைத் தூண்டும்போது நானும் என் எண்ணைச் சொல்கிறேன். (இருபதுவரை எண்ணிவிட்டு மீண்டும் ஒன்றி லிருந்து தொடங்குகிறோம், ஏனென்றால் பெரும்பாலான ஆதிவாசிகள் இருபதுவரைதான் எண்ணுவார்கள். அவர்களுக்கு இருபதுவரை எண்ணுவது போதும். ஒருவேளை நமக்கும்கூட அதுவே போதுமானதாக இருக்கலாம்.)

சந்து இப்போது சீருடை அணிந்து கையில் ஒரு ஸ்டென் கன் வைத்திருக்கிறான். மிகமெதுவான குரலில் ராஜு தன் குழுவினர்க்கு என்ன செய்ய வேண்டுமென்பதைச் சுருக்கமாகத் தெரிவித்துக்கொண்டிருக்கிறார். எல்லாம் கோண்டி மொழியில் இருக்கிறது, எனக்கு ஒரு சொல்லும் புரியவில்லை, இருந்தாலும் *RV* என்ற சொல் திரும்பத்திரும்ப வந்துகொண்டே இருக்கிறது. அது படைகள் சந்திக்குமிடத்தை – *rendezvous* – என்ற சொல் லைக் குறிக்கிறது என்று ராஜு பின்னர் சொல்கிறார். அது இப்போது கோண்டி வார்த்தையாகிவிட்டது. “நாங்கள் *RV* பாயிண்ட்டுகளை (இடங்களை) ஏற்படுத்திக்கொள்கிறோம்.

ஒருவேளை, திடீரெனத் துப்பாக்கிச் சூடுநடந்தால், நாங்கள் பிரிய நேரிட்டால், எங்கே மீண்டும் மறுபடி கூடுவது என்று அவர்களுக்குத் தெரியும்.” இது எனக்குள் எழுப்புகின்ற அதிர்ச்சியை அவர் உணரவில்லை. நான் துப்பாக்கிச் சூட்டில் அகப்பட்டுக்கொள்வேன் என்பதற்காகப் பயமில்லை, எங்கே யாவது தொலைந்துபோய் விட்டால் என்ன செய்வது என்ற பயந்தான். நான் திக்குத்திசை தெரியாதவள், எனது படுக்கை யறைக்கும் குளியலறைக்கும் இடையிலேயே தொலைந்துபோகக் கூடிய சாத்தியம் உள்ளவள். 60,000 சதுர கி.மீ. காட்டில் நான் என்ன செய்வேன்? நரகமே குறுக்கே வந்தாலும் நீர் வந்தாலும், நான் ராஜுவின் முந்தானையை விடப்போவதில்லை.

நடக்க ஆரம்பிப்பதற்கு முன்னால், தோழர் வேணு என்னிடம் வருகிறார். “சரி தோழியரே. நான் உங்களிடம் விடைபெற்றுக்கொள்கிறேன்.” நான் அதிர்ச்சிக்குள்ளாகிறேன். நிரம்ப ஆயுதங்களுடன் பாதுகாவலர்கள் – மூன்று ஆண்கள், மூன்று பெண்கள் – புடைசூழ, கம்பளிக்குல்லாயும் சாதாரணக் காலணிகளும் அணிந்திருந்த அவர் ஒரு கொசுவைப்போலக் காட்சியளித்தார். “இவ்வளவு தூரம் எங்களைத் தேடிவந்து சந்தித்ததற்கு உங்களுக்கு நன்றி தோழியரே” என்கிறார். இன்னொரு முறையும் கைகுலுக்கல், முட்டியை உயர்த்தல். “செவ்வணக்கம், தோழியர்.” காட்டினுள் சென்று மறைகிறார். சாவிகளை வைத்திருப்பவர். ஒரு கணத்தில் அவர் இங்கே இருந்தாரா என்ற சந்தேகம் உண்டாகிவிடுகிறது. கொஞ்சம் எதையோ இழந்ததுபோன்ற உணர்வு ஏற்படுகிறது. ஆனால் இப்போது நான் கேட்கவேண்டிய, மணிக்கணக்காகச் செய்த பதிவுகள் என்னிடம் இருக்கின்றன. நாட்கள் வாரங்களாக மாறும்போது, நான் இன்னும் நிறையப் பேரைச் சந்திக்கக் கூடும். இவர் அளித்த கோட்டோவியத்திற்கு அவர்கள் வண்ண மும் வடிவமும் அளிக்கக்கூடும். எதிர்த்திசையில் நடக்கத் தொடங்குகிறோம். தோழர் ராஜு ஒருமைல் தூரத்திலிருந்தே வாசனை வீசுகின்ற அயோடெக்ஸைப் பூசிக்கொண்டு, “என் முட்டியெல்லாம் போச்சு. கொஞ்சம் வலிநிவாரணி ஏதாவது இருந்தால்தான் நடக்க என்னால் முடியும்” என்கிறார்.

தோழர் ராஜு மிக நல்ல இந்தி பேசுகிறார். மிக வேடிக்கை யான கதைகளையும் எளிதாகச் சொல்கிறார். ராய்ப்பூரில் பதினெட்டு ஆண்டுகளாக ஒரு வழக்கறிஞராகப் பணியாற்றி வந்தவர். அவரும் அவருடைய மனைவி மாலதியும், கட்சி உறுப்பினர்கள். அதன் நகரவலைப்பின்னலில் ஒரு பகுதியினர். 2007 இறுதியில் ராய்ப்பூர் வலைப்பின்னலின் ஒரு முக்கிய

நபர் கைதுசெய்யப்பட்டு, சித்திரவதை செய்யப்பட்டு, பிறகு அரசாங்கத்துக்குச் செய்தியளிப்பவராக மாறிவிட்டார். ராய்ப்பூரைச் சுற்றிப் போலீஸ் வாகனத்தில் அவர் அழைத்துச் செல்லப்பட்டு, தனது முன்னாள் நண்பர்களைக் காட்டுமாறு உத்தரவிடப்பட்டார். அவர் சுட்டிக்காட்டியவர்களில் தோழியர் மாலதியும் ஒருவர். 2008 ஜனவரி 22ஆம் நாள் இன்னும் பலரோடு அவர் கைதுசெய்யப்பட்டார். சல்வா ஜுடும் செய்த அட்டூழியங்களைப் படம்எடுத்த வீடியோ சிடிக்களை அவர் பலவேறு பாராளுமன்ற உறுப்பினர்களுக்கு அனுப்பினார் என்பது அவர்மீது சுமத்தப்பட்ட பல குற்றச்சாட்டுகளில் ஒன்று.

அவர் வழக்கு நீதிமன்றத்துக்கு வருவதேயில்லை, ஏனென்றால், போலீஸுக்கு அவர்கள் தரப்பு வலுவற்றது என்று தெரியும். இப்போது புதிய சத்தீஸ்கர் சிறப்பு பொதுமக்கள் பாதுகாப்புச் சட்டம் (CSPSA), ஜாமீன் அளிக்காமலே அவரைப் பல ஆண்டுகள் சிறையில் வைத்திருக்கப் போலீஸுக்கு இடமளித்திருக்கிறது. “பாவம், பாராளுமன்ற உறுப்பினர்களை அவர்களுடைய சொந்தத் தபால்களைப் படிக்க விடாமல் தடுக்க சத்தீஸ்கர் போலீஸ் பல பட்டாலியன்களை அனுப்பியிருக்கிறது” என்கிறார் தோழர் ராஜு. அந்தச் சமயத்தில் அவர் தண்டகாரண்யத்தில் ஒரு கூட்டத்தில் கலந்துகொண்டிருந்ததால் கைதாகவில்லை. அப்போதிலிருந்து இங்கேயே இருக்கிறார். கடைசியில் அவர் குடும்பத்திலிருந்தவர்கள் எல்லாவற்றையும் சேகரித்துக்கொண்டு ஒரு உறவினர் வீட்டிற்குச் சென்றுவிட்டார்கள். சில வாரங்களுக்கு முன்னால்தான் அவர்களைப் பற்றிய செய்தி முதல் தடவையாகத் தோழர் ராஜுவுக்குக் கிடைத்தது. அவருக்குப் பலமும், இந்தக் கூர்மையான நகைச்சுவையும் அளிப்பது எது? எவ்வளவோ இடர்ப்பாடுகளைச் சகித்திருந்தாலும் அதேபாதையில் அவர்களை எது போகத் தூண்டுகிறது? கட்சியின்மீது அவர்களுக்குள்ள விசுவாசம், நம்பிக்கை, நேசம். மிக ஆழமான, மிக அந்தரங்கமான வழிகளில் மறுபடியும் மறுபடியும் நான் இதை எதிர்கொள்ள நேர்கிறது.

❍

இப்போது நாங்கள் ஒரே வரிசையில் சென்றுகொண்டிருக்கிறோம்; நானும், ‘அர்த்தம் அற்ற வகையில் வன்முறையில் ஈடுபடுகின்ற, இரத்தவேட்கைகொண்ட கலகக்காரர்கள்’ நூறு பேரும். நாங்கள் செல்வதற்குமுன்னால் முகாமைத் திரும்பிப் பார்த்தேன். நெருப்புகள் இருந்த இடங்களில் எஞ்சியிருந்த சாம்பலைத் தவிர, ஏறத்தாழ நூறுபேர் இங்குத் தங்கியிருந்

ஓய்வு

தண்டகாரண்யக் காட்டில் பல பெயர்களுடன் பல்வேறு அடையாளங் களில் வாழ்பவர்கள் பலர் உள்ளனர். இந்த விஷயம் எனக்கு ஆறுத லளிப்பதாக இருந்தது. நாம் எப்போதும் நாமாகவே இல்லாமல் வேறு ஒருவராகக் கொஞ்சநேரம் இருப்பது எவ்வளவு சுகமானது!

கதைசொல்லுதல்

இந்த இடத்தில் நான் ஏதேனும் சொல்லவேண்டும் என்று நினைக் கிறேன். வன்முறையின் பயனின்மை பற்றி, விசாரிக்காமல் கொல்வதை ஏற்கவியலாமை பற்றி. ஆனால் அவர்களுக்கு நான் என்ன ஆலோசனை கூற முடியுமா? நீதி மன்றத்திற்குப் போகவா? புது தில்லியில் ஜந்தர் மந்தரில் தர்ணா நடத்தச் சொல்லவா? எந்தக் கட்சிக்கு அவர்கள் வாக்களிக்க வேண்டும்? இந்த நாட்டில் எந்த ஜனநாயக நிறுவனத்தை அவர்கள் அணுக வேண்டும்?

தார்கள் என்று சொல்வதற்கான அடையாளங்கள் எதுவும் காணப்படவில்லை. இந்த இராணுவத்தை என்னால் நம்பவே முடியவில்லை.

நுகர்வினைப் பொறுத்த வரையில் இது காந்திய அமைப்புகள் எவற்றைக்காட்டிலும் காந்தியமானது; புவிவெப்பமாதல் பற்றி பேசும் சுவிசேஷர்கள் எவரைக்காட்டிலும் குறைவான கார்பன் நுகர்வுத்தடங்களையே இது விட்டுச் செல்கிறது. இப்போதோ, நாசவேலைக்குக்கூட ஒரு காந்தியவழியை அது வைத்திருக்கிறது. உதாரணமாக, ஒரு போலீஸ் வாகனத்தை எரிப்பதற்கு முன்னால், அதன் எல்லாப் பாகங்களும் கழற்றப்பட்டுப் பயன்படுத்தப்படுகின்றன. ஸ்டியரிங் சக்கரம் நேராக்கப்பட்டு பார்மார் பீப்பாய் ஆக்கப்படுகிறது. ரெக்சின் உறைகள் போன்றவை கழற்றப்பட்டு வெடிமருந்துப் பைகளாக மாற்றப்படுகின்றன. பேட்டரி, சூரியமின்னேற்றம் ஏற்பதற்குப் பயன்படுத்தப்படுகிறது. (இப்போது மேலிடத்திலிருந்து வந்த புதிய உத்தரவு என்னவென்றால், கைப்பற்றப்பட்ட வாகனங்களைப் புதைக்கவேண்டும், எரிக்கக்கூடாது. தேவையான நேரத்தில் அவற்றைத் தோண்டி எடுத்துக்கொள்ளலாம்.) என்னால் 'காந்தி, உன் துப்பாக்கியை எடுத்துக்கொள்' என்று ஒரு நாடகம் எழுத முடியுமா? அல்லது விசாரணையின்றித் தண்டிக்கப்படுவேனா?

மிகக் கருத்த இருளில் ஆழமான அமைதியில் சென்று கொண்டிருக்கிறோம். நான் ஒருத்திதான் கைவிளக்கைப் பயன்படுத்துகிறேன். அதுவும் தரையில் கீழ்நோக்கித் தான். அதன் ஒளிவட்டத்தில் தோழியர் கமலாவின் இழுத்துஇழுத்து நடக்கும் கருப்புக் காலணிக்குமேல் அவருடைய கணுக்கால் பகுதி தெரிகிறது. அடுத்து காலை எங்கே வைப்பது என்று எனக்குக் காட்டுகிறது அது. நான் கொண்டுசெல்வதைப்போலப் பத்து மடங்குக்கும் மேல் சுமையைத் தூக்கிக்கொண்டு நடக்கிறார் அவர். முதுகுப்பை, ஒரு ரைஃபிள், தலைமீது உணவுக்கான பொருள்கள் அடங்கிய மூட்டை, பெரிய சமையல் பாத்திரங்கள் இரண்டில் ஒன்று, காய்கறிகள் நிறைந்த இரண்டு தோள் பைகள். அவர் தலைமீது இருக்கின்ற மூட்டை நன்றாகச் சமநிலையில் இருக்கிறது. சரிவான பகுதிகளாக இருந்தாலும், வழுக்குகின்ற பாறை வழிகளாக இருந்தாலும் அதை அவர் தொடாமலே சமநிலையில் வைத்திருக்க இயலும். ஒரு அற்புதம் அவர். இது நீண்ட நடைப்பயணமாக இருக்கிறது. வரலாற்றுப் பாடத்திற்கு நான் நன்றி சொல்கிறேன். காரணம், வேறு பிரயோசனங்களைவிட, என் காலுக்கு ஒரு நாள்முழுதும் ஓய்வு தந்தது அது.

மிகவும் ஆச்சரியமான விஷயம் இது. காட்டில் இரவில் நடப்பது. நான் அதை ஒவ்வொரு இரவிலும் இப்போது செய்துகொண்டிருக்கிறேன்.

○

1910இல் பிரிட்டிஷ்காரர்களை கோயாக்கள் எதிர்த்த பூம்கால் கலகத்தின் நூறாவது ஆண்டுவிழாக் கொண்டாட்டத்திற்கு நாங்கள் சென்றுகொண்டிருக்கிறோம். பூம்கால் என்றால் பூகம்பம் என்கிறார் தோழர் ராஜு. இந்தக் கொண்டாட்டத்தில் பங்கேற்க மக்கள் நாள்கணக்காக நடந்து வருவார்கள் என்கிறார். காடுமுழுவதும் மக்கள் நடந்து கொண்டிருப்பது போலத் தோன்றுகிறது. DK டிவிஷன்கள் எல்லாவற்றிலும் கொண்டாட்டங்கள் நடக்கின்றன. நிகழ்ச்சியை நடத்தவேண்டிய தோழர் லெங் எங்களோடு நடந்துவருவதால் நாங்கள் சிறப்புரிமை பெற்றவர்கள் என்று தோன்றுகிறது. கோண்டி மொழியில் லெங் என்றால் குரல்.

தோழர் லெங், ஆந்திரப் பிரதேசத்தைச் சேர்ந்த உயரமான நடுத்தரவயதுள்ள மனிதர். அன்புக்குரிய, இன்று கதையாக மாறிவிட்ட பாடலாசிரியர், பாடகர் கத்தாரின் தோழர். 1972இல் கத்தார் தீவிரக் கலாச்சார நிறுவனமான ஜனநாட்டிய மஞ்ச் என்பதை உண்டாக்கினார். காலப்போக்கில் ஜனநாட்டிய மஞ்ச், PWG அமைப்பின் ஒரு பகுதியாக மாறிவிட்டது. ஆந்திரப் பிரதேசத்தில் பத்தாயிரக்கணக்கான மக்களை ஈர்க்கக்கூடிய ஆற்றல் பெற்றது அது. தோழர் லெங், 1977இல் ஜேஎன்எம்இல் சேர்ந்து தம்மளவில் ஒரு சிறப்புப் பெற்ற பாடகர் ஆகிவிட்டார். கடுமையான ஒடுக்குதல் காலத்தின்போதும், தினசரி ஒவ்வொரு நாளும் 'மோதல்' கொலைகளில் தோழர்கள் இறந்துகொண்டிருந்த காலத்திலும், அவர் ஆந்திராவில்தான் இருந்தார். அவரையும் அவர் இருந்த மருத்துவமனைப் படுக்கையிலிருந்து ஒரு பெண் எஸ்பி மருத்துவர்போல வேடமிட்டு வந்து தூக்கிச்சென்றுவிட்டார். வரங்கல்லுக்கு வெளியே உள்ள காட்டுப் பகுதியில் மோதலில் கொலைசெய்யப்படுவதற்காகக் கொண்டுசெல்லப்பட்டார். ஆனால் அதிர்ஷ்டவசமாக, கதார் இந்தச் செய்தியைக் கேள்விப்பட்டு, அபாய எச்சரிக்கை எழுப்பியதால் தப்பித்தார்.

1998இல் PWG, DK யில் ஒரு கலாச்சார அமைப்பை உருவாக்க வேண்டுமென்று நினைத்தபோது, சேத்னா நாட்டிய மஞ்ச் அமைப்புக்குத் தலைமையேற்கத் தோழர் லெங்கை அனுப்பினார்கள். இப்போது அவர் என்னுடன் நடந்துவந்து கொண்

டிருந்தார். ஆலிவ் பச்சைச் சட்டையையும், என்ன காரணத் திற்காகவோ இளஞ்சிவப்புநிற முயல்கள் தீட்டப்பட்ட ஊதா நிறப் பைஜாமாவையும் அணிந்திருந்தார். CNM – ல் இப்போது 10,000 உறுப்பினர்கள் இருக்கிறார்கள் என்றார். “எங்களிடம் இந்தி, கோண்டி, சத்தீஸ்கடி, ஹால்பி ஆகிய மொழிகளில் 500 பாட்டுகள் இருக்கின்றன. எங்கள் பாடல்கள் 140 கொண்ட ஒரு புத்தகத்தை வெளியிட்டிருக்கிறோம். எல்லோரும் பாட்டு எழுதுகிறார்கள்.” முதன்முதலில் அவரிடம் பேசியபோது கடுமை யான ஒற்றை மனநிலையில் பேசிக்கொண்டு வந்ததுபோலத் தோன்றியது. ஆனால் சிலநாள் கழிந்தபிறகு, தீயைச் சுற்றி அமர்ந்திருக்கின்றபோது, அதே பைஜாமாக்களில் அவர் இருந்த நிலையில், (தனது நண்பரான) மிக வெற்றிகரமான, முக்கியத் திரைப்பட இயக்குநர் ஒருவரைப் பற்றிச் சொன்னார். அவர் எப்போதுமே தனது படங்களில் தான் ஒரு நக்சலைட்டாக வருவார். தமது அழகான தெலுங்கு உச்சரிப் புள்ள இந்தியில் தோழர் லெங் கூறினார் – “இப்படித்தான் நக்சலைட்டுகள் இருக்கிறார்கள் என்று எப்படி உனக்கு நினைக்கத் தோன்றுகிறது என்று அவரைக் கேட்டேன்.” அவர் நடிக்கும் நக்சலைட் எப்படியிருப்பான் என்பதைப் – பதுங்கிப்பதுங்கி, நீண்ட காலடி வைத்து, வேட்டையாடப் பட்டது போன்ற தோற்றமுடைய ஒரு மனிதன் காட்டிலிருந்து ஏகே47 தூக்கிக்கொண்டுவருவது போலச் – செய்து காட்டினார். நாங்கள் கிறீச்சிட்டுச் சிரிக்க முடியாமல் சிரித்தோம்.

மாவோயிஸ்டு பிரச்சாரத்தினால் இறுக்கமாக்கப்பட்ட வழக்கமான பழங்குடிமக்கள் நடனம், எழுச்சி தருகின்ற அலங்காரச் சொற்பொழிவுகள், மயங்கிய கண்களைக் கொண்ட பணிவான பார்வையாளர்கூட்டம். பூம்கால் கொண்டாட் டத்தைப் பார்க்க ஆவலாக இருக்கிறேனா என்பதில் எனக்கு உறுதியில்லை.

மாலைநேரத்தில் காலம் தாழ்த்தியே கொண்டாட்ட வெளிக்கு வந்து சேர்ந்தோம். ஒரு தற்காலிக மூங்கில் மேடை, சிவப்புத் துணியால் சுற்றப்பட்டு உருவாக்கப்பட்டுள்ளது. உச்சியில், மாவோயிஸ்டுகளின் வழக்கமான அரிவாள் சுத்தியல் சின்னத்தைத் தவிர, ஜனதன சர்க்காரின் வில்அம்புச் சின்ன மும் வெள்ளிநிறத்தாளால் ஒட்டப்பட்டுள்ளது. இந்தப் படி நிலை பொருத்தமானதே என்று நினைத்தேன். மேடை தற்காலிக மானதுதான், பெரியது. மேடைக்குக் கீழ் உள்ள சாரத்தை மண்ணால் நன்கு பூசியிருந்தார்கள்.

இந்திய அரச அமைப்பையே ஒழிக்க நினைப்பவர்கள் மாவோயிஸ்டுகள் மட்டும் அல்ல. இந்து அடிப்படைவாதத்தினாலும், பொருளாதார முழுமைத்துவ வாதத்தினாலும் அது ஏற்கெனவே பலமுறை பதவி யிறக்கப் பட்டுவிட்டது.

மைதானத்தில் ஆங்காங்குச் சிறிய நெருப்புகள் தென்படு கின்றன. மக்கள் வரத்தொடங்கி விட்டார்கள். வந்தவர்கள் மாலையுணவைச் சமைக்கிறார்கள். இருட்டில் எல்லாம் கோட் டுருவங்கள்போலத் தெரிகிறார்கள். அவர்களுக்கிடையில் நுழைந்து செல்கிறோம். (லால்சலாம், லால்சலாம், லால்சலாம்). பதினைந்து நிமிடங்கள் நடந்து காட்டுக்குள் மறுபடி நுழை கிறோம்.

எங்கள் புதிய முகாமிடத்தில் மீண்டும் அணிவகுப்பு, எண்களைச் சொல்லுதல். காவல் நிற்கவேண்டிய இடங்கள் பற்றியும், சுடும் வளையங்கள் பற்றியும் – ஒருவேளை ஒரு போலீஸ் தாக்குதல் ஏற்பட்டால், யார் எங்கு எந்தப் பகுதியைச் சமாளிக்க வேண்டும் என்பது பற்றியும் தொகுப்புரைகள். *RV* இடங்கள் மறுபடியும் முடிவெடுக்கப்படுகின்றன.

முன்னமே ஒரு குழுவினர் வந்து சமைத்துவிட்டார்கள். சாப்பாட்டிற்குப் பிறகு தின்பதற்காகத் தோழியர் கமலா வழியிலேயே பறித்த கொய்யாப் பழம் ஒன்றை அணிலைப் போலக் கொஞ்சம் கொறித்து எனக்கு மீதி வைத்திருக்கிறார். விடியற்காலையிலிருந்தே மேலும் மேலும் மக்கள் கொண் டாட்டத்திற்காக வந்துகொண்டேயிருக்கும் உணர்வு. உணர் வெழுச்சி மிகுந்துகொண்டே செல்கிறது. நீண்ட நாட்களாக ஒருவரை ஒருவர் பார்க்காதவர்கள் பார்த்துக்கொள்கிறார்கள்.

ஒலிவாங்கிகள் பரிசோதிக்கப்படுகின்றன. கொடிகள், சீலைகள், போஸ்டர்கள், துணிகள் பறக்கவிடப்படுகின்றன. நாங்கள் வந்த அன்று ஓங்நாரில் கொல்லப்பட்ட ஐந்துபேரின் படங்கள் கொண்ட போஸ்டர் ஒட்டப்பட்டிருக்கிறது.

தோழியர் நர்மதா, மாசி, ரூபி ஆகியோருடன் நான் தேநீர் பருகிக்கொண்டிருக்கிறேன். *DK*யில் க்ராந்திகாரி ஆதிவாசி மஹிளா சங்கடனின் தலைவியாகப் பொறுப்பேற்கும் முன்பு கடசிரோலியில் தான் பணிசெய்த பல ஆண்டுகளைப் பற்றித் தோழியர் நர்மதா பேசுகிறார். ரூபியும் மாசியும் ஆந்திரப் பிரதேசத்தில் நகர்ப்புறச் செயல்வீரர்களாக இருந்தவர்கள். கட்சிக்குள்ளேயே பெண்கள் போராடியதைப் பற்றி அவர்கள் சொல்கிறார்கள். தங்கள் உரிமைகளுக்காக மட்டுமல்ல, ஆண் – பெண் சமத்துவம் என்பது ஒரு நீதிமிக்க சமூகத்தின் கனவுக்கு மிக மையமானது என்பதை உணர்த்துவதற்காகவும்தான். எழுபதுகளைப் பற்றிப் பேசுகிறோம். அந்தச் சமயத்தில் தோழர்கள் பலரும் தாங்கள் பெரிய புரட்சிவாதிகள் என்று நினைத்துக் கொண்டு, ஆனால் அதே தந்தைவழி ஆதிக்கம், ஆணாதிக்கப் பார்வைகளால் கட்டப்பட்டிருந்தார்கள். அவர்களைப் பார்த்துத் தோழியர்கள் மாயையிலிருந்து தெளிந்தார்கள். அதிலிருந்து விஷயங்கள் நிறையவும் மாறிவிட்டன என்கிறார் மாசி, ஆனால் இன்னும் பலகாதங்கள் செல்லவேண்டியிருக்கிறது. (கட்சியின் மையச்செயற்குழுவில் இன்னும் பெண் உறுப்பினர்கள் யாரும் இடம்பெறவில்லை. மையக்குழுவில் அனுராதா காந்தி இருந்தார். அவர் சென்ற ஆண்டு மூளை மலேரியாக் காய்ச்சலினால் இறந்துவிட்டார். ஷீலா என்ற ஆதிவாசித் தோழியரும் இருந்தார். ஆனால் அவர் இப்போது சிறையில் இருக்கிறார்.)

நண்பகலை ஒட்டி இன்னொரு *PLGA* படைப்பிரிவு வருகிறது. இதற்குத் தலைமை தாங்கிவருவது ஒரு உயரமான, இலகுவான, பையன்போன்று தோற்றமளிக்கின்ற ஆள். இந்தத் தோழருக்கு இரண்டு பெயர்கள் இருக்கின்றன. சுக்தேவ், குட்சா ஊசண்டி. இரண்டுமே அவரது சொந்தப் பெயரல்ல. தியாகியான ஒரு அன்புத் தோழரின் பெயர்தான் சுக்தேவ். (இந்தப் போரில் எவரும் இறந்தபிறகுதான் பாதுகாப்பாகச் சொந்தப் பெயரைச் சொல்லமுடியும்.) அடுத்த பெயரைப் பொறுத்தவரையில், ஒவ்வொரு காலப்பகுதியிலும் அடுத்தடுத்து குட்சா ஊசண்டி என்ற பெயரைப் பலர் தாங்கியிருக்கின்றனர். (சில மாதங்களுக்கு முன்னால் தோழர் ராஜுவும் இந்தப் பெயரைக் கொண்டிருந்தார்.) தண்டகாரண்யத்தில் கட்சியின் சார்பாகக் கருத்துகளை வெளியிடும் தோழரின் பெயர் குட்சா ஊசண்டி. ஆகவே சுக்தேவ், பயணத்தின் மீதி நேரத்தை என்னுடன்

கழித்தபோதிலும், அவரை மீண்டும் சந்திப்பேனா என்பது எனக்குத் தெரியவில்லை. ஆனால் அவருடைய சிரிப்பினை எங்கேயும் என்னால் அடையாளம் காணமுடியும். 1988இல் *PWG* மூன்றிலொரு பங்கு படையினரை வடக்குத் தெலுங்கானா விலிருந்து *DK* வுக்கு அனுப்ப முடிவு செய்தபோது தான் *DK* வுக்கு வந்ததாக அவர் சொன்னார். மிகச் சிறப்பாகச் 'சிவிலி'ல் ஒரு இளம் நிர்வாகிபோலக் காட்சியளித்தார். (கோண்டியில் சிவில் என்றால் சாதாரண மக்கள் உடை, டிரஸ் என்றால் சீருடை). ஏன் சீருடையில் இல்லை என்று அவரைக் கேட்டேன்.

அவர் பயணத்தில் இருந்தார் என்றும் இப்போதுதான் காங்கேர் அருகில் கேஷ் கால் காடுகளிலிருந்து திரும்பிவருவ தாகவும் கூறினார். அங்கே முப்பது லட்சம் டன்கள் பாக்ஸைட் தாதுக்கள் இருப்பதாகவும் அவற்றின்மீது வேதாந்தா என்ற நிறுவனம் ஒன்று கண்வைத்திருப்பதாகவும் செய்திகள்.

பாராட்டு! செய்திகளைப் பரிமாற்றத்தில் பெறும் உணர்வுக்காக.

மக்களின் மனநிலை எப்படியிருக்கிறது என்று அறிந்து கொள்ளச் சென்றதாக சுக்தேவ் சொன்னார். அவர்கள் போராட ஆயத்தமாக இருக்கிறார்களா என்பதை அறிய. "அவர்களுக்கு இப்போது படையணிகள் வேண்டும். ஆயுதங்களும்" என்றார். பிறகு தலையைப் பின்னால் தொங்கவிட்டவண்ணம் அதிரடி யாகச் சிரித்தார். "சகோதரா, அவ்வளவு எளிதில்லை அது என்று அவர்களுக்குச் சொன்னேன்." மிகச் சிறிய சம்பாஷணைத் துணுக்குகளிலிருந்தும், தன் ஏகே47ஐ இலகுவாக அவர் தூக்கிச் சென்ற முறையிலிருந்தும், அவரும் *PLGA*வில் ஓர் உயர்ந்த நிலையில் இருப்பவர் என்பதை என்னால் எளிதாகச் சொல்ல முடியும்.

காட்டுஅஞ்சல் வருகிறது. அதில் எனக்கு இனியசெய்தி அனுப்பப்பட்டிருக்கிறது! அனுப்பியவர் தோழர் வேணு. இரண் டாக, மீண்டும் இரண்டாக மடித்த ஒரு சிறிய தாளில், எனக்கு அனுப்புவதாக வாக்களித்த ஒரு பாடலின் வரிகளை எழுதி யனுப்பியிருக்கிறார். அதைப் படிக்கும்போது தோழியர் நர்மதா சிரிக்கிறார். அவருக்கு இந்தக் கதை தெரியும். அது எண்பது களுக்குச் செல்கிறது. அப்போதுதான் கட்சியை நம்பத் தொடங்கி, தங்கள் பிரச்சினைகளோடு மக்கள் அதை அணுகிய காலம். தோழர் வேணு சொன்னதுபோல, அவர்கள் உள்முரண்பாடு களோடு. பெண்கள்தான் முதலில் வந்தார்கள். ஒரு மாலைப் போதில் நெருப்பினருகில் உட்கார்ந்திருந்த வயதான பெண்மணி ஒருவர் தாதா லோகிற்கு ஒரு பாட்டுப் பாடினார். அவர் ஒரு

மாடியா பெண்மணி. அந்தப் பெண்கள், திருமணமான பிறகு தங்கள் சட்டைகளைக் கழற்றிவிட்டு வெறும் மார்புடனே இருப்பது வழக்கம்.

ஜம்பர் போலோ இந்தோர் தாதா, டாகோனிலே
தானே தசோம் இண்டோர் தாதா, டாகோனிலே
பாடா பாபம் கிட்டோம் தாதா, டாகோனிலே
துனியா கடிலே மாடா தாதா, டாகோனிலே

(நாங்கள் சட்டை போடக்கூடாது என்கிறார்கள் தாதா,
டாகோனிலே
அவற்றை எடுத்துவிட வேண்டும் என்கிறார்கள் தாதா,
நாங்கள் என்ன பாவம் செய்தோம் தாதா,
உலகம் மாறிவிட்டதா இல்லையா, தாதா)

ஆதும் ஹத்தேகீ தாதா, டாகோனிலே
ஆதா நங்கா தந்தோம் தாதா, டாகோனிலே
இத் பிஸ்வல் மன்னி தாதா, டாகோனிலே
மவா கோயாதுர்க்கு வெஹாட் தாதா, டாகோனிலே

(நாங்கள் சந்தைக்குப் போகும்போது தாதா,
அரைநிர்வாணமாகப் போகவேண்டியிருக்கிறது, தாதா,
இந்த வாழ்க்கை எங்களுக்கு வேண்டாம் தாதா,
எங்கள் முன்னோருக்கு இதைச் சொல், தாதா)

கட்சி முதன்முதலாகப் போராட முடிவுசெய்தது இந்தப் பிரச்சினைக்கு எதிராகத்தான். தக்க சிகிச்சைக் கருவிகளைக் கொண்டு மிகமென்மையாக இந்தப் பிரச்சினையைக் கையாள வேண்டியிருந்தது. 1986இல், ஆதிவாசி மஹிளா சங்கடன் என்ற அமைப்பைக் கட்சி உருவாக்கியது. பிறகு 90,000 உறுப்பினர்கள் பதிவு செய்துகொண்ட கிராந்திகாரி ஆதிவாசி மஹிளா சங்கடன் (AMS) ஆகியது. ஒருவேளை இதுவே இந்த நாட்டில் மிகப் பெரிய பெண்கள் அமைப்பாகவும் இருக்கக்கூடும். (இந்த 90,000 பேருமே மாவோயிஸ்டுகள்தான். எல்லாரையும் துடைத்தழிக்கப் போகிறார்களா? அப்புறம், CNM இல் உள்ள 10,000 உறுப்பினர்கள்? அவர்களையும் அழிக்கப்போகிறார்களா?)

ஆதிவாசி முறைகளாக இருக்கும் கட்டாயத் திருமணம், பெண்கடத்தல் ஆகியவற்றை எதிர்த்து KAMS போராடுகிறது. ஆதிவாசிப் பெண்கள் மாதவிலக்கானால் அவர்களை ஊருக்கு வெளியே காட்டில் ஒரு குடிசையில் தங்கவைப்பது வழக்கம். அந்த வழக்கத்தையும் கைவிடச் சொல்லுகிறது. இருதார மணத்தையும் வீட்டுக்குள் நிகழும் வன்முறையையும் எதிர்க்கிறது. இன்னும் எல்லாப் போராட்டங்களிலும் அது வெற்றி பெற்றுவிடவில்லை. ஆனால் எந்தப் பெண்ணிய அமைப்புகள்தான் முழுதும் வெற்றி

பெற்றிருக்கின்றன? உதாரணமாக, தண்டகாரண்யத்தில், இன்றும் கூடப் பெண்கள் விதைவிதைக்க அனுமதிக்கப்படுவதில்லை. கட்சிக் கூட்டங்களில் ஆண்கள் இது தவறான விஷயம் என்றும் இவ்வாறு செய்யக்கூடாது என்றும் சொல்கிறார்கள். ஆனால் நடைமுறை என்று வரும்போது அவர்கள் முன்போலவே நடந்துகொள்கிறார்கள். ஆகவே ஜனதன சர்க்காருக்குச் சொந்த மான பொது இடங்களில் பெண்கள்தான் விதைக்க வேண்டும் என்று தீர்மானம் செய்தது. அந்த நிலத்தில் அவர்கள் விதைக் கிறார்கள், காய்கறி அறுவடை செய்கிறார்கள். தடுப்புகளைக் கட்டுகிறார்கள். பாதி வெற்றி, முழு வெற்றி அல்ல.

பஸ்தரில் போலீஸ் ஒடுக்குமுறை அதிகமாகிவிட்டதால், *KAMS* – ன் பெண்கள் ஒரு தடுக்கமுடியாத சக்தியாக வளர்ந் திருக்கிறார்கள். நேரடியாகவே போலீஸுடன் பலசமயங்களில் மோதுவதற்காக நூற்றுக்கணக்காகவும், சிலசமயங்களில் ஆயிரக் கணக்காகவும் திரண்டிருக்கிறார்கள். *KAMS* என்ற அமைப்பின் இருப்பு, பெண்களைப் பற்றிய மரபுவழி மனப்பான்மைகளை யும், மரபாகப் பெண்களுக்கு எதிராக இருக்கின்ற பாலியல் வேறுபாட்டுச் செய்கைகளையும் தீவிரமாக மாற்றியிருக்கிறது. கட்சியில் சேர்தல், குறிப்பாகப் *PLGA*வில் சேர்தல், தங்கள் சொந்தச் சமூகத்தின் இறுக்கத்திலிருந்து பெண்களுக்குத் தப்பிக் கும் வழியாக இருக்கிறது. *KAMS* – ன் ஒரு அலுவலரான தோழியர் சுசீலா, சல்வா ஜுடும் அமைப்பு *KAMS* – க்கு எதி ராகக் காட்டும் பெருஞ்சினத்தைப் பற்றிக் கூறுகிறார். சல்வா ஜுடுமின் ஒரு முழக்கம் இது : *"ஹம் தோ பீபி லாயேங்கே! லாயேங்கே!"* (நாங்கள் இரண்டு பெண்டாட்டி வைத்துக்கொள் வோம், வைத்துக்கொள்வோம்) *KAMS* உறுப்பினர்களுக்கு எதி ராகத்தான் மிக அதிகமான பாலியல் வன்முறையும் விலங்குத் தனமான பாலியல் சிதைப்பும் கட்டவிழ்த்துவிடப்பட்டன. இதைக் கண்ட பல இளம் பெண்கள் *PLGA*வில் சேர்ந்துவிட் டார்கள். இப்போது பெண்கள் அதில் 45 சதவீதம் இருக்கிறார் கள். தோழியர் நர்மதா அவர்களில் சிலபேருக்குச் சொல்லி யனுப்புகிறார். அவர்கள் எங்களோடு கொஞ்சநேரம் சேர்ந்து கொள்கிறார்கள்.

தோழியர் ரிங்கிக்கு மிகவும் குட்டையான தலைமுடி. கோண்டியில் இதைப் பாப் கட் என்பார்கள். அது அவருடைய தைரியத்தைத்தான் காட்டுகிறது, காரணம், குட்டையான முடி என்பது மாவோயிஸ்டு என்று வெளிப்படையாகத் தெரிவிக் கிறது. போலீஸ் உடனே போர்தொடுக்க இதுவே போதுமானது. தோழியர் ரிங்கியின் கிராமமான கோர்மாவை, நாகர்கள் படையும், சல்வாஜுடும் படையும் சேர்ந்து 2005இல் தாக்கின.

அந்தச் சமயத்தில் ரிங்கி கிராமப்படையின் உறுப்பினராக இருந்தார். அவருடைய இரண்டு தோழிகளான லுக்கி, சுக்கி என்பவர்களும் அப்படியே. அவர்களும் *KAMS* – ன் உறுப்பினர் கள். கிராமத்தை எரித்தபிறகு நாகர் படை, லுக்கி, சுக்கி, இன்னொரு பெண் மூவரையும் பிடித்துப் பலபேராகச் சேர்ந்து பாலியல் வன்முறைக்கு உள்ளாக்கியபின் கொன்றுவிட்டார் கள். புல்வெளியில் கற்பழித்தார்கள் என்றார் ரிங்கி. அதற்குப் பிறகு அந்தப் புல்வெளியில் புல்லே வளரவில்லை. இப்போது பல ஆண்டுகள் ஆகிவிட்டன. நாகர் பட்டாளம் போய்விட்டது.

ஆனால் போலீஸ் அவ்வப்போது வந்துகொண்டே இருக் கிறார்கள். “அவர்களுக்கு எப்போதெல்லாம் பெண்கள் அல்லது கோழிக்குஞ்சுகள் தேவைப்படுகின்றதோ அப்போதெல்லாம்.”

அஜிதாவும் பாப் கட் முடி வைத்திருக்கிறார். அவருடைய கிராமமான கோர் சீலுக்கு ஜுடும் படையினர் வந்து மூன்று பேரை ஆற்றில் அமிழ்த்திக் கொன்றார்கள். அஜிதா அப்போது கிராமப் படையில் இருந்தார். பரல்நார் தோடக் என்ற கிராமம் வரை ஜுடும் படையினர் பின்னாலேயே சென்றார். அங்கே ஆறு பெண்களை அவர்கள் பாலியல் வன்முறைக்கு உட்படுத்துவதையும், ஒரு ஆளைத் தொண்டையில் சுட்டுக் கொல்வதையும் பார்த்தார்.

தோழியர் லக்ஷ்மிக்கு நீளமான அடர்த்தியான முடி. அவருடைய ஜோஜோர் கிராமத்தில் முப்பது வீடுகளை ஜுடும் படையினர் எரிப்பதை அவர் பார்த்தார். “எங்களிடம் அப்போது ஆயுதங்கள் கிடையாது. வெறுமனே பார்த்துக் கொண்டிருப் பதைத் தவிர வேறொன்றும் செய்யமுடியவில்லை.” விரைவி லேயே அவர் *PLGA* வில் சேர்ந்தார். *2008*இல் மூன்றரை மாதங் கள் நடந்து ஒரிஸாவில் நயாகட் கிராமத்திற்கு வந்த *150* கொரில்லாக்களில் லக்ஷ்மியும் ஒருவர். அங்கே ஒரு போலீஸ் ஆயுதக்கிடங்கைத் தாக்கி *1200* ரைஃபிள்களையும் *2,00,000* ரவுண்டுகள சுடுவதற்குப் போதுமான வெடிமருந்தையும் கைப் பற்றினார்கள் அவர்கள்.

தோழியர் சுமித்ரா *PLGA* வில் *2004*இல், சல்வா ஜுடும் தன் அழிமானங்களைத் தொடங்குவதற்கு முன்னால் சேர்ந்தார். அவர் தன் வீட்டிலிருந்து தப்பிக்க விரும்பியதால் இதில் சேர்ந்தார். “எல்லா வகையிலும் பெண்களைக் கட்டுப்படுத்து கிறார்கள்” என்றார் அவர். “எங்கள் கிராமத்தில் பெண்கள் மரங்களில் ஏறக்கூடாது. அப்படி ஏறினால் *500* ரூபாய் தண்டம் அல்லது ஒரு கோழியைத் தரவேண்டும். ஒரு ஆடவன் பெண்ணை அடித்து, அவனை அவள் திருப்பி அடித்துவிட்டால் கிராமத்

திற்கு அவள் ஓர் ஆட்டைத் தரவேண்டும். ஆடவர்கள் மலைக்குச் சென்று மாதக்கணக்கில் வேட்டையாடுகிறார்கள். அவர்கள் கொண்டுவரும் பிராணிகளைத் தொடப் பெண்களுக்கு உரிமை யில்லை. இறைச்சியில் மிக நல்ல பகுதிகள் ஆண்களுக்குத் தான். பெண்கள் முட்டை சாப்பிடவும் அனுமதி கிடையாது." ஒரு கொரில்லாப் படையில் சேருவதற்கு நல்ல காரணம்தான் இல்லையா?

நாசவேலைக்குக்கூட அவர்கள் ஒரு காந்திய அணுகுமுறையை வைத் திருக்கிறார்கள். ஒரு போலீஸ் வாகனம் எரிக்கப்படும் முன்னால், அதி லுள்ள பொருட்களை எல்லாம் எடுத்துக்கொள்கிறார்கள். ஸ்டீயரிங்கை நேராக்கி ஒரு பார்மார் பீப்பாயாக்கிக் கொள்கிறார்கள். ரெக்சின் உறையைக் கழற்றி, வெடிமருந்துப் பைகளாகவும் முதுகுப் பைகளாகவும் ஆக்கிக்கொள்கிறார்கள் . . .

KAMS–ல் தன்னோடு பணிபுரிந்த தேலாம் பார்வதி, கமலா ஆகிய இருவரையும் பற்றி சுமித்ரா கூறுகிறார். தேலாம் பார்வதி, மேற்கு பஸ்தரில் பொல்லிவயா கிராமத்தைச் சேர்ந்த வர். அங்குள்ள எல்லோரையும் போலவே அவரும் தன் கிராமத்தை சல்வா ஜூடும் ஆட்கள் எரிப்பதைக் கண்டார். அவரும் பிஎல்ஜிஏவில் சேர்ந்தார். பிறகு கேஷ்கால் காடுகளில் பணிசெய்யச் சென்றார். 2009இல் அவரும் கமலாவும் சேர்ந்து மார்ச் 8 பெண்கள் தினக் கொண்டாட்டத்தை ஏற்பாடு செய்து முடித்தார்கள். அவர்கள் இருவரும் ஒரு சிறு குடிசை யில், வட்கோ என்ற கிராமத்திறகு வெளியே தங்கியிருந்தார் கள். போலீஸ் குடிசையை நள்ளிரவில் சூழ்ந்துகொண்டு சுடத் தொடங்கியது. கமலா திருப்பிச்சுட்டார், ஆனால் கொல்லப் பட்டார். பார்வதி தப்பித்தார். ஆனால் மறுநாள் தேடிக் கண்டுபிடித்துக் கொல்லப்பட்டார்.

இது சென்ற ஆண்டு பெண்கள் தினத்தன்றுதான் நடந்தது. இந்த ஆண்டு பெண்கள் தினத்தைப் பற்றி ஒரு தேசிய நாளிதழில் வந்துள்ள செய்தி அறிக்கை இது:

பஸ்தர் கலகக்காரர்கள் பெண்கள் உரிமைகளுக்குப் போராடுகிறார்கள்

சஹர் கான், மெயில் டுடே

ராய்ப்பூர், மார்ச் 7, 2010

அரசாங்கம் மாவோயிஸ்டு அச்சுறுத்தலுக்கு எதிராகப் போரிட எல்லாத் தடைகளையும் நீக்கியிருக்கலாம். ஆனால் உயிர்தரித்தலைவிட சத்தீஸ்கரில் கலகக்காரர் பிரிவுகளுக்கு வேறு வேலைகள் முக்கியமாக இருக்கின்றன. சர்வதேசப் பெண்கள் தினம் வரும் வேளையில், பஸ்தர் பிரதேசத்திலுள்ள மாவோயிஸ்டுகள் பெண்கள் உரிமை களை முன்னிறுத்த ஒரு வாரமுழுதும் கொண்டாட் டங்களை நடத்துகிறார்கள். பஸ்தர் மாவட்டத்தின் ஒரு பகுதியான பீஜப்பூரிலும் விளம்பரங்கள் ஒட்டப்பட்டுள் ளன. தங்களைத் தாங்களே பெண்கள் உரிமையின் காவலர்களாக நிறுவிக்கொண்ட இவர்களின் குரல்கள் போலீஸை வியப்படையச் செய்துள்ளன. பஸ்தரின் இன்ஸ்பெக்டர் ஜெனரல் (IG) டி.ஜே. லாங்குமார், "இப்படிப் பட்ட வேண்டுகோள் வன்முறையையும் இரத்தக்களறி யையும் மட்டுமே நம்புகின்ற மாவோயிஸ்டுகளிடமிருந்து வரும் என்று நான் எதிர்பார்க்கவேயில்லை" என்று கூறினார்.

அந்தச் செய்தி அறிக்கை மேலும் சொல்கிறது:

"மாவோயிஸ்டுகள் நமது ஜன ஜாக்ரண் அபியானை (மக்கள் விழிப்புணர்ச்சி இயக்கத்தை) எதிர்க்கப்போகி றார்கள் என்று நினைக்கிறேன். நாம் ஆபரேஷன் கிரீன் ஹண்ட்டுக்கு மக்கள் ஆதரவை வேண்டி அந்த முகாமை ஆரம்பித்தோம். அதைப் போலீஸ் இடதுசாரித் தீவிரவாதி களை ஒழிக்கப் பயன்படுத்துகிறது" என்றார் IG.

வெறுப்பும் அறியாமையும் கலந்த இப்படிப்பட்ட கலவை அபூர்வமானது அல்ல. கட்சியின் வரலாற்றாளரான குட்சா ஊசண்டி, இதைப் பற்றிப் பெரும்பாலான மக்களைவிட மிக நன்றாக அறிந்திருக்கிறார். அவருடைய சிறிய கணினி யிலும், MP3 பதிவுக்கருவியிலும் பத்திரிகை அறிக்கைகள், மறுப்புகள், திருத்தங்கள், கட்சி இலக்கியம், இறந்தவர்களின் பட்டியல்கள், தொலைக்காட்சித் துண்டுப்படங்கள், காட்சி மற்றும் கேட்பு விஷயங்கள் ஆகியவை இருக்கின்றன. "ஒரு குட்சா ஊசண்டியாக இருப்பதில் மிகவும் மோசமான விஷயம்,

1910இல் குண்டாதூர், பூம்கால் எழுச்சிக்குத் தலைமை தாங்கினார்.

"பூம்கால் என்றால் பூகம்பம் என்று பொருள்" என்கிறார் தோழர் ராஜு. "பலநாட்கள் நடந்து மக்கள் இந்தக் கொண்டாட்டத்திற்கு வருவார்கள்." காடு முழுதும் மக்கள் நடந்துகொண்டிருப்பதுபோலத் தோன்றுகிறது. தண்டகாரண்யத்தின் எல்லாப் பிரிவுகளிலும் கொண்டாட்டங்கள் நடை பெறுகின்றன.

சேத்னா நாட்டிய மஞ்ச்சின் நடிகர்கள்

"CNM – ல் இப்போது 10,000 உறுப்பினர்கள் இருக்கிறார்கள்" என்று என்னிடம் சொன்னார் தோழர் லெங், CNM – ன் தலைவர். "எங்களிடம் இந்தி, கோண்டி, சத்தீஸ்கடி, ஹால்பி ஆகிய மொழிகளில் 500 பாடல் கள் இருக்கின்றன. 140 பாடல்களைத் தொகுத்து நூலாக அச்சிட்டு வெளியிட்டிருக்கிறோம். எல்லோரும் பாட்டு எழுதுகிறார்கள்."

என்றைக்குமே ஊடகங்கள் வெளியிட விரும்பாத தெளிவுறுத்தல்களை வழங்கிக்கொண்டிருப்பதுதான். எங்கள் வெளியிடப்படாத தெளிவுறுத்தல்களையும் அவர்களெல்லாம் சொல்லுகின்ற பொய்களையும் தொகுத்து ஒரு தடித்த புத்தகத்தையே கொண்டுவரமுடியும்." அவர் பேசுவதில் சற்றும் வெறுப்பு இல்லை. ஒருவித வேடிக்கை கலந்த சந்தோஷம்தான் இருந்தது.

"நீங்கள் மறுக்கவேண்டி வந்த மிகவும் முட்டாள்தனமான குற்றச்சாட்டு என்ன?"

பின்னோக்கிச் சிந்திக்கிறார். "2007இல் "நஹீம் பாயீ, ஹம்னே காய்கோ ஹதோடே சே நஹீம் மாரா" (சகோதரர்களே, நாங்கள் பசுக்களைச் சம்மட்டியால் அடித்துக் கொல்லவில்லை) என்று ஒரு அறிக்கை வெளியிடவேண்டிவந்தது. 2007இல் ரமண்சிங் அரசாங்கம், 'காய் யோஜனா' (பசு வழங்கும் திட்டம்) கொண்டுவந்தது. அது, ஒவ்வொரு ஆதிவாசிக்கும் ஒரு பசுவழங்குவதாகச் சொன்ன தேர்தல் வாக்குறுதி. ஒரு நாள் தொலைக்காட்சிச் சேனல்களிலும் பத்திரிகைகளிலும், "நக்சலைட்டுகள் பசு மந்தை ஒன்றினைச் சம்மட்டிகளால் அடித்துக் கொன்றார்கள், ஏனென்றால் அவர்கள் இந்துக்களுக்கு எதிரிகள், பிஜேபிக்கு எதிரிகள்" என்று செய்தி வெளியிடப்பட்டது. என்ன நடந்தது என்று நீங்களே கற்பனை செய்யலாம். நாங்கள் ஒரு மறுப்பு வெளியிட்டோம். யாரும் அதை வெளியிடவில்லை. பின்னால் ஆதிவாசிகளுக்கான பசுக்களை அளிக்குமாறு தரப்பட்டவன் ஒரு போக்கிரி என்று தெரிந்தது. அவன் அவற்றையெல்லாம் விற்றுவிட்டு, நாங்கள் தாக்குதல் நடத்திப் பசுக்களைக் கொன்றதாகச் சொல்லிவிட்டான்."

மிகவும் கடுமையான குற்றச்சாட்டு எது?

"அவை டஜன்கணக்காக இருக்கின்றன. அவர்கள் எங்களை எதிர்க்க ஒரு போராட்டமே அல்லவா நடத்திக்கொண்டிருக்கிறார்கள்? சல்வா ஜூடும் அம்பேலியில் முதன்முதலாக உருவாக்கப்பட்டபோது, கிராமங்களின் செயல்வீரர்களை யெல்லாம் ஒரு கூட்டத்திற்கு அழைத்தார்கள். ஆனால் அவர்களை அடித்துப் போலீஸிடம் ஒப்படைத்துவிட்டார்கள். பிறகு அவர்கள் யாவரும், SPO க்கள், நாகர்கள் பட்டாளம், போலீஸ் – எல்லாம் தடிமேந்திரியை நோக்கி வந்தார்கள். அங்கே எங்கள் உள்ளூர் கொரில்லாப்படை வீரர்கள் வானை நோக்கிச் சுட்டு அவர்களை விரட்டிவிட்டார்கள். ஒருவருக்கும் காயம் கிடையாது. ஆனால் *Frontline* பத்திரிகையின் அன்னீ சைதி – அவருடைய சொந்த வார்த்தைகள் இவை – எழுதினார்:

“தல்மேந்திராவில் 10,000 பேருக்குமேல் கூடியிருந்த கூட்டத்தில் நக்சலைட்டுகள் துப்பாக்கிச்சூடு நடத்தி நூற்றுக்கணக்கான பேரைக் கொன்றதாகத் தெரிகிறது.”[7]

“அதேநாளில் ஜுடும் கோட்ராபல் சென்றார்கள். கோட்ராபல்லைப் பற்றிக் கேள்விப்பட்டிருக்கிறீர்களா? அது ஒரு புகழ்பெற்ற கிராமம். சரணடைய மறுத்ததற்காக அது இருபத்திரண்டு முறை எரிக்கப்பட்டிருக்கிறது. கோட்ராபல்லை அவர்கள் அடைந்தபோது எங்கள் படைவீரர்கள் அங்கே காத்திருந்தார்கள். அவர்கள் ஒரு திடீர்த் தாக்குதலை நடத்தத் திட்டமிட்டிருந்தார்கள். சல்வா ஜுடும் முட்டாள்கள் மூன்று பேர் கொல்லப்பட்டார்கள். பன்னிரண்டுபேரை எங்கள் படைவீரர்கள் பிடித்தார்கள். மிச்சம்பேர் ஓடிப்போய்விட் டார்கள். ஆனால் செய்தித்தாள்கள், நக்சலைட்டுகள் டஜன் கணக்கான ஆதிவாசிகளைக் கொன்றுவிட்டதாகச் செய்தி வெளியிட்டன. மனித உரிமைப் போராளியும், இந்த மாதிரித் தகவல்களில் மிகவும் எச்சரிக்கையாக இருப்பவருமான கே. பால கோபால்கூட மனித உரிமைகள் அரங்கத்தில் ஒரு செய்தி வெளியீட்டில் பதினெட்டுப்பேர் கொல்லப்பட்டனர் என்று கூறினார். நாங்கள் ஒரு தெளிவுறுத்தலை அனுப்பினோம். யாரும் அதைப் பிரசுரிக்கவில்லை. பின்னர், தமது புத்தகத்தில் பாலகோபால் தமது தவறை ஒப்புக்கொண்டார் . . . ஆனால் யார் அதைக் கவனித்தார்கள்?”[8]

அவர்கள் பிடித்துவந்த பன்னிரண்டு பேர்கள் என்ன ஆனார்கள் என்று அவரைக் கேட்டேன்.

“அந்தந்த இடத்திற்கான ஜன அதாலத் (மக்கள் நீதி மன்றம்) இருக்கிறது. நாலாயிரம்பேர் அப்போது நீதிமன்றத் திற்கு வந்தனர். கதை முழுவதையும் அவர்கள் கேட்டார்கள். இரண்டு பேருக்கு மரண தண்டனை விதிக்கப்பட்டது. அதில் ஒருவன் தப்பிவிட்டான். மற்றவர்களை எச்சரித்து அனுப்பி விட்டோம். மக்கள்தான் இதைத் தீர்மானித்தார்கள். இங்கிருந்து செய்தியனுப்புபவர்களைக்கூட – இது இப்போது ஒரு பெரிய பிரச்சினை ஆகிக்கொண்டு வருகிறது – மக்கள் வழக்கினையும், கதைகளையும், குற்ற ஒப்புதல்களையும் கேட்கிறார்கள் – பிறகு “இஸ்கா ஹம் ரிஸ்க் நஹீங் லே சக்தே” (நாங்கள் ரிஸ்க் எடுக்க விரும்பவில்லை) என்றோ “இஸ்கா ரிஸ்க் ஹம் லேங்கே” (நாங்கள் இதற்கான ரிஸ்க் எடுக்கிறோம்) என்றோ தெரிவிக் கிறார்கள். பத்திரிகைகள், கொல்லப்பட்ட தகவலாளர்களைப் பற்றித் தெரிவிக்கின்றன. ஆனால் விட்டுவிடப்பட்டவர்களைப் பற்றி ஒருபோதும் சொல்வதில்லை. ஆகவே நாங்கள் செய்வது ஏதோ இரத்தவெறி பிடித்த செயல்கள், அதில் எப்போதும்

யாரேனும் கொல்லப்படுகிறார்கள் என்று பிறர் நினைத்துக் கொள்கிறார்கள். இது பழிவாங்குதல் அல்ல... நாங்கள் உயிர் பிழைத்திருப்பது பற்றிய, எதிர்கால வாழ்க்கை பற்றிய விஷயம். பிரச்சினைகள் இருக்கின்றன, சிலசமயம் நாங்கள் தவறுகள் செய்கிறோம், எங்கள் தாக்குதல்களில் கொல்ல வேண்டாதவர்களையும் அவர்கள் போலீஸாக இருக்கலாம் என்று எண்ணிக் கொன்றிருக்கிறோம், ஆனால் ஊடகங்களில் சித்தரிக்கப்படுவதுபோல் எதுவும் கிடையாது."

எல்லோரும் பயப்படுகிற 'மக்கள் நீதிமன்றங்கள்'. எப்படி அவற்றை ஏற்க முடியும்? அல்லது இம்மாதிரி முரட்டுத்தனமான நீதியை எப்படி ஒப்புக்கொள்ள இயலும்? ஆனால், அப்படிப்பார்த்தால், போலியான என்கவுண்டர்களையும் பிறவற்றையும் பற்றி என்ன சொல்வது? மிக எளிதாக நீதி வழங்கிவிடுகின்ற வடிவங்கள். இவை போலீஸ்காரர்களுக்கும் வீரர்களுக்கும் வீரப் பதக்கங்களையும் பணப்பரிசுகளையும் திடீர்ப் பதவி முன்னேற்றங்களையும் இந்திய அரசாங்கத்திலிருந்து அள்ளி வழங்குகின்றனவே. எவ்வளவு அதிகமாகக் கொல்கிறார்களோ, அவ்வளவுக்கு அதிகமான பரிசுகள். சிங்கங்கள் என்றும் என்கவுண்டர் ஸ்பெஷலிஸ்டுகள் என்றும் அவர்களை அழைக்கிறார்கள். ஆனால் அவர்களைக் கேள்வி கேட்கத் துணியும் எங்களைத் தேசத்திற்கு எதிரானவர்கள் என்கிறார்கள். அப்புறம், 2001 பாராளுமன்றத் தாக்குதல்களில் குற்றம் சாட்டப்பட்ட முகமது அஃப்சலைத் தண்டிக்கப் போதுமான சாட்சிகள் எங்களிடம் இல்லை என்று உச்சநீதிமன்றம் வெட்கமில்லாமல் ஒப்புக் கொண்டதே, அதற்கு என்ன சொல்கிறார்கள்? ஆனால் பிறகு அந்த மரணதண்டனையை நிறைவேற்றி விட்டார்கள், ஏனென்றால் "குற்றம் சாட்டப்பட்டவருக்கு மரண தண்டனை விதித்தால்தான் சமூகத்தின் கூட்டு மனச் சாட்சி திருப்தியடையுமாம்."[9]

குறைந்தபட்சம் கோட்ராபல் மக்கள் நீதிமன்றத்தைப் பொறுத்த அளவிலாவது தன் முடிவைத் தானே எடுக்கக் கூட்டுமனசாட்சி மக்கள் வடிவத்தில் அங்கே கூடியிருந்தது. சாதாரண மக்கள் வாழ்க்கையுடன் வெகுகாலத்திற்கு முன்னால் தொடர்பறுந்துபோன நீதிபதிகள், இல்லாத ஒரு கூட்டு மனப் பான்மையின் சார்பாகப் பேசுவதாக நினைத்து வழங்கிய தீர்ப்பல்ல அது.

கோட்ராபல் மக்கள் என்ன செய்திருக்க வேண்டும்? தெரியவில்லை. ஒருவேளை போலீஸுக்குச் சொல்லியனுப்பி யிருக்க வேண்டுமா?

○

பறைகளின் முழக்கம் நிஜமாகவே பெரிதாக ஒலிக்கிறது. பூம்கால் தொடங்கும் நேரம் இது. நாங்கள் மைதானத்துக்குச் செல்கிறோம். என் கண்களையே நம்பமுடியவில்லை. அழகழ கான முறைகளில் விநோதமாக உடுத்திக்கொண்டு ஒரு அற்புத மான மக்கள் கடல். பெண்களைவிட ஆண்களே தங்களைப் பற்றி அதிக அக்கறை செலுத்தியவர்களாகக் காணப்படுகிறார் கள். தலையில் இறகுவைத்த கிரீடம். முகத்தில் வண்ணம் தீட்டியிருக்கிறார்கள். பலபேர் முகத்தில் வெள்ளை அடித்துக் கொண்டு கண்களுக்கு மை தீட்டியிருக்கிறார்கள். மக்கள் படையினரும் நிறைய இருக்கிறார்கள். தோள்களில் துப்பாக்கி களை யதார்த்தமாகத் தொங்கவிட்டபடி பல வண்ணச் சேலை யுடுத்திய பெண்கள். முதியோர்களும் சிறார்களும்கூட இருக் கிறார்கள். ஆகாயத்தைக் குறுக்கிட்டபடி செந்நிறத் தோரணங் கள். சூரியன் உயரத்திலிருந்து கொளுத்துகிறது. தோழர் லெங் பேசுகிறார். ஜனதன சர்க்கார்களின் வேறுபல பணியாளர் களும் பேசுகிறார்கள். 1997இலிருந்து தோழியர் நீதி என்பவர் கட்சியில் இருக்கிறார். எவ்வளவு தூரம் அவரைத் தேசத்திற்கு எதிரியாகக் கருதியிருந்தால், 2007 ஜனவரியில் அவர் இன்னார் கிராமத்தில் இருப்பதாகக் கேள்விப்பட்டபோது 700 போலீஸ் காரர்களுக்குமேல் அதைச் சுற்றிவளைத்துக்கொண்டிருப்பார் கள்? தோழியர் நீதியை அவ்வளவு அபாயமானவர் என்று நினைத்து மூர்க்கத்தனமாகத் தேடுவதற்குக் காரணம், அவர் மறைந்திருந்து தாக்குதல்கள் பலவற்றை நடத்தியவர் (நடத்தியே யிருக்கிறார்) என்பதனால் அல்ல. மாறாக, அவர் ஒரு ஆதிவாசிப் பெண்மணி, கிராமத்தில் எல்லோராலும் நேசிக்கப்படுபவர், இளைஞர்களுக்கு நிஜமான உற்சாகமளிப்பவராக இருக்கிறார் என்ற காரணத்தினால்தான். தோளில் தனது ஏகே47ஐத் தாங்கிய வண்ணம் பேசுகிறார். (அந்தத் துப்பாக்கிக்குப் பின் ஒரு கதை இருக்கிறது. ஏன், எல்லோருடைய துப்பாக்கிகளுக்குப் பின்னும் ஒவ்வொரு கதை இருக்கிறது. யாரிடமிருந்து, எப்படி, யாரால் அது கைப்பற்றப்பட்டது என்பதுபோல.)

பூம்கால் எழுச்சியைப் பற்றி CNM குழு ஒன்று ஒரு நாடகம் நிகழ்த்துகிறது. தீமையே வடிவமான காலனியாதிக்க வெள்ளைக் காரர்கள் தொப்பிகளும், தலைமுடியில் வைக்கோலும் அணிந் திருக்கிறார்கள். அவர்கள் ஆதிவாசிகளைத் தொல்லைப்படுத்தி அடித்து நொறுக்குகிறார்கள். கூடியிருந்தவர்கள் மகிழ்ச்சியோடு பார்த்து ரசிக்கிறார்கள். தெற்குக் கங்காளூரிலிருந்து வந்த இன்னொரு நாடகக்குழு, நீத்ர் ஜொடும் பிடோ (இரத்தவேட்டை யின் கதை) என்ற நாடகத்தை நடத்துகிறார்கள். ஜொரி அதை எனக்காக மொழிபெயர்த்துச் சொல்கிறார். தங்கள் பெண்ணின் கிராமத்தைத் தேடிச்செல்லும் இரண்டு முதியவர்களின் கதை

அது. காட்டின் வழியாக நடக்கும்போது, எல்லாம் எரிக்கப் பட்டு, சுவடின்றிப் போயிருப்பதால் வழி தவறிவிடுகிறார்கள். சல்வா ஜுடும் வந்து இசைக்கருவிகளையும் பறைகளையும் கூட எரித்துவிட்டுப் போயிருக்கிறது. மழை பெய்திருப்பதால் சாம்பலைக் காணவில்லை. தங்கள் பெண்ணை அவர்களால் காணமுடியவில்லை. தங்கள் சோகத்தைப் பாடலாகப் பாடத் தொடங்குகிறார்கள். அதற்கு எதிராக அந்த அழிவுகளின் ஊடாக அவர்கள் பெண்ணின் பாடல் குரலும் ஒலிக்கிறது. “நமது கிராமத்தின் சத்தம் மௌனமாக்கப் பட்டுவிட்டது” என்று அவள் பாடுகிறாள். “இனிமேல் நெல் குத்துதல், கிணற்றின் அருகில் பெண்களின் சிரிப்பு இவையெல்லாம் இல்லை. பறவை கள் இல்லை, ஆடுகள் கத்தப்போவதில்லை. நமது மகிழ்ச்சியின் இழுத்துக்கட்டப்பட்ட நரம்பு அறுக்கப்பட்டு விட்டது.”

அவளுடைய தகப்பனார் திரும்பப் பாடுகிறார்: “அழகிய என் மகளே, இன்றைக்கு நீ அழவேண்டாம். பிறந்தவர்கள் யாவரும் இறந்தாகத்தானே வேண்டும்? நம்மைச் சுற்றியுள்ள இந்த மரங்கள் வீழும், பூக்கள் மலர்ந்து வாடும். ஒருநாள் இந்த உலகமே மூப்படைந்து போகும். ஆனால் நாம் யாருக் காகச் சாகிறோம்? நம்மைக் கொள்ளையடிப்பவர்கள் ஒருநாள் உணர்ந்துகொள்வார்கள், ஒருநாள் உண்மை மலரும், ஆனால் நமது மக்கள் உன்னை மறக்க மாட்டார்கள், ஆயிரக்கணக் கான ஆண்டுகள் ஆனாலும்.”

பிறகு சில சொற்பொழிவுகள். பிறகு பறையொலியும் நடனமும் தொடர்கின்றன. ஒவ்வொரு ஜனதன சர்க்காருக்கும் ஒரு தனிக்குழு இருக்கிறது. ஒவ்வொரு குழுவும் தனக்கென ஒரு ஆட்டத்தைத் தயாரித்து வைத்திருக்கிறது. அவர்கள் ஒருவர் பின் ஒருவராகப் பெரிய முரசுகளோடு வருகிறார்கள். நம்பமுடியாத கதைகளை நடிக்கிறார்கள். ஒவ்வொரு குழுவிலும் பொதுவாகக் காணப்படுகின்ற ஒரே பாத்திரம், தீய சுரங்கக் காரான். ஹெல்மெட்டும், கருப்புக் கண்ணாடியும் அணிந்து, புகைபிடித்துக் கொண்டிருப்பவனாகக் காட்டப்படுகிறான். இறுக்கமாகவோ, எந்திரத் தனமாகவோ அவர்கள் நடனத்தில் ஏதும் இல்லை. நடனமாடும்போது புழுதி எழுகிறது. முரசுகளின் ஒலி இன்னும் பலமாகக் காதுகளைச் செவிடுபடுத்தும்படி அதிர்கிறது. கொஞ்சம் கொஞ்சமாகக் கூட்டமும் அசையத் தொடங்கிப் பிறகு நடனமாடத் தொடங்கிவிடுகிறது.

சிறிய சிறிய ஆறேழுபேர்கொண்ட அணிகளாக ஆடுகிறார் கள். ஆடவர்கள் தனியாக, பெண்டிர் தனியாக. ஒருவர் கைகள் அடுத்தவர் இடுப்பைத் தழுவியிருக்கின்றன. ஆயிரக்கணக்கான வர்கள். இதற்குத்தான் அவர்கள் வந்தார்கள். இதற்காக. தண்ட

காரண்யக் காட்டில் மகிழ்ச்சியும் மிகத் தீவிரமாகக் கொள்ளப் படுகிறது. விருந்துண்டு பாடுவதற்கு, தங்கள் தலைகளில் இறகு களையும் பூக்களையும் சூடிக் கொள்வதற்கு, அடுத்தவரைச் சுற்றித் தங்கள் கைகளை இட்டுத் தழுவிக்கொள்வதற்கு, மஹுவா அருந்தி இரவெல்லாம் நடனமாடுவதற்கு – மைல்கணக்காக, நாள்கணக்காக நடந்துவருவார்கள். யாரும் தனியாகப் பாடுவதோ நடனமாடுவதோ கிடையாது. வேறு எதையும்விட, தங்களை நசுக்கி அழிக்கவரும் ஒரு நாகரிகத்திற்கு எதிராக அவர்களது எதிர்ப்பைக் காட்டுவதாக இருக்கிறது.

இவையெல்லாமே போலீஸின் பார்வைக்கு எதிரிலேயே நடக்கிறது என்பதை என்னால் நம்பமுடியவில்லை. பசுமை வேட்டைப் போருக்கு மத்தியில்.

PLGA தோழர்கள் முதலில் தங்கள் துப்பாக்கிகளோடு ஒதுங்கி நின்று அவர்களைப் பார்த்துக்கொண்டிருக்கிறார்கள். பிறகு, ஒருவர் பின் ஒருவராக, பிற வாத்துகள் நீந்தும்போது தான் மட்டும் கரையில் தனித்திருக்க இயலாத வாத்துப்போல, தாங்களும் அவர்களுடன் சேர்ந்து நடனமாடத் தொடங்குகிறார் கள். மற்ற எல்லா வண்ணங்களுடனும் கலந்து இப்போது ஆலிவ் பச்சைவண்ண நடனக்காரர்களும் ஆடுகின்றனர். பல மாதங்களாக, சிலசமயம் பல ஆண்டுகளாகக் கூடப் பார்க்காத வர்கள், சகோதர சகோதரிகளும், பெற்றோரும் பிள்ளைகளும், நண்பர்களும் ஒருவரையொருவர் கண்டுபிடித்துச் சந்திக்கும் போது, அணிகள் கலைந்து பிறகு புதிதாக உருவாகின்றன. சுழலும் சேலைகள், பூக்கள், ஒலிக்கும் முரசுகள் இவற்றினிடையே ஆலிவ்பச்சை வண்ணங்களும் ஆங்காங்குத் தென்படுகின்றன. நிச்சயமாக இது மக்கள் இராணுவம்தான். குறைந்தபட்சம், இப்போது. தலைவர் மாவோ ஒருசமயம், மக்கள்தான் குளம், கொரில்லாக்கள் அதிலுள்ள மீன்கள் என்று சொல்லிய விஷயம், இந்தக் கணத்தில் மிக நிஜமான உண்மை.

தலைவர் மாவோ. இங்கும் அவர் இருக்கிறார். கொஞ்சம் தனிமையில், ஆனால் இருக்கிறார். பின்னால் கட்டிய ஒரு சிவப்புத் துணியில் அவரது படம் இருக்கிறது. மார்க்ஸும் கூட இருக்கிறார். பிறகு நக்சலைட் இயக்கத்தை ஆரம்பித்து அதற்குக் கொள்கை அடிப்படை தந்த சாரு மஜும்தார் படமும்.

அவரது முரட்டு முழக்கங்கள் வன்முறை, இரத்தம், உயிர்த் தியாகம் ஆகியவற்றை ஆர்வத்துக்குரியவையாக ஆக்கிவிடுகின் றன. மனிதக் கூட்டத்தை அழித்துவிடுவார்களோ என்று எண்ணங்

பூம்கால் கொண்டாட்டங்கள்

அமைதியாகக் காட்சியளிக்கும் இந்தக் காட்டில், வாழ்க்கை முற்றிலும் இராணுவ மயமாகிவிட்டது. மக்கள் எல்லோருக்கும் சுற்றிவளை, சுடு, முன்னேறு, பின்வாங்கு, தாக்கு போன்ற சொற்கள் தெரியும். தங்கள் பயிர்களை அறுவடை செய்ய PLGA அவர்களுக்குக் காவலாக வந்து உதவ வேண்டும். சந்தைக்குப் போவதும்கூட ஒரு இராணுவச் செயல்பாடுதான்.

பூம்கால் கொண்டாட்டத்தின் தொடக்க நிகழ்ச்சி

பூம்கால் கொண்டாட்டங்களைத் தான் எதிர்நோக்கியிருக்கிறேனா என்பது எனக்குத் தெளிவாக இல்லை. மாவோயிஸ்டு பிரச்சாரத்தினால் இறுகிப் போன பழங்குடி நடனங்களை, எழுச்சிபெற வைக்கும் அணியலங்காரப் பேச்சுகளை, பேந்த விழிக்கும் பணிவானதொரு பார்வையாளர் கூட்டத்தை ஒருவேளை சந்திக்கநேருமோ என அஞ்சுகிறேன்.

கொள்ள வைக்கிறது அவரது நாசூக்கற்ற மொழிப்பிரயோகம். பூம்கால் நாளில் இங்கே நின்றுகொண்டிருக்கும் வேளையில், இந்தப் புரட்சிக்கு உயிராக இருக்கக்கூடிய அவரது பகுப்பாய்வு, இதன் உணர்ச்சி, இழைவமைதியிலிருந்து மிகவும் மாறுபட்டிருக்கிறது என்பதை நினைக்காமல் இருக்கமுடியவில்லை. “வர்க்கப்போராட்டத்தை – அதாவது முற்றிலும் அழிக்கும் போராட்டத்தை – நிகழ்த்தினால்தான், புதிய மனிதன் உருவாக முடியும். அந்தப் புதிய மனிதன், மரணத்தைக் கண்டு அஞ்சாதவனாக, எந்தவித சுயநோக்கமும் அற்றவனாக இருப்பான்.”[10] இந்தப் பழங்கால மக்கள், இரவில் நடனம் புரிகின்றவர்களின் தோள்கள் மீதுதான் அவருடைய கனவுகளை நனவாக்கும் சுமை அழுந்தியிருக்கிறது என்பதை அவர் கற்பனை செய்தும் பார்த்திருப்பாரா?

கட்சியின் பழங்கால அனுபவங்களின் தத்துவச் சிந்தனைக் கட்டான கட்சிச் சிந்தனையாளர்களின் கடுமையான, வளைந்து கொடுக்காத சொற்கள்தான் இங்கே நடப்புகளை உருவாக்குகின்றன என்று வெளியுலகத்திற்கு வைக்கப்படுகின்ற சித்திரம், இங்கே நிகழும் எல்லாவற்றிற்கும் செய்யும் அவமானம் ஆகும். சாரு மஜூம்தார் ஒரு முறை சொன்ன பிரபலமான கூற்று, “சீனாவின் தலைவர் நமது தலைவர், சீனாவின் பாதை நமது பாதை” என்பது. அந்தச் சமயத்தில் கிழக்குப் பாகிஸ்தானில் (இப்போது வங்கதேசம்) ஜெனரல் யாஹியா கான் படுகொலை நடத்திக்கொண்டிருந்தபோது வாய்மூடியிருக்கும் அளவுக்கு மாவோயிஸ்டுகள் மூடத்தனமாக இருந்தார்கள். ஏனென்றால் அப்போது சீனா, (மேற்கு) பாகிஸ்தானின் நட்புநாடு. அதே போலக் கம்போடியாவில் க்மேர் ரூஜ் சம்பவம், அதைத் தொடர்ந்த படுகொலைகளைப் பார்த்துக்கொண்டும் சும்மா இருந்தார்கள். சீன, ரஷ்யப் புரட்சிகளில் அதிர்ச்சிக்குள்ளாக்கும் வகையில் நடந்த மிகைச்சம்பவங்களுக்கும் சும்மா இருந்தார்கள். திபேத்தைப் பற்றி மௌனம். நக்சலைட் இயக்கத்திற்குள்ளாகவே மட்டுமீறிய வன்முறைகள் நடந்திருக்கின்றன, அவர்கள் செய்த பலவற்றை ஆதரிக்கவே இயலாது.

ஆனால் காங்கிரஸும் பிஜேபியும் பஞ்சாப், காஷ்மீர், தில்லி, மும்பை, குஜராத் போன்ற இடங்களில் செய்த அற்பத்தனமான சாதனைகளை அவர்களுடைய காரியங்கள் எதுவும் விஞ்சமுடியாது. இந்த மாதிரி பயங்கரமான முரண்பாடுகள் இருந்தபோதிலும், சாரு மஜூம்தார், அவர் எழுதியவற்றிலும், உரையாற்றியவற்றிலும் இந்தியாவுக்கெனத் தனித்த அரசியல் நோக்குப் படைத்தவர் என்பதிலோ அவரது நோக்குகளை அவ்வளவு எளிதாகப் புறக்கணித்துவிட முடியாது என்பதிலோ

ஐயமில்லை. அவர் ஏற்படுத்திய கட்சியும், அதிலிருந்து பிரிந்த பல சுள்ளிக்குழுக்களும் இன்றுவரை புரட்சியின் கனவை நிஜமாகவும், இன்றைய இந்தியாவுக்கும் தேவையானதாகவும் நிலைநிறுத்தியிருக்கின்றன. புரட்சிக் கனவில்லாத ஒரு சமூகத்தைக் கற்பனைசெய்து பாருங்கள். இந்த ஒன்றிற்காகவே அவரை நாம் கடுமையாக எடைபோடக்கூடாது. குறிப்பாக அஹிம்சை முறை பற்றியும் தர்மகர்த்தா முறை பற்றியும் காந்தியின் பாசாங்குகளை வைத்து நம் சிந்தனையைப் போர்த்திக் கொண்டுள்ள சமயத்தில் அவரை எடைபோடுவது நியாயமில்லை. "பணக்காரன் தனது சொத்தை அப்படியே வைத்துக்கொள்வானாம், தன்னுடைய தேவைகளுக்கு நியாயமானதை மட்டும் எடுத்துக் கொள்வானாம், மீதியிருக்கும் பணத்தைச் சமூகத்தின் நன்மைக்குப் பயன்படுத்துவதற்காக ஒரு அறங்காவலன்போல நடந்து கொள்வானாம்." தர்மகர்த்தாக் கொள்கை!

நமது இந்திய நிறுவனத்தின் ஜார் மன்னர்கள், நக்சலைட்டுகளைச் சற்றும் ஈவிரக்கமின்றி அழித்தவர்கள், சாரு மஜும்தார் நீண்டகாலம் முன்னால் சொன்னவற்றை இப்போது சொல்கிறார்கள் – "சீனாவின் பாதை நமது பாதை."

எல்லாம் தலைகீழாக. உள்ளிருந்து வெளியாக.

சீனாவின் பாதை மாறிவிட்டது. இப்போது சீனா, பிற நாடுகளின் கச்சாப் பொருள்களை உறிஞ்சி ஒரு வல்லரசாக மாறிக்கொண்டிருக்கிறது. ஆனால் கட்சி இப்போதும் சரியாகத்தான் நடந்துகொள்கிறது; அது தனது மனதை மாற்றிக்கொண்டு விட்டது அவ்வளவுதான்.

இப்போது தண்டகாரண்யத்தில் நிகழ்வதுபோல, கட்சி தன்னை ஒரு மணமகனின் நிலையில் நிறுத்திக்கொண்டு, மக்களாகிய மணமகளை நாடிச் செல்லும்போது, நிஜமாகவே அது மக்கள் கட்சிதான், அதன் இராணுவம், மக்கள் படைதான். ஆனால் புரட்சிக்குப் பின்னால் இந்தத் திருமணம் எவ்வளவு கசப்பாக மாறிவிடுகிறது!

எவ்வளவு எளிதாக மக்கள்மீது பாய்ந்துவிட முடிகிறது? இன்றைக்குத் தண்டகாரண்யத்தில், கட்சி பாக்ஸைட்டை மலையிலேயே வைத்திருக்க விரும்புகிறது. ஒருவேளை நாளைக்கு அது தன் மனத்தை மாற்றிக்கொண்டால்? ஆனால் எதிர்காலத்தைப் பற்றிய அவநம்பிக்கைகள், இன்றைக்கு நம்மைச் செயல்படாமல் ஆக்கவேண்டுமா?

இரவு முழுவதும் நடனம் நடைபெறும். நான் முகாமுக்குத் திரும்பி நடக்கிறேன். மாசி அங்கே விழித்துக்கொண்டிருக்கிறார்.

இரவு முழுவதும் நாங்கள் உரையாடுகிறோம். அவருக்கு என் சொந்தப் பிரதியான பாப்லோ நெரூடாவின் *Captain's Verses* புத்தகத்தை அளிக்கிறேன். (தேவைப்பட்டால் படிப்பதற்காக எடுத்துக் கொண்டு வந்தது.) அவர் மறுபடியும் மறுபடியும் கேட்கிறார் – எங்களைப் பற்றி வெளியுலகில் என்ன நினைக்கிறார்கள்? மாணவர்கள் என்ன நினைக்கிறார்கள்? பெண்கள் இயக்கத்தைப் பற்றிச் சொல்லுங்கள். இப்போது நாட்டில் மிகப் பெரிய பிரச்சினைகள் எவை? என்னைப் பற்றியும் எனது எழுத்தைப் பற்றியும் கேட்கிறார். என் குழப்பத்தைப் பற்றி அவருக்கு ஒரு நேர்மையான விளக்கத்தைத் தர முனைகிறேன். பிறகு அவர் தன்னைப் பற்றிப் பேச ஆரம்பிக்கிறார். எப்படிக் கட்சியில் அவர் சேர்ந்தார் என்பது பற்றி. ஒரு பொய்யான மோதலில் அவருடைய துணைவர் சென்ற மே மாதம் கொல்லப்பட்டார். நாசிக்கில் கைதுசெய்யப்பட்ட அவர், வாரங்கல்லில் கொல்லப்படுவதற்காகக் கொண்டுசெல்லப் பட்டார். “மிக மோசமாக அவரைச் சித்திரவதை செய்திருக்க வேண்டும் அவர்கள்.” அவள் அவரைச் சந்திக்கச் சென்றுகொண்டிருந்தபோது அவளுக்கு அவர் கைது செய்யப்பட்டார் என்ற செய்தி கிடைத்தது. அன்றிலிருந்து மாசி காட்டிலேயே தங்கி விட்டாள். நீண்ட மௌனத்திற்குப் பிறகு தனக்குப் பல ஆண்டுகளுக்கு முன்னமே திருமணம் செய்துவைக்கப்பட்டதாகச் சொல்கிறார். அவருடைய கணவரும் மோதலில்தான் கொல்லப் பட்டார். இதயத்தை நொறுக்கும் கூற்றாகத் துல்லியமாகச் சொல்கிறார் – “ஆனால் ஒரு நிஜமான மோதலில்.”

மாசியின் நீடித்த சோகத்தைப் பற்றி நினைத்தபடியும், மைதானத்தில் முரசுகள், நீடித்த மகிழ்ச்சியின் ஒலிகளைக் கேட்டபடியும், மாவோயிஸ்டு கட்சியின் முக்கியமான கட்டளையும், சாரு மஜூம்தாரின் எண்ணமும் ஆன நீடித்த போரைப் பற்றியும் நினைத்தவாறே எனது ஜில்லியில் தூக்கமின்றிப் படுத்திருக்கிறேன். இதனால் தான் மாவோயிஸ்டுகள் அமைதிப் பேச்சுவார்த்தை நடத்துவதைக்கூடப் பொய்யானதென்றும், திரும்பவும் குழுக்களைத் திரட்டி, ஆயுதங்களைத் திரட்டி மறுபடியும் நீடித்த போரை மேற்கொள்ளச் செய்யப்படும் ஏமாற்று என்றும் மக்களும் நினைக்கிறார்கள். நீடித்த போர் என்றால் என்ன? தன்னளவிலேயே அது பயங்கரமானதொன்றா? அல்லது போரின் இயல்பைப் பொறுத்து அமைவதா? தண்டகாரண்யத்திலுள்ள மக்கள் முப்பதாண்டுகளாக நீடித்தபோரை நடத்தத் தயாராக இல்லாவிட்டால், இவர்களுடைய கதி என்ன?

நீடித்த போரில் நம்பிக்கை கொண்டவர்கள் மாவோயிஸ்டுகள் மட்டும்தானா? தனக்கெனச் சர்வ வல்லமை பெற்ற

தியாகிகளுக்கு ஒரு நிலையற்ற நினைவுச்சின்னம்

மக்கள் படை எளிதாக மக்களுக்கு எதிராகவும் திரும்புமா? இன்றைக்குக் கட்சி, பாக்சைட் மலையிலேயே இருக்கட்டும் என்கிறது. நாளைக்கு அது மனத்தை மாற்றிக் கொள்ளுமா? ஆனால் எதிர்காலத்தைப் பற்றிய அவநம்பிக்கைகள், இன்றைக்கு நம்மைச் செயல்படாமல் ஆக்க வேண்டுமா?

பூம்கால் தொடங்குகிறது

தண்டகாரண்யக் காட்டில் மகிழ்ச்சியும் மிக தீவிரமாகக் கொள்ளப்படுகிறது. விருந்துண்டு பாடுவதற்கு, தங்கள் தலைகளில் இறகுகளையும் பூக்களையும் சூடிக்கொள்வதற்கு, அடுத்தவரைச் சுற்றித் தங்கள் கைகளை இட்டுத் தழுவிக் கொள்வதற்கு, மஹுவா அருந்தி இரவெல்லாம் நடனமாடுவதற்கு – மைல்கணக்காக, நாள்கணக்காக நடந்து வருவார்கள். யாரும் தனியாகப் பாடுவதோ நடனமாடுவதோ கிடையாது. வேறு எதையும் விட, தங்களை நசுக்கி அழிக்கவரும் ஒருநாகரிகத்திற்கு எதிராக அவர்களது எதிர்ப்பைக் காட்டுவதாக இருக்கிறது.

நாடாக உருப்பெற்ற கணத்திலிருந்தே இந்தியா ஒரு காலனி யாதிக்க நாடாகவும் மாறிவிட்டது. பிரதேசங்களைக் கைப் பற்றியது; போர்களை நடத்தியது; அரசியல் பிரச்சினைகளுக்கு அது இராணுவக் குறுக்கீடுகளைப் பயன்படுத்தத் தயங்கவே இல்லை. காஷ்மீர், ஹைதராபாத், கோவா, நாகாலாந்து, மணிப்பூர், தெலுங்கானா, அஸ்ஸாம், பஞ்சாப், மேற்கு வங்கத்தில் நக்சலைட் எழுச்சி, பிகார், ஆந்திரப் பிரதேசம், இப்போது மத்திய இந்தியா வில் பழங்குடி மக்களின் பகுதிகள் – எல்லா இடங்களிலும்.

வெறும் பூச்சிகள்போல் பத்தாயிரக்கணக்கான மக்கள் கொல்லப்பட்டிருக்கிறார்கள். இலட்சக்கணக்கானவர்கள் சித்திரவதை செய்யப்பட்டிருக்கிறார்கள். இவை யாவும் மிகவும் கருணைமிக்க ஜனநாயகம் என்ற முகமூடியுடன். இந்தப் போர் களை யாருக்கெல்லாம் எதிராக நடத்தியிருக்கிறார்கள்? முஸ்லிம் கள், கிறித்துவர்கள், சீக்கியர்கள், கம்யூனிஸ்டுகள், பழங்குடி மக்கள், இவர்கள் எல்லாருக்கும் மேலாக – ஏழைகள். அதிலும் பெரும்பாலும் தலித்துகள். தங்களுக்கு வீசியெறியப்பட்ட துண்டு துணுக்குகளை ஏற்றுக்கொள்ளாமல் தங்கள் நிலையைப் பற்றிக் கேள்வி கேட்க முனைந்த தலித்துகள். இந்தியாவை ஓர் உயர் ஜாதி ஆதிக்கத்திலுள்ள இந்து தேசமாகப் பார்ப்பதைத் தவிர்க்க முடியவில்லை. (எந்தக் கட்சி ஆட்சியிலிருந்தாலும் சரி.) அதன் பிரதிபிம்பமான 'மற்றது' மேல் ஓர் ஆழ்ந்த வெறுப்பையே காட்டியிருக்கிறது. உண்மையான காலனியப் போர் முறையைக் கையாளுகிறது. நாகர்களையும் மீஜோக்களையும் சத்தீஸ்கரில் போரிட அனுப்புகிறது. சீக்கியர்களைக் காஷ்மீருக்கு அனுப்பு கிறது. காஷ்மீரிகளை ஒரிஸாவுக்கு. தமிழர்களை அஸாமுக்கு. இம்மாதிரியே. இது தான் நீடித்த போர். அல்லாமல் வேறு எது?

ஓர் இனிமையான, நட்சத்திரங்கள் மிகுந்த இரவில் மிகவும் மகிழ்ச்சியற்ற சிந்தனைகள். தன்னுடைய கணினித் திரையின் ஒளி முகத்தில் எதிரொளிக்க, சுக்தேவ் தனக்குள் சிரித்துக் கொள்கிறார். அவர் வேலை வேலை எனப் பைத்தியமாக அலைபவர். அப்படி என்ன வேடிக்கை என்று அவரைக் கேட்கிறேன். "பூம்கால் கொண்டாட்டங்களுக்காகச் சென்ற ஆண்டு வந்த பத்திரிகையாளர்களை நினைத்துக்கொண்டேன். ஓரிரண்டு நாட்களுக்கென வந்தார்கள். ஒருவன் எனது துப்பாக் கியை வைத்து நிழற்படம் எடுத்துக்கொண்டான், பிறகு திரும்பப் போய் எங்களைக் கொலை செய்யும் எந்திரங்கள் என்றோ வேறென்னவோ, எழுதினான்."

நடனம் இன்னமும் ஓயவில்லை. காலைப்பொழுதாகிறது. அணிகள் அப்படியே இருக்கின்றன, நூற்றுக்கணக்கான இளைஞர்கள் இன்னும் ஆடிக்கொண்டிருக்கிறார்கள். "நாங்கள் மூட்டை கட்டும்வரை, அவர்கள் நிறுத்தமாட்டார்கள்" என்கிறார் தோழர் ராஜு.

மைதானத்தில் ஒரு மருத்துவத் தோழரைச் சந்திக்கிறேன். நடனஇடத்திற்கு விளிம்பில் அவர் ஒரு சிறிய மருத்துவ முகாம் நடத்திக்கொண்டிருக்கிறார். அவருடைய கொழுத்த கன்னத்தை முத்தமிட வேண்டுமென்று நினைக்கிறேன். ஏன் ஒருவருக்குப் பதிலாக அவரைப்போல் முப்பதுபேர் வந்திருக்கக் கூடாது? அவரிடம் தண்டகாரண்யத்தின் ஆரோக்கியம் எப்படி யிருக்கிறது என்று கேட்கிறேன். அவருடைய பதில் என் இரத்தத்தைச் சில்லிட வைக்கிறது. இந்தியப் பெண்களின் இரத்தத்தில் சாதாரணமாக ஹீமோகுளோபினின் அளவு பதினொன்று இருக்கும். தண்டகாரண்யத்தில் உள்ளவர்களின் – PLGA வில் உள்ளவர்கள் உட்பட – இரத்தச் சிவப்பணுக்களின் அளவு அதைவிட மிகக்குறைவாக இருக்கிறது. நீடித்த இரத்த சோகை காரணமாகக் காசநோய் வந்திருக்கிறது. இளஞ்சிறாருக்குப் புரோட்டீன் சக்தி சத்துப் போதாக்குறை – கிரேட் இரண்டு அளவில் இருக்கிறது. இதை மருத்துவச் சொல்லாடலில் க்வாஷியோர்க்கர் என்பார்கள்.

(பிறகு நான் அகராதியைப் பார்த்தேன். அந்தச் சொல் கடற்புறக் கானா நாட்டின் கா மொழியிலிருந்து பெறப்பட்டது. "புதிய குழந்தை பிறக்கும்போது பழைய குழந்தைக்கு ஏற்படும் நோய்" என்று அந்தச் சொல்லுக்கு அந்த மொழியில் அர்த்தம். புதிய குழந்தை பிறக்கும்போது பழைய குழந்தைக்குத் தாய்ப் பால் நிறுத்தப்பட்டு விடுகிறது, அதன் உணவுச்சத்துக் குறைபாட்டை ஈடுகட்டப் போதுமான பிற உணவுகளும் கிடைப்பதில்லை.) "பயாஃப்ராவில் போல இங்கே அது ஒரு கொள்ளை நோயாகவே இருக்கிறது" என்று மருத்துவத் தோழர் கூறுகிறார். "இதற்கு முன்னாலும் கிராமங்களில் பணிசெய்திருக்கிறேன், ஆனால் இதைப்போல நான் எங்கும் கண்டதில்லை."

இவையெல்லாவற்றையும் தவிர, இன்னும் மலேரியா, ஆஸ்டியோபோரோசிஸ் (எலும்பு பலவீன நோய்), தட்டைப் புழு, காதிலும் பல்லிலும் கடுமையான தொற்றுகள், முதல் நிலை அமெனோரியா (பருவகாலத்தில் சத்துக்குறைபாடு காரணமாக மாதவிலக்குச் சுழற்சியே நின்றுபோதல், அல்லது மாதவிலக்கே ஏற்படாதிருத்தல்) போன்ற நோய்கள்.

"கடசிரோலியிலுள்ள ஒன்றிரண்டு மருத்துவமனைகள் தவிரக் காட்டுக்குள் ஒரு மருத்துவ வசதி கூடக் கிடையாது. மருத்துவர்கள் இல்லை. மருந்துகள் இல்லை."

அவர் தனது சிறிய குழுவோடு அபூஜ்மட்டுக்கு எட்டு நாள் பிரயாணம் புறப்பட்டிருக்கிறார். மருத்துவத் தோழரும் சீருடையில்தான் இருக்கிறார். எனவே அவர்கள் பார்த்தால் கொன்றுவிடுவார்கள்.

இனிமேல் இங்கே முகாமில் தங்குவது நமக்குப் பாதுகாப்பு அல்ல என்று தோழர் ராஜு கூறுகிறார். இடம்பெயர வேண்டும். பூம்கால் கொண்டாட்டத்திலிருந்து புறப்படும் முன்னர் நீண்ட நேரத்திற்கு விடைபெற வேண்டியிருக்கிறது.

லால் லால் சலாம், லால் லால் சலாம்
ஜானேவாலி சாத்தியோங்கோ லால் லால் சலாம்

(செவ்வணக்கம், செவ்வணக்கம்
சென்றுவரும் தோழர்களுக்குச் செவ்வணக்கம்)

பிர் மிலேங்கே, பிர் மிலேங்கே,
தண்டகாரண்ய ஜங்கல் மே பிர் மிலேங்கே

(மீண்டும் சந்திப்போம், மீண்டும் சந்திப்போம்
தண்டகாரண்யக் காட்டில் மீண்டும் சந்திப்போம்)

வருகைச் சடங்கும், விடைபெறு சடங்கும் அவ்வளவு எளிதாக எடுத்துக்கொள்ளப்படுவதில்லை. ஏனென்றால், "அடுத்த முறை சந்திப்போம்" என்று சொல்லும்போது "ஒருவேளை சந்திக்க இயலாமலே போகலாம்" என்று எல்லோருக்குமே தெரியும். தோழியர் நர்மதா, மாசி, ரூபி ஒவ்வொருவரும் தனித்தனி வழி போகப் போகிறார்கள். எப்போதாவது அவர்களைச் சந்திப்பேனா?

ஆக, மறுபடியும் நாங்கள் நடக்கிறோம். ஒவ்வொருநாளும் வெப்பம் அதிகமாகிக் கொண்டிருக்கிறது. தேந்துவின் முதல் பழத்தைக் கமலா எனக்காகப் பறித்துக் கொடுக்கிறார். புளி மாதிரியான சுவையுடன் இருக்கிறது. நான் புளி தின்னும் பேயாக மாறிவிட்டேன். இந்தமுறை ஓர் ஓடையின் அருகில் நாங்கள் முகாமிடுகிறோம். பெண்களும் ஆண்களும் தனித் தனிக் குழாம்களாகச் சென்று குளிக்கிறார்கள். மாலையில், தோழர் ராஜு ஒரு முழு 'பிஸ்கட் பாக்கெட்'டைக் (செய்தி களின் தொகுப்பு) கொண்டு வருகிறார்.

செய்தி :

மன்பூர் டிவிஷனில், 2010 ஜனவரி இறுதியில் 60 பேர் கைதுசெய்யப்பட்டிருக்கிறார்கள், ஆனால் இன்னும் நீதிமன்றத் திற்குக் கொண்டுசெல்லப்படவில்லை.

தெற்குப் பஸ்தரில் மிகுதியாகப் போலீஸ் படைகள் குவிந் திருக்கின்றன. யார் எவரென்று பார்க்காது தாக்குதல்கள் நிகழ்த்தப்படுகின்றன.

2009 நவம்பர் 8ஆம் நாள் பீஜப்பூர் மாவட்டம் கச்லாராம் கிராமத்தில் டர்கோ மட்கா (60), கோவாசி சுக்லு (68) ஆகியோர் கொல்லப்பட்டார்கள்.

நவம்பர் 24ஆம் நாள் பங்கோடி கிராமத்தில் மாதவி வாமன் (15) கொல்லப்பட்டாள்.

டிசம்பர் 3 அன்று கோரஞ்சாதிலிருந்து மாதவி புத்ராம் என்பவரும் கொல்லப்பட்டார்.

டிசம்பர் 11 அன்று தார்பா டிவிஷன் குமியாபால் கிராமத் தில் 7 பேர் கொல்லப்பட்டார்கள் (இன்னும் பெயர்கள் தெரிய வரவில்லை).

டிசம்பர் 15 அன்று கோட்ராபல் கிராமத்தில், வேகோ சோம்பர், மாதவி மாட்டி (இருவரும் KAMS – ஐச் சேர்ந்தவர்கள்) கொல்லப்பட்டார்கள்.

டிசம்பர் 30 அன்று வேசாபல் கிராமத்தில் பூனம் பாண்டு, பூனம் மோட்டு (தந்தையும் மகனும்) கொல்லப்பட்டனர்.

2010 ஜனவரியில் (தேதி தெரியவில்லை) கங்காளூர் கைகா கிராமத்தின் ஜனதன சர்க்கார் தலைவர் கொல்லப்பட்டார்.

ஜனவரி 9 அன்று ஜகார்கொண்டா பகுதி, சூர்ப்பன் கூடன் கிராமத்தில் 4 பேர் கொல்லப்பட்டார்கள்.

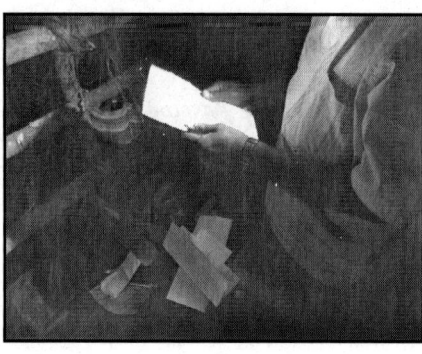

'பிஸ்கட்டு'களுடன் ஓடிவரும் ஒரு செய்தியாளர். கையால் எழுதப்பட்ட காகிதத் தாள். நான்காகச் சிறிய சதுரங்களாக மடித்து ஸ்டேப்பில் செய்யப் பட்டிருக்கும். எல்லா இடங் களிலிருந்தும் செய்தி வரும். ஓங்னார் கிராமத்தில் ஐந்து பேரைப் போலீசார் கொன் றார்கள் . . .

ஜனவரி 10 அன்று புல்லம் புல்லாடி கிராமத்தில் 3 பேர் கொல்லப்பட்டார்கள் (இன்னும் பெயர்கள் வெளிவரவில்லை).

ஜனவரி 25 அன்று இந்திராவதிப் பகுதியைச் சேர்ந்த தாகிலோட் கிராமத்தில் 7 பேர் கொல்லப்பட்டார்கள்.

பிப்ரவரி 10 (பூம்கால் நாள்) அன்று அபூஜ்மட், டும்நார் கிராமத்தில் கும்லி பாலியல் வன்முறை செய்யப்பட்டுக் கொல்லப் பட்டாள். பைவர் என்ற கிராமத்தைச் சேர்ந்த பெண் அவள்.

ITBPயைச் சேர்ந்த 2000 துருப்புகள் ராஜ்நந்தன் காட்டருகில் முகாமிட்டிருக்கிறார்கள்.

காங்கேரில் 5000 கூடுதல் BSF துருப்புகள் வந்து சேர்ந்தனர்.

அதற்குப் பிறகு:

PLGA ஒதுக்கீடு நிரப்பப்பட்டது.

சிலநாள் கழிந்த செய்தித்தாள்களும் வந்திருக்கின்றன. நக்சலைட்டுகள் பற்றிய செய்திகள் மிகுதியாக உள்ளன. அரசியல் சூழ்நிலையை ஒரு வேகமான தலைப்பு மிக நன்றாகத் தருகிறது : 'கடே தோ, மாரோ, சமர்ப்பண் கரோ' (அழி, கொல்லு, சரணடைய வை). அதற்குக் கீழே : 'வார்த்தா கேலியே லோக்தந்த்ர கா த்வார் குலா ஹை' (ஜனநாயகத்தின் கதவு பேச்சுவார்த்தைக்குத் திறந்தே இருக்கிறது). இன்னொரு தலைப்பு, மாவோயிஸ்டுகள் பணம் சேர்க்க மயக்குபவர்கள் என்கிறது. மூன்றாவது தலைப்பு, இப்போது நாங்கள் முகாமிட்டிருக்கின்ற, நடந்து செல்கின்ற இந்தப் பகுதி முழுவதும் போலீஸ் கட்டுப்பாட்டின்கீழ் இருக்கிறது என்கிறது.

இளம் கம்யூனிஸ்டுகள் இந்தத் துண்டுகளை வாசிக்கப் பழகுவதற்கு எடுத்துக் கொண்டு செல்கிறார்கள். மாவோயிஸ்டுகளுக்கு எதிரான செய்திகளை வானொலிச் செய்தி வாசிப்பாளர் போன்ற குரல்களில் படித்துக்கொண்டே முகாமைச் சுற்றி வருகிறார்கள்.

புதிய நாள். புதிய இடம். ஊசிர் கிராமத்தின் சுற்றுப்புறத்தில் மிகப் பெரிய இலுப்பை மரங்களின்கீழ் முகாமிட்டிருக்கிறோம். இலுப்பை மரங்கள் அப்போதுதான் பூக்கத் தொடங்கியிருக்கின்றன. இளம் பச்சைநிற மொட்டுகளைக் காட்டின் தரைமீது மாணிக்கங்கள்போல உதிர்க்கின்றன. அதன் இனிய வாசனையால் அந்த இடம் முழுவதுமே கமழ்கிறது. பாட்பல் பள்ளியிலிருந்து வரவேண்டிய குழந்தைகளுக்காகக் காத்திருக்கிறோம். ஓங்மார் மோதலுக்குப் பிறகு அந்தப்

பள்ளிக்கூடம் மூடப்பட்டுவிட்டது. அது ஒரு போலீஸ் முகாமாக மாற்றப்பட்டிருக்கிறது. பிள்ளைகளை வீட்டுக்கு அனுப்பி விட்டார்கள். நேல்வாட், மூன்ஞ்மேட்டா, எட்கா, வேடோமகாட், தனோரா ஆகிய இடங்களின் பள்ளிகளுக்கும் இதுதான் நிகழ்ந்தது.

பாட்பல் பள்ளிச் சிறார்கள் காணப்படவில்லை.

தோழியர் நீதி (அரசாங்கத்தால் மிகவும் தேடப்படுபவர்) தோழர் வினோத் இருவரும் அந்த வட்டார ஜனதன சர்க்கார் கட்டியிருக்கும் நீர்ச்சேகரிப்பு அமைப்புகளையும் நீர்ப்பாசனக் குளங்களையும் காட்டிக்கொண்டே எங்களை ஒரு நீண்ட நடைப்பயணத்தில் அழைத்துச்செல்கிறார்கள். தாங்கள் சந்திக்க வேண்டிய விவசாயப் பிரச்சினைகளின் எல்லை பற்றித் தோழியர் நீதி சொல்லிக்கொண்டுவருகிறார்.

2 சதவீத நிலம் மட்டுமே நீர்ப்பாசனம் பெற்றிருக்கிறது. அபூஜ்மட்டில், உழுதல் என்பது பற்றிப் பத்தாண்டுகள் முன்பு வரை கேள்விப்பட்டதே கிடையாது. ஆனால் கடசிரோலி யிலோ, கலப்பு விதைகளும் செயற்கைப் பூச்சிக்கொல்லிகளும் நுழைந்திருக்கின்றன. “விவசாயத் துறையிலிருந்து எங்களுக்கு அவசர உதவி தேவை” என்கிறார் தோழர் வினோத். “விதை களையும், தொழுவுரங்களையும், இயற்கை வளங்களைப் புதுப் பிக்கும் நீடித்த விவசாய முறைகளையும் பற்றி நன்கறிந்தவர் கள் எங்களுக்குத் தேவை” என்கிறார். “கொஞ்சம் உதவி கிடைத்தால் எங்களால் எவ்வளவோ செய்ய முடியும்.”

ஜனதன சர்க்கார் நிலப்பகுதி விவசாயத்தைக் கவனித்துக் கொள்பவர் தோழர் ராமு. அவர் அங்குள்ள நிலங்களைச் சுற்றிப் பெருமிதமாகக் காட்டுகிறார். நெல், கத்தரிக்காய், புளிச்சைக்கீரை, வெங்காயம், நூல்கோல் (நுக்கல்) போன்றவற் றைப் பயிரிட்டிருக்கிறார்கள் அவர்கள். அதே பெருமிதத்தோடு ஒரு பெரிய உலர்ந்துபோன குட்டையையும் காட்டுகிறார். என்ன இது? “மழைக்காலங்களில்கூட இதில் நீர் வருவதில்லை. தவறான இடத்தில் தோண்டப்பட்டுவிட்டது.” ஒரு பெரிய சிரிப்பு அவர் முகம் முழுவதும் படர்கிறது. “இது எங்களுடை யது அல்ல, லூடி சர்க்கார் (கொள்ளையடிக்கும் அரசாங்கம்) தோண்டிய குளம் இது.” இங்கே இருவித சர்க்கார்கள் இருக் கின்றன – ஜனதன சர்க்கார் ஒன்று, லூடி சர்க்கார் அடுத்தது.

தோழர் வேணு எனக்குக் கூறியதை நினைத்துப் பார்க் கிறேன். “அவர்கள் எங்களை நசுக்கி ஒழிக்க நினைக்கிறார்கள், தாதுப்பொருள்களுக்காக மட்டும் அல்ல, நாங்கள் உலகத்திற்கு ஒரு மாற்று ஏற்பாட்டினைத் தர முற்படுகிறோம்.”

இது இன்னும் ஒரு மாற்று ஏற்பாடாக வளரவில்லை, துப்பாக்கியுடன் கூடிய கிராம சுயராச்சியம். இங்கே இடையறாத பசி, இடையறாத நோய் இருக்கிறது. ஆனால் நிச்சயமாக ஒரு மாற்று ஏற்பாட்டுக்கான சாத்தியங்கள் உருவாகியிருக்கின்றன. முழு உலகிற்கும் அல்ல, அலாஸ்காவுக்கு அல்ல, புது தில்லிக்கும் கூட அல்ல, ஒருவேளை முழு சத்தீஸ்கர் மாநிலத்திற்கும்கூட அல்ல, தனக்காக மட்டும். தண்டகாரண்யத்திற்கு மட்டும். உலகத்தின் அதிரகசியமாக வைக்கப்பட்டிருப்பது அது. தன்னை நசுக்கி ஒழிப்பதற்கு எதிராக ஒரு அடித்தளத்தை அது அமைத்திருக்கிறது. வரலாற்றுக்கு அது அறை கூவல் விட்டிருக்கிறது. மிகப் பெரிய எதிர்ப்புகளுக்கு மத்தியில் தான் உயிர் பிழைத்திருப்பதற்கான ஓர் வார்ப்புஅமைப்பை அது உருவாக்கியிருக்கிறது. அதற்கு உதவியும், கற்பனையும் வேண்டும். அதற்கு மருத்துவர்கள், ஆசிரியர்கள், விவசாயிகள் வேண்டும்.

அதற்குப் போர் தேவையில்லை.

ஆனால் அதற்கு நாம் தரக்கூடியது போர்தான் என்றால், அது எதிர்த்துப் போரிடும்.

○

அடுத்த சில நாட்களில் நான் KAMS – ல் சேர்ந்து பணியாற்றுகின்ற பல பெண்களைச் சந்திக்கிறேன். இன்னும் ஜனதன சர்க்காரின் பல அலுவலர்களையும், தண்டகாரண்ய ஆதிவாசி கிஸான் மஜ்தூர் சங்கடன் (KAMS) உறுப்பினர்கள் பலரையும், கொல்லப்பட்ட பலரின் உறவினர்களையும். இந்த மாதிரி பயங்கரக் காலத்திற்கு இடையேயும் எப்படியாவது வாழ்க்கையை நடத்தவேண்டும் என்று முயலுகின்ற சாதாரண மக்கள் பலரையும் சந்திக்கிறேன்.

நாராயணபூர் மாவட்டத்திலிருந்து மூன்று சகோதரிகளை – சுக்கியாரி, சுக்தாய், சுக்காலி – இளையவர்கள் அல்ல, நாற்பதுகளில் இருப்பவர்கள் – சந்தித்தேன். KAMS உடன் அவர்கள் பன்னிரண்டு ஆண்டுகளாக இருக்கிறார்கள். போலீஸுடன் பேச்சுவார்த்தை நடத்தக் கிராமத்தினர் அவர்களை நம்பியிருக்கிறார்கள். "இருநூறு முந்நூறு பேராகப் போலீஸ்காரர்கள் வருகிறார்கள். அவர்கள் நகைகள், கோழிகள், பன்றிகள், சட்டிப் பானைகள், தட்டுகள், வில்அம்புகள் எல்லாவற்றையும் திருடிக்கொண்டு செல்கிறார்கள்" என்கிறார் சுக்காலி. "எதையும் – ஒரு சிறு கத்தியைக்கூட விடுவதில்லை." இன்னாரில் உள்ள அவரது வீட்டை இரு முறை எரித்திருக்கிறார்கள். ஒரு முறை நாகர் பட்டாளம் எரித்தது. இன்னொருமுறை

CRPF (மத்திய ரிசர்வ் படை) எரித்தது. சுக்கியாரியைக் கைது செய்து ஜக்தல்பூர் சிறையில் ஏழுமாதம் அடைத்து வைத்திருந் தார்கள். "ஒருசமயம், முழு கிராமத்திலிருந்த ஆண்களையும் அவர்கள் நக்சலைட்டுகள் என்று சொல்லிக் கைதுசெய்து கொண்டு சென்றுவிட்டார்கள்." எல்லாப் பெண்களையும் குழந்தைகளையும் போலவே சுக்கியாரியும் பின்தொடர்ந்து சென்றார். போலீஸ் நிலையத்தைச் சூழ்ந்துகொண்டு, ஆண் களை விடுவிக்கும்வரை நகரமாட்டோம் என்று மறுத்துவிட் டார்கள். "அவர்கள் யாரையாவது கொண்டுபோனால், உடனே நீங்கள் பின்தொடர்ந்து சென்று பறித்துக்கொண்டுவர வேண் டும்" என்கிறார் சுக்தாய். "அவர்கள் புகார் எதுவும் எழுது வதற்கு முன்னால். அவர்கள் புகார் எழுதிவிட்டால் பிறகு மிகவும் கடினமாகிவிடுகிறது."

சுக்கியாரி குழந்தையாக இருந்தபோதே கடத்திச் சென்று கட்டாயமாக வயதான ஒருவருக்குத் திருமணம் செய்துவிட் டார்கள். (அவர் ஓடிப்போய் தன் சகோதரியுடன் வசிக்கத் தொடங்கிவிட்டார்.) அவர் இப்போது வெகுஜனப் பேரணிகள் ஒழுங்கு செய்கிறார், பொதுக்கூட்டங்களில் பேசுகிறார். பாது காப்புக்கு ஆண்களும் அவரைத்தான் நம்பியிருக்கிறார்கள். கட்சியை அவர் என்னவாகக் கருதுகிறார் என்று அவரைக் கேட்டேன். "நக்சல்வாத் கா மதலப் ஹமாரா பரிவார்" (நக்சலியம் என்றால் எங்கள் குடும்பம்) என்றார் அவர். ஏதேனும் ஒரு தாக்குதலைப் பற்றிக் கேள்விப்படும்போது எங்கள் குடும்பம் தாக்கப்பட்டதுபோல உணர்கிறோம் என்றார் சுக்கியாரி.

அவருக்கு மாவோ பற்றித் தெரியுமா என்று கேட்டோம். சிரித்துக்கொண்டே, "அவர் ஒரு தலைவர். நாங்கள் அவ ருடைய கனவுக்கெனவே உழைத்துக்கொண்டிருக்கிறோம்" என்றார் அவர்.

தோழியர் சுமாடி கவுடேவைச் சந்தித்தேன். இருபது வயது. ஜகதல்பூரில் ஏற்கெனவே இரண்டு ஆண்டுகள் சிறை யில் இருந்திருக்கிறார். 2007 ஜனவரி 8 அன்று அவர் இன்னார் கிராமத்தில்தான் இருந்தார். அன்றுதான் 740 போலீஸ்காரர் கள் அந்தக் கிராமத்தில் தோழியர் நீதி இருப்பதாகக் கேள்விப் பட்டுச் சுற்றிவளைத்திருந்தார்கள். (அவர் அங்குதான் இருந்தார், ஆனால் அவர்கள் வருவதற்குள் அதைவிட்டுச் சென்றுவிட்டார்.) ஆனால் கிராமப்படை – அதில் சுமாடியும் ஒரு உறுப்பினர் – அங்குதான் இருந்தது. விடியற்காலையில் போலீஸ் துப்பாக்கிச் சூட்டைத் தொடங்கியது. அவர்கள் சுக்லால் கவுடே, கச்ரு கோடா என்ற இரு பையன்களைக் கொன்றுவிட்டார்கள். பிறகு மூன்றுபேரைப் பிடித்துக்கொண்டார்கள். அவர்களில்

இருவர் பையன்கள் – தூஸ்ரி சலாம், ராணாய். இன்னொருவர் பெண் – சுமாடி. சுமாடியைச் சாகும் எல்லைவரை அடித்தார்கள். போலீஸார் ஒரு டிராக்டரையும், அதன் தொடரையும் (டிரெயிலர்) கொண்டுவந்து பிணங்களை ஏற்றினார்கள். சுமாடியைப் பிணங்களோடு உட்காரவைத்து நாராயண்பூர் கொண்டு சென்றார்கள்.

2009 ஜூலை 6 அன்று சுட்டுக்கொல்லப்பட்ட தோழர் திலீப்பின் தாய் சமடீயைச் சந்தித்தேன். அவரைக் கொன்ற பிறகு ஒரு விலங்கைப்போல அவருடைய உடலைக் கழியில் கட்டி போலீஸ்காரர்கள் கொண்டுசென்றார்கள். (கொன்ற உடலைக் காட்டித்தான் அவர்களுடைய ரொக்கப் பரிசைப் பெற்றுக்கொள்ள வேண்டும். இல்லாவிட்டால் வேறு எவராவது அந்த உடலைக் கொண்டு சென்றுவிடுவார்கள்.) சமடீ அவர்களுடைய பின்னாலேயே வழிமுழுவதும் போலீஸ் நிலையம் வரை ஓடிச்சென்றார். அவர்கள் காவல்நிலையத்தை அடைந்த போது உடலின்மீது ஒரு சிறிய துணிகூட இல்லை. வழியில், அவர்கள் உடலைச் சாலையோரத்தில் போட்டுவிட்டு ஒரு தாபாவில் பிஸ்கட்டுகளும் தேநீரும் சாப்பிடச் சென்றார்கள். (அதற்கு அவர்கள் பணம் தரவில்லை என்பதைக் கூறவேண்டியதில்லை.)

சுக்கியாரி, சுக்தாய், சுக்காலி

1986இல் ஆதிவாசி மஹிளா சங்கடன் அமைப்பைக் கட்சி ஏற்படுத்தியது. அது க்ராந்திகாரி ஆதிவாசி மஹிளா சங்கடனாக வளர்ச்சி பெற்றது. அதில் இப்போது 90,000 உறுப்பினர்கள் இருக்கிறார்கள். இவர்கள் எல்லோருமே கொன்றொழிக்கப்படப் போகிறார்களா ?

காட்டினூடே தன் மகனின் பிணத்தோடே ஓடிவந்து, கொலைகாரர்கள் சாப்பிட்டு முடிக்கும்வரை தூரத்தில் காத்திருந்த அந்தத் தாயின் நிலையை ஒரு கணம் சிந்தித்துப் பாருங்கள். அவர்கள் அந்த உடலை அவளிடம் தரவில்லை. எனவே ஈமக்கடன்கூடச் செய்யமுடியவில்லை. அவளுடைய மகன் உடலை, அவர்கள் அன்றைக்குக் கொலை செய்த பிறரது உடல்களோடு புதைத்தபோது அந்தக்குழியில் ஒரு கை மண் போடுவதற்கு மட்டும் அவளை அனுமதித்தார்கள். சமட பழிவாங்க வேண்டும் என்கிறார். பத்லா கீ பத்லா. (பதிலுக்குப் பதில்). இரத்தத்திற்கு இரத்தம்.

ஆறு கிராமங்களை நிர்வாகம் செய்கின்ற மர்ஸ்கோலா ஜனதன சர்க்காரின் தேர்ந்தெடுக்கப்பட்ட பிரதிநிதிகளைச் சந்தித்தேன். ஒரு போலீஸ் சூறையாடுதல் வேட்டை எப்படியிருக்கும் என்று அவர்கள் கூறினார்கள். அவர்கள் இரவில்தான் வருவார்கள் – முந்நூறு, நானூறு, சிலசமயம் ஆயிரம்பேர் கூட. கிராமத்தைச் சுற்றித் தடுப்புவேலியிட்டுக் காத்திருப்பார்கள். விடியற்காலையில் தங்கள் நிலத்துக்குச் செல்லும் முதல் மனிதர்களைப் பிடித்து மனிதக் கேடயங்களாகப் பயன்படுத்திக் கிராமத்திற்குள் நுழைவார்கள். பூபி டிராப்கள் – கண்ணிவெடிகள் வெடிக்கக்கூடிய குழிகள் எங்கிருக்கின்றன என்று காட்டுவார்கள். (*RV* போலவே பூபி டிராப் என்பதும் கோண்டி வார்த்தையாகவே மாறிவிட்டது. யாரும் அந்தச் சொல்லைச் சொல்லும்போதோ கேட்கும்போதோ சிரிக்கிறார்கள். காடு முழுவதும் நிஜமான அல்லது போலியான பூபி டிராப்களால் நிரம்பியிருக்கிறது. கிராமங்களைத் தாண்டிச் செல்லும்போது *PLGA* வுக்கும் வழிகாட்டி தேவையாக இருக்கிறது.)

கிராமத்திற்குள் நுழைந்ததும், போலீஸார் கொள்ளையடிக்கவும், திருடவும், வீடுகளை எரிக்கவும் தொடங்கிவிடுவார்கள். அவர்களுடன் போலீஸ் நாய்களும் வரும். ஓட முயல்பவர்களை நாய்கள் துரத்தும். கோழிகளையும் பன்றிகளையும் துரத்திப் பிடிக்கும். அவற்றைப் போலீஸ்காரர்கள் சாக்குப் பைகளில் கட்டிச் செல்வார்கள். *SPO* க்கள் போலீஸுடன் வருவார்கள். கிராமத்து ஜனங்கள் நகைகளையும் பணத்தையும் எங்கே ஒளித்துவைத்திருப்பார்கள் என்பது அவர்களுக்குத்தான் தெரியும். யாரையாவது கொல்லவேண்டியிருக்கும் என்பதால் எப்போதும் கையோடு கொஞ்சம் நக்சலைட் உடைகளையும் அவர்கள் எடுத்துச்செல்வார்கள். நக்சலைட்டுகளைக் கொன்றால் அவர்களுக்குப் பணம் கிடைக்கும். சாதாரணக் கிராமவாசிகளுக்கு நக்சலைட் உடைகளை அணி

வித்து நக்சலைட் ஆக்கிச் சுட்டுவிடுவார்கள். வீடுகளில் தங்கி யிருக்கவே கிராமவாசிகள் பயப்படும் நிலையாகிவிட்டது.

அமைதியாகக் காட்சியளிக்கும் இந்தக் காட்டில், வாழ்க்கை முற்றிலும் இராணுவ மயமாகிவிட்டதாகத் தோன்றுகிறது. மக்கள் எல்லோருக்கும் கார்டன் (தடுப்புவேலி), சர்ச் (தேடுதல் வேட்டை), ஃபயரிங் (சுடுதல்), அட்வான்ஸ் (முன்னேறுதல்), ரிட்ரீட் (பின் வாங்குதல்), டவுன் (கீழே படுத்தல்), ஆக்ஷன் (செய் – அதாவது சுடு) போன்ற சொற்கள் தெரியும். தங்கள் பயிர்களை அறுவடை செய்ய PLGA அவர்களுக்குக் காவலாக வந்து உதவ வேண்டும். சந்தைக்குப் போவதும்கூட ஒரு இராணுவச் செயல்பாடுதான். சந்தைகளில் முக்பீர்கள் (போலீசுக்குத் தகவல் தெரிவிப்பவர்கள்) நிறைந்திருப்பார்கள். கிராமத்திலிருந்து ஆசைகாட்டிப் போலீஸ் அழைத்து வந்த ஆட்கள் அவர்கள் (மாதம் ரூ. 1500 கூலி). நாராயணபூரில் ஒரு முக்பீர் மொஹல்லா (தகவலாளிகளின் வசிப்பிடம்) இருப்பதாகவும் அங்குக் குறைந்த பட்சம் 400 தகவலாளிகள் வசிப்பதாகவும் கேள்விப்பட்டேன். ஆண்கள் சந்தைக்குச் செல்ல முடிவதில்லை. பெண்கள் செல்கிறார்கள் – ஆனால் அவர்களும் கண்காணிக்கப்படுகிறார்கள். அவர்கள் கொஞ்சம் கூடுதலாக எதையேனும் வாங்கினாலும், அதை நக்சலைட்டுகளுக்காகத்தான் வாங்குகிறார்கள் என்று போலீஸ் குற்றம்சாட்டுவார்கள். மிகச் சிறிய அளவில் அல்லாமல் மருந்துகளை எவருக்கும் விற்கக்கூடாது என்று மருந்துக் கடைக்காரர்களுக்கு உத்தரவு போடப்பட்டுள்ளது. பொது விநியோக அமைப்பில் தரப்படுகின்ற குறைந்த விலையில் கிடைக்கின்ற ரேஷன் கடைப் பொருள்கள் யாவும் – சர்க்கரை, அரிசி, கெரசின் எதுவாயினும் – போலீஸ் நிலையத்திலோ அதற்கு அருகிலோ சேமிக்கப்பட்டுவிடுகிறது. பொதுமக்கள் பெரும்பாலும் அவற்றை வாங்க முடியாது.

○

மக்களைக் கொல்லுதலாகிய குற்றம் (Genocide) என்பதைத் தடுப்பதற்கும் தண்டனையளிப்பதற்கும் ஐக்கியநாடுகள் அவைக் குழுவின் இரண்டாவது பிரிவு பின்வருமாறு வரையறை வகுத்துள்ளது.

ஓர் பழங்குடிமரபு, இனம், மதக்குழு போன்ற ஒன்றை முழுமையாகவோ, பகுதியாகவோ அழிக்கும் நோக்கத் துடன் குழுவின் உறுப்பினர்களைக் கொல்லுதல், குழுவின் உறுப்பினர்களுக்குக் கடுமையான உடல் அல்லது

மனத்தில் காயம்படுமாறு செய்தல், அந்தக் குழுவின் ஒரு பகுதியையோ அல்லது அதை முழுமையாகவோ அழிக்கின்ற விதத்தில் வேண்டுமென்றே வாழ்க்கை முறைகளைத் திணித்தல், அந்தக் குழுவில் குழந்தைப் பிறப்பினைத் தடைசெய்கின்ற விதத்தில் நடவடிக்கை கள் எடுத்தல், அல்லது அந்தக் குழுவிலிருந்து குழந்தை களை வேறொரு குழுவுக்குக் கடத்துதல் ஆகிய செயல் களில் ஏதாவது ஒன்றைச் செய்தால் அது மக்கள் படுகொலை *(Genocide)* எனப்படும்.

நடத்தல் மிகவும் எனக்குச் சோர்வை உண்டாக்கி விட்டது போலத் தோன்றுகிறது. மிகவும் களைத்துப்போயிருக்கிறேன். கமலா எனக்கு ஒரு பானை வெந்நீர் கொண்டு வருகிறார். இருட்டில் ஒரு மரத்தின் பின்னாலிருந்து குளிக்கிறேன். ஆனால் இரவு உணவைச் சாப்பிட முடியவில்லை. எனவே தூங்கும் பைமீது படுத்துவிடுகிறேன். தோழர் ராஜு நாங்கள் உடனே புறப்படவேண்டும் என்று அறிவிக்கிறார். அவ்வப்போது இது நடைபெறுவதுதான், ஆனால் இன்றிரவு மிகவும் கடினமாக இருக்கிறது. நாங்கள் திறந்த புல்வெளி ஒன்றில் முகாமிட்டிருந் தோம். தூரத்தில் துப்பாக்கிச்சூட்டின் ஓசை கேட்கிறது. நாங்கள் மொத்தம் 104 பேர் இருக்கிறோம். மறுபடியும் இரவில் ஒற்றை வரிசையாக நடை. பாறைக் கற்களின் தொகுதிக்கிடையில் மறுபடியும் வரிசை. மறுபடியும் அவரவர் எண்ணைச் சொல்லு தல் (ஆள் எண்ணிக்கை).

யாரோ ஒருவர் வானொலியைத் திருப்புகிறார். மேற்கு வங்கத்தில் லால்கட்டில், கிழக்குப் பிராந்திய ரைஃபிள் படையின் மீது தாக்குதல் நடந்ததாக BBC அறிவிக்கிறது. மோட்டார் பைக்குகளில் வந்த அறுபது மாவோயிஸ்டுகள். பதினான்கு போலீஸ்காரர்கள் கொல்லப்பட்டார்கள். பத்துப்பேரைக் காண வில்லை. ஆயுதங்கள் பறிமுதல். கேட்பவர்கள் வரிசையில் மகிழ்ச்சி முணுமுணுப்புக் கேட்கிறது. மாவோயிஸ்டு தலைவர் கிஷன்ஜீயைப் பேட்டி காண்கிறார்கள். எப்போது இந்த வன்முறையை நிறுத்திவிட்டு நீங்கள் பேச்சு வார்த்தைக்கு வருவீர்கள்? ஆபரேஷன் கிரீன்ஹண்ட்டை நிறுத்திக் கொண்ட வுடனே. எப்போது வேண்டுமானாலும் நாங்கள் பேசத் தயார் என்று சிதம்பரத்திடம் சொல்லுங்கள். அடுத்த கேள்வி. இப் போது இருட்டாகிவிட்டது. நீங்கள் கண்ணிவெடிகள், ஆயுதத் தாக்குதல் ஏற்பாடுகளைச் செய்திருக்கிறீர்கள், அவர்களையும்

தாக்கப் போகிறீர்களா? கிஷன்ஜீ: மெய்தான், தாக்குவோம். இல்லாவிட்டால் மக்கள் என்னை அடிப்பார்கள். வரிசையில் சிரிப்பலை எழுகிறது. தெளிவுபடுத்துபவராகிய சுக்தேவ் சொல்கிறார்: "நீங்கள் எப்போதும் கண்ணிவெடிகள் என்றே சொல்கிறீர்கள். நாங்கள் கண்ணிவெடிகளைப் பயன்படுத்துவதில்லை. நாங்கள் பயன்படுத்துவது IED க்கள்" (தாங்களே தயாரித்த வெடிகுண்டுகள் – *Improvised Explosive Devices*).

ஆயிரம் நட்சத்திர உணவுவிடுதியில் (திறந்தவெளி மைதானத்தில்) மறுபடியும் ஒரு ஆடம்பரத் தங்குதல் அறை. எனக்கு உடல்நலமில்லை. மழை பெய்யத் தொடங்குகிறது. ஒரு சிரிப்பு ஊடுருவுகிறது. கமலா என்மீது ஒரு ஜில்லியைப் போர்த்துகிறார். வேறென்ன எனக்குத் தேவை? மற்ற ஒவ்வொருவரும் ஜில்லியில் தங்களைச் சுற்றிக்கொள்கிறார்கள்.

மறுநாள் காலையில் லால்கட்டில், இறந்துபோனவர் எண்ணிக்கை இருபத்தொன்று ஆகிறது, காணாமல் போனவர்கள் எண்ணிக்கை பத்து.

தோழர் ராஜூ இன்று காலை கருணை காட்டுகிறார். மாலைவரை நாங்கள் புறப்படவில்லை.

❍

ஓரிரவு, மக்கள் யாவரும் ஓர் ஒளிப்புள்ளியைச் சுற்றிப் பூச்சிகள்போலத் திரண்டிருக்கிறார்கள். அது தோழர் சுக்தேவின் சிறிய கணிப்பொறி. சூரியஒளியால் இயங்குவது. எல்லோரும் மதர்இந்தியா திரைப்படம் பார்த்துக்கொண்டிருக்கிறார்கள். அவர்களது ஆயுதங்களின் மூக்குகள் வானைப்பார்த்துக் கொண்டிருக்கின்றன. கமலாவுக்கு ஆர்வமில்லைபோல் தோன்றுகிறது. திரைப்படம் பார்க்க விரும்புவாரா என்று கேட்கிறேன். 'நஹீ தீதி. சிர்ஃப் ஆம்புஷ் கா வீடியோ.' (இல்லை அக்கா, எங்கள் தாக்குதல்களின் வீடியோக்கள் மட்டும்தான்.) பிறகு சுக்தேவை இந்தத் தாக்குதல் வீடியோக்கள் பற்றிக் கேட்கிறேன். கண்ணிமைக்கும் நேரத்திற்குள் ஒரு வீடியோவை எனக்குப் போட்டுக் காட்டுகிறார்.

தண்டகாரண்யம், ஆறுகள், அருவிகள், ஒரு மரத்தின் வெற்றுக் கிளை, ஒரு குயிலின் பாட்டு, இவற்றுடன் தொடங்குகிறது அந்த வீடியோ. திடீரென ஒரு தோழர் ஓர் IED – ஐ இணைத்து, உலர்ந்த இலைகளில் மறைக்கும் காட்சி. ஒரு மோட்டார் சைக்கிள் வரிசை வெடித்துச் சிதறுகிறது. சிதைந்த

உடல்களும் எரியும் பைக்குகளும். ஆயுதங்கள் பறிக்கப்படுகின்றன. குண்டுகளால் அதிர்ச்சிக்குள்ளான மூன்று போலீஸ்காரர்கள் கட்டப்படுகிறார்கள்.

யார் இந்தப் படத்தை எடுத்துக்கொண்டிருக்கிறார்கள்? யார் இயக்கும் ஆணைகளைத் தருகிறார்கள்? போலீஸ்காரர்கள் பணிந்துவிட்டால் அவர்களை விடுவித்து விடுவோம் என்று சொல்வது யார்? (அவர்கள் விடுவிக்கப்பட்டு விட்டார்கள் என்பதை நான் பின்னால் உறுதிசெய்துகொண்டேன்.)

மென்மையான தைரியப்படுத்தும் குரல் ஒன்றை மீண்டும் கேட்கிறேன். அது தோழர் வேணுவின் குரல்.

“இது குதூர்த் தாக்குதல்” என்கிறார் தோழர் சுக்தேவ்.

எரிக்கப்பட்ட கிராமங்கள், இறந்தவர்களின் உறவினர்களும் கண்ணால் பார்த்த சாட்சிகளும் சொல்லும் சான்றுகள் எல்லாவற்றையும் வைத்திருக்கிறார். எரிந்த வீடு ஒன்றின் சுவரில் “நாகர்கள்! கொல்லப் பிறந்தவர்கள்!” என்று எழுதப்பட்டிருக்கிறது. பசுமை வேட்டைப் போரின் பஸ்தர் அலுவலகத்தைத் தொடங்குவதற்காக ஒரு சிறு பையனின் விரல்களை வெட்டுகின்ற வீடியோக்காட்சிகூட இருக்கிறது. (என்னோடுகூட ஒரு தொலைக்காட்சி நேர்காணல் இருக்கிறது. எனது படிப்பறை. எனது புத்தகங்கள். விசித்திரம்தான்.)

அன்றிரவும் வானொலியில் ஒரு நக்சலைட் தாக்குதல் பற்றிய செய்தி வருகிறது. இது பிகாரில், ஜாமுயி என்ற இடத்தில். 125 மாவோயிஸ்டுகள் கோரா இனத்தவர்கள் வசிக்கும் ஒரு கிராமத்தைத் தாக்கிப் பத்துப் பேரைக் கொன்றார்கள் எனற செய்தி. அந்தப் பத்துப்பேரும் போலீஸுக்குத் தகவல் தரும் வேலை செய்தவர்கள். அவர்களால் ஆறு மாவோயிஸ்டுகள் கொல்லப்பட்டார்கள். இந்த அறிக்கை மெய்யாகவோ பொய்யாகவோ இருக்கலாம் என்பது எங்களுக்குத் தெரியும், மெய்யாக இருந்தால், இதை மன்னிக்கமுடியாது. தோழர்கள் ராஜுவும் சுக்தேவும் மிகவும் இக்கட்டான முகத்துடன் காணப்படுகிறார்கள்.

ஜார்க்கண்டிலிருந்தும் பிகாரிலிருந்தும் வரும் செய்திகள் அமைதியைக் குலைப்பனவாக உள்ளன. போலீஸ்காரர் ஃப்ரான்சிஸ் இந்தூவரின் தலையை வெட்டிக் கொன்றது இன்னும் யாவர் மனத்திலும் பசுமையாக இருக்கிறது. குற்றம் சார்ந்த வன்முறையில் ஈடுபடும் லும்பன் செயல்களாகவோ,

ஜாதி அல்லது மதம் சார்ந்த குழுக்களுக்கிடையே நடக்கும் அடையாளத்துக்கான அசிங்கமான போராட்டங்களாகவோ ஆயுதம்தாங்கிய போராட்டம் எவ்வளவு எளிதாக மாறிவிடும் என்பதற்கான எச்சரிக்கை இது. வன்முறையை அது நடக்கும் விதத்திலேயே நிறுவனப்படுத்தி, வெகு ஜனங்கள் அமைதியின்றி வாழும் ஓர் அமைப்பாக இந்த அரசாங்கம் நாட்டை ஆக்கி விட்டிருக்கிறது. CPI (மாவோயிஸ்டு) உறுப்பினர்களை இலக்காக வைத்துத் தலைகளை வெட்டிவிட்டால், வன்முறையை அது முடிவுக்குக் கொண்டுவந்துவிடும் என்று அரசாங்கம் நினைத்தால் அது தவறு. மாறாக, வன்முறை இன்னும் பரவும், ஆழமாகும், பிறகு அரசாங்கம் யாரிடமும் பேசமுடியாது.

○

எனது கடைசிச் சில நாட்கள் பசுமைவளம் நிரம்பிய இந்திராவதிச் சமவெளியில் சுற்றித் திரிவதாக அமைகின்றன. ஒரு மலையின் ஓரத்தில் நாங்கள் நடக்கின்றபோது, நதியின் அக்கரையில், அதேதிசையில் மக்கள் இன்னொரு வரிசையில் நடந்து செல்வதைக் காண்கிறோம். அணைகட்டுவதற்கு எதிரான கூட்டம் ஒன்றில் கலந்துகொள்ளக் குதூர் கிராமம் செல்கிறார்களாம். அவர்கள் பொதுஜனங்கள், ஆயுதம் அற்றவர்கள். அந்தச் சமவெளியில் நிகழும் ஒரு வட்டாரப் பேரணி. நான் அக்கரை சென்று அவர்களோடு சேர்ந்துகொண்டேன்.

நாங்கள் பலநாட்களாக நடந்துவரும் இந்தப் பகுதி முழுவதையும் போத்காட் அணை மூழ்கடித்துவிடும். அந்தக் காடு முழுவதும், அந்த வரலாறு, அந்தக் கதைகள் யாவும். நூற்றுக்கும் மேற்பட்ட கிராமங்கள் காணாமற்போகும். மக்களை எலிகள்போல மூழ்கடித்து, லோஹண்டிகுடா எஃகு ஆலையும், பாக்ஸைட் சுரங்கமும், அலுமினியம் சுத்திகரிப்பு ஆலையும் கேஷ்கால் காடுகளில் ஒருங்கிணைந்து செயல்பட்டு நதிகளைத் தங்கள்வசம் ஆக்கிக்கொள்வதா? இதுதான் திட்டமா?

கூட்டத்தில், பல ஆண்டுகளாக நாம் பேசிவருகின்ற அதே விஷயங்களை மைல்கணக்காக நடந்துவந்த மக்களும் சொல்கிறார்கள். நாங்கள் மூழ்கிப்போவோம், ஆனால் நகரமாட்டோம். யாரோ தில்லியிலிருந்து ஒருவர் தங்களுடன் வந்திருக்கிறார் என்பதில் அவர்களுக்கு மிகவும் மகிழ்ச்சி. தில்லி என்பது மிகக் கொடிய நகரம், அவர்களைத் தில்லிக்குத் தெரியாது, தில்லி அவர்களைப் பற்றிக் கவலைப்படவும் இல்லை என்று சொல்கிறேன்.

தண்டகாரண்யத்துக்கு வருவதற்குச் சில வாரங்கள் முன்னால்தான் நான் குஜராத்துக்குச் சென்றிருந்தேன். சர்தார் சரோவர் அணை தனது முழு உயரத்தை எட்டிவிட்டது. நர்மதா பச்சாவோ ஆந்தோலன் எந்தெந்த விஷயங்கள் எல்லாம் நடக்கும் என்று முன்னுரைத்ததோ அவை யாவும் நடந்துவிட்டன. இடம்பெயர்ந்த மக்களுக்குப் புனர்வாழ்வு தரப்படவில்லை, இதைச் சொல்லவே தேவையில்லை. வாய்க்கால்கள் கட்டப்படவில்லை. அதற்குப் பணம் இல்லை. ஆகவே நர்மதா நீரை வெகுகாலத்திற்கு முன்பே அழிந்துபோன சபர்மதியின் ஆற்றுப்படுகையில் திருப்பி விட்டிருக்கிறார்கள். பெருமளவு நீரை நகரங்களும் தொழிற்சாலைகளும் உறிஞ்சிக் கொள்கின்றன. எதிர்ப்பாய்ச்சல் விளைவுகள் – ஆறு அற்ற ஒரு கழிமுகத்தில் உப்புநீர் உட்புகுதல் போன்றவை – இன்று சீர்செய்யமுடியாத பிரச்சினைகள் ஆகிவிட்டன.

ஒரு காலத்தில் பெரிய அணைகள்தான் நவீன இந்தியாவின் கோயில்கள் என்று தவறானதொரு நம்பிக்கை இருந்தது. அதையாவது ஒருவேளை புரிந்துகொள் முடியும், காரணம் முன் அனுபவம் இல்லை. ஆனால் இன்று, இவ்வளவு தூரம் நிகழ்ந்த பிறகு, நாம் என்ன செய்கிறோம் என்பது எல்லோருக்கும் தெரியும்பொழுது, பெரிய அணைகளைக் கட்டுவது மனித இனத்திற்கு எதிரான ஒரு குற்றம் என்றுதான் கூறமுடியும்.

1984இல் மக்கள் எழுச்சிக்குப் பிறகு போத்காட் அணை கட்டுவது நிறுத்தப்பட்டு அந்தத் திட்டம் பரணில் போடப்பட்டது. இன்று அதை யார் நிறுத்தப் போகிறார்கள்? அடிக்கல் நாட்டப்படாமல் தடுக்கப்போவது யார்? இந்திராவதி திருட்டுப் போவதிலிலிருந்து யார் தடுக்கமுடியும்? யாராவது செய்யவேண்டும்.

❍

போன இரவு, ஒரு செங்குத்தான குன்றின் அடிவாரத்தில் முகாமிட்டுத் தங்கினோம். காலையில் அதன்மீது ஏறவேண்டும். அது ஒரு சாலைக்குக் கொண்டுசெல்லும். அங்கேயிருந்து ஒரு மோட்டார் சைக்கிள் என்னை அழைத்துக்கொண்டு போகும். நான் முதலில் நுழைந்தபோது இருந்தவாறு இப்போது காடு தோற்றமளிக்கவில்லை. மாறிவிட்டது. சிரோஞ்சி, பட்டுப் பஞ்சு, மாமரங்கள் பூக்கத்தொடங்கிவிட்டன.

குதூர் கிராமத்திலிருந்து மக்கள் ஒரு பெரிய பானை நிறைய அப்போதுதான் பிடித்த மீன்களை முகாமுக்கு அனுப்பி

யிருந்தார்கள். பிறகு எனக்கு ஒரு பட்டியல். காட்டிலிருந்து கிடைக்கின்ற, அல்லது அவர்களே பயிர்செய்து வளர்க்கின்ற எழுபத்தொருவகைக் கனிகள், காய்கள், தானியங்கள், பூச்சிகள். ஒரு பட்டியல், அவ்வளவுதான். ஆனால் அவர்கள் உலகின் ஒரு வரைபடமும்கூட.

ஜனதன சர்க்கார் கட்டிய ஒரு தடுப்பணை

நாங்கள் பலநாட்களாக நடந்து வரும் இந்தப் பகுதி முழுவதையும் போத்காட் அணை மூழ்கடித்துவிடும். அந்தக் காடு முழுவதும், அந்த வரலாறு, அந்தக் கதைகள் யாவும். நூற்றுக்கும் மேற்பட்ட கிராமங்கள் காணாமற் போகும்.

காட்டின் அஞ்சல் வருகிறது. எனக்கு இரண்டு பிஸ்கட்டுகள். தோழியர் நர்மதா அனுப்பிய ஒரு கவிதையும் படியச் செய்த பூ ஒன்றும். மாசி எழுதிய ஒரு அழகான கடிதம். (யார் அவர்? எப்போதாவது எனக்குத் தெரியவருமா?)

எனது ஐ – பாடிலிருந்து தன் கணிப்பொறிக்கு இசையை இறக்கிக்கொள்ள முடியுமா என்று தோழர் சுக்தேவ் கேட்கிறார். ஃபைஸ் அகமது ஃபைஸ் எழுதிய ஹம் தேகேங்கே (காண்போம் அந்த நாளை) என்பதை லாஹுரின் புகழ்பெற்ற கச்சேரி ஒன்றில், ஜியா – உல் – ஹக்கின் ஒடுக்குமுறை நிறைந்த ஆட்சியின் உச்சத்தில், இக்பால் பானு பாடிய பதிவை நாங்கள் கேட்கிறோம்.

ஜப் ஆல் – ஏ – சஃபா – மர்தூத் – ஏ – ஹராம்,
மஸ்னத் பே பிதாயே ஜாயேங்கே

(மாறான கருத்துடையவர்களும் வசைமொழிகளுக்கு
உரியவர்களும் உயரத்தில் அமரும்போது)

சப் தாஜ் உச்சலே ஜாயேங்கே
சப் தக்த் கிராயே ஜாயேங்கே

(எல்லா மணிமுடிகளும் பறித்துக்கொள்ளப்படும்
எல்லா அரியணைகளும் வீழ்த்தப்படும்)

ஹம் தேகேங்கே

அந்தப் பாகிஸ்தான் அரங்கத்தில் ஐம்பதாயிரம் மக்கள் இன்குலாப் ஜிந்தாபாத்! இன்குலாப் ஜிந்தாபாத்! என்ற அறைகூவலை முழங்கத்தொடங்குகிறார்கள். இத்தனை வருடங்களுக்குப் பிறகு அந்த முழக்கம் இந்தக் காட்டில் எதிரொலிக்கிறது. புரட்சி வாழ்க! எப்படி உறவுகள் இணை கின்றன என்பது ஒரு விசித்திரம்.

"தவறான முறையில் அறிவார்த்தமான ஆதரவையும், பொருள்சார்ந்த ஆதரவையும் மாவோயிஸ்டுகளுக்கு அளிப்ப வர்களை" உள்துறை அமைச்சர் மறைமுகமாக மிரட்டுகின் றார். இக்பால் பானுவை அளிப்பதும் அதில் அடங்குமா?

விடியற்காலையில் நான் தோழர் மாதவுக்கும், தோழர் ஜூரிக்கும், இளம் மாங்டுவுக்கும், பிற அனைவருக்கும் 'குட்பை' சொல்கிறேன். பைக்குகளை ஏற்பாடு செய்யத் தோழர் சந்து சென்றிருக்கிறார். அவர் என்னுடன் முக்கியச் சாலை வரை வருவார். தோழர் ராஜூ வரவில்லை. (மலை ஏறுவது அவரது கால்களுக்கு நரக வேதனையாக இருந்திருக்கும்.) தோழியர் நீதி (மிகவும் தேடப்படுபவர்), தோழர் சுக்தேவ், கமலா, இன்னும் ஐந்து பேர் என்னை மலையின்மீது அழைத்துச் செல்வார்கள். நடக்கத் தொடங்கும்போது, சாதாரணமாக, ஆனால் ஒரேசமயத்தில் நீதியும் சுக்தேவும் தங்கள் துப்பாக்கி களின் பாதுகாப்புக் கொக்கியை விடுவிக்கிறார்கள். அவர்கள் அவ்வாறு செய்வதை அப்போதுதான் முதல்முறையாகப் பார்க்கிறேன். நாங்கள் 'எல்லையை' நெருங்குகிறோம். திடீ ரெனத் "துப்பாக்கிச் சூட்டில் மாட்டிக்கொண்டால் என்ன செய்வது என்று தெரியுமா?" என்று சுக்தேவ் சர்வசாதாரண மாகக் கேட்கிறார். உலகத்திலேயே மிக இயற்கையான நடப்பு அதுதான் என்பதுபோல.

"ஆமாம்" என்கிறேன் நான். "அப்படியே ஒரு எல்லை யற்ற உண்ணாவிரதத்தில் உட்கார்ந்துவிடுவதுதான்."

ஒரு பாறைமீது உட்கார்ந்து சிரிக்கிறார். ஏறத்தாழ ஒரு மணிநேரம் ஏறுகிறோம். சாலைக்குப் பக்கத்தில் பாறைகள் மறைத்த ஒரு தனி ஒதுக்கிடத்தில் அமர்கிறோம். ஒரு தாக்குதல் நடத்தும் குழுவைப்போல, முழுதும் மறைந்து, பைக்குகள் வரும் சத்தத்தை மட்டும் எதிர்பார்த்து. அது வந்துவிட்டால்,

விடைபெறுதல் மிகவும் துரிதமாக நடக்க வேண்டும். லால் சலாம், தோழர்களே.

நான் திரும்பிப் பார்த்தபோது அவர்கள் அங்கேயே இருந்தார்கள். கைகளை அசைத்துக்கொண்டு. ஒரு சிறிய பிரச்சினை. இவர்கள் தங்கள் எதிர்கால நற்கனவுகளுடன் வாழ்பவர்கள். மீதி உலகம் கொடுங்கனவுகளுடன் வாழ்கிறது. ஒவ்வொரு இரவும் நான் இந்தப் பிரயாணத்தை நினைத்துக்கொள்கிறேன். அந்த இரவு வானம், அந்தக் காட்டுப் பாதைகள். தளையிட்ட காலணிகள் அணிந்த கமலாவின் குதிகால்களைப் பார்க்கிறேன். அவர் எங்கோ நகர்ந்து கொண்டுதான் இருக்கவேண்டும். எங்கேயோ இயங்கிக்கொண்டு, தனக்காக அல்ல, நம் எல்லோருக்குமே நன்னம்பிக்கையைக் காப்பாற்றி வைப்பதற்காக.

2010 மார்ச்

மக்களிடமிருந்து உணவைத் திருடும்
சில்லறைத் திருடனைச்
சட்டம் சிறையில் தள்ளுகிறது.
உணவிடமிருந்து மக்களைத் திருடும்
பெருந்திருடர்களையோ
வாழவைக்கிறது.

(எழுதியவர் பெயர் தெரியவில்லை, இங்கிலாந்து, 1821)[1]

2010 ஜூலை 2இன் விடியற்காலை நேரத்தில், அடிலாபாதின் தொலை தூரக் காட்டில் ஆந்திரப் பிரதேச அரசாங்கப் போலீஸ், செருகூரி ராஜ்குமார் என்ற மனிதரின் மார்பில் குண்டுபாயுமாறு சுட்டது. தன் தோழர்களுக்கு ஆஜாத் என்ற பெயரில் தெரிந்தவர் அவர். இந்தியாவின் தடைசெய்யப்பட்ட கம்யூனிஸ்டுக் கட்சி (மாவோயிஸ்டு)யின் மையச்செயற்குழு உறுப்பினர். இந்திய அரசாங்கத்துடன் நடக்க இருப்பதாகக் கூறப்பட்ட சமாதானப் பேச்சுவார்த்தைகளில் பங்கு கொள்ளக் கட்சியால் அனுப்பப்பட்டவர்.

போலீஸ் மிக அருகிலிருந்து ஏன் சுடவேண்டும்? சுட்டபிறகு நன்கு தெரியும் அந்த அடையாளங்களை அவர்கள் ஏன் மறைக்காமல் செல்லவேண்டும்? இது தற்செயலாக நடந்த தவறா, அல்லது அவர்கள் விடுக்கும் எச்சரிக்கையா?

இரண்டாவதாக ஒரு நபரையும் அவர்கள் அன்று காலை கொன்றார்கள். ஹேமசந்திர பாண்டே. அவர்கள் சுற்றி வளைத்தபோது ஆஜாதுடன் பயணம் செய்துகொண்டிருந்த இளம் பத்திரிகையாளர். அவரை ஏன் கொன்றார்கள்? அந்த நிகழ்ச்சியைச் சொல்வதற்கு எவரும் சாட்சிகள் இல்லாமற் செய்யவேண்டும் என்றா? அல்லது 'சும்மா'வா?

ஒரு போர் நிகழும்போது, சமாதானப் பேச்சு வார்த்தைகளின் தொடக்க நிலையில், எதிர்த்தரப்பின் பிரதிநிதியை இன்னொரு தரப்பினர் கொல்லும்போது, கொலைபுரிந்த தரப்பு சமாதானத்தை விரும்பவில்லை என்பது நியாயமாக ஊகிக்கக் கூடியது. ஆஜாதைக் கொன்றதைப் பார்க்கும்போது அவரை உயிரோடு விடுவது மிகுந்த இழப்பை ஏற்படுத்தும் என்று யாரோ முடிவுகட்டிவிட்டதைப் போலத் தோன்றுகிறது. இந்த முடிவுகட்டல், மிகவும் தவறானதொரு செயல் எனத் திரும்பக்கூடும். யார் அதைச் செய்தது என்பதால் அல்ல, இந்தியாவின் இன்றிருக்கும் அரசியல் சூழலினால்.

கடையரை எட்டும் புரட்சி

தண்டகாரண்யக் காட்டில் தோழர்களிடம் விடைபெற்று நான் திரும்பிய சில நாட்கள் கழித்து, புது தில்லியில் பாராளுமன்றச் சாலையில் நன்கு பரிச்சயமான சலிப்பான வழியில் ஜந்தர் மந்தருக்குச் சென்றுகொண்டிருந்தேன். ஜந்தர் மந்தர் என்பது பதி னெட்டாம் நூற்றாண்டில் ஜெய்ப்பூர் மகாராஜா இரண் டாம் சாவாய் ஜெயசிங் கட்டிய பழைய வானிலை ஆய்வுக் கூடம். அந்தக் காலத்தில் காலத்தைக் காட்ட, வானிலையை முன்னறிவிக்க, கிரகங்களை ஆராய உதவிய அது ஓர் அறிவியல் அற்புதம். இன்று தில்லியில் ஜனநாயகத்தை வெளிப்படுத்துகின்ற சிறிய காட்சியகம். அவ்வளவாக வெப்பமாக இல்லாத இடம். சுற்றுலாப் பயணிகளைக் கவருமிடம்.

இப்போது சில ஆண்டுகளாக, அரசியல் கட்சிகளோ, மதநிறுவனங்களோ ஆதரவு தராத கிளர்ச்சிகள் தில்லி யில் தடைசெய்யப்பட்டுள்ளன. ராஜ்பாத்திலுள்ள படகுக் குழாம், கடந்த காலத்தில் மிகப்பெரிய, வரலாற்று முக்கியத் துவம் வாய்ந்த பேரணிகளைக் கண்டது. சிலசமயங் களில் அந்தப்பேரணிகள் நாள்கணக்காக நீடித்ததும் உண்டு. இப்போது இன்பச் சுற்றுலாக்களுக்கும், பலூன் விற்பவர்களுக்கும், படகு சவாரி செய்பவர்களுக்கும் மட்டுமே அது இடமாக உள்ளது. இந்தியா கேட்டிலோ, மெழுகுவத்திக் கண்விழிப்புகள், மத்தியதர வர்க்கத்துக் கான பூச்செண்டுக் கிளர்ச்சிகள் – உதாரணத்திற்கு அரசியல் தொடர்புள்ள ரவுடிகளால் கொல்லப்பட்ட மாடல் பெண் ஜெசிகாவிற்காக – ஜெசிகாவுக்கு நீதி வேண்டும் போன்ற கிளர்ச்சிகள் மட்டுமே அனுமதிக்கப் படுகின்றன, அதற்குமேல் ஒன்றும் கிடையாது.

நகரத்தின்மீது 144ஆம் பிரிவு தடையுத்தரவு போடப்பட்டுள்ளது. ஐந்து பேருக்கு மேல் கொண்ட குழு எதுவும், 'சட்டத்திற்கு மாறான பொது நோக்கத்தோடு' சந்திப்பது தடை செய்யப்பட்டுள்ளது என்ற பத்தொன்பதாம் நூற்றாண்டுச் சட்டம் திணிக்கப்பட்டுள்ளது. 1857 கலகம் மீண்டும் நிகழக் கூடாது என்பதற்காக பிரிட்டிஷ்காரர்களால் 1860இல் உருவாக்கப்பட்ட சட்டம் அது. அது ஒரு அவசரக்கால நிலைக்கான சட்டம், ஆனால் இந்தியாவின் பலபகுதிகளில் நிலையான சட்டமாக மாறிவிட்டது. இந்த மாதிரியான சட்டங்களை பிரிட்டன் தந்ததாலோ என்னவோ, மிகவும் நன்றியுணர்ச்சியுடன், நமது பிரதமர், ஆக்ஸ்போர்டு பல்கலைக்கழகத்தில் வழங்கப்பட்ட ஒரு கவுரவப் பட்டத்தைப் பெற்றுக்கொள்ளும் போது இந்தியாவுக்கு ஒரு வளமான மரபை பிரிட்டிஷ்காரர்கள் தந்திருக்கிறார்கள் என்று பாராட்டினார். "எங்களுடைய நீதித்துறை, சட்டமுறைமை, எங்கள் அதிகார வர்க்கம், எங்கள் போலீஸ் எல்லாமே சிறந்த நிறுவனங்கள், இவை பிரிட்டிஷ் இந்திய நிர்வாகத்திலிருந்து பெறப்பட்டவை, நாட்டுக்கு மிக நன்றாகச் சேவை புரிந்திருக்கின்றன."[2]

ஜந்தர் மந்தரில் 144ஆம் பிரிவு செல்லுபடியாகும், ஆனால் அங்கே அமல்படுத்தப்படுவதில்லை. தில்லியில் அப்படிப்பட்ட ஒரே இடம் அதுதான். இந்தியாவின் எல்லாப்பகுதிகளிலிருந்தும் வரும் மக்கள், அரசியல் நிறுவனங்களாலும் ஊடகங்களாலும் புறக்கணிக்கப்படுபவர்கள், தங்களை எவராவது காது கொடுத்துக் கேட்பார்கள் என்ற நம்பிக்கையில் அங்கே கூடுகிறார்கள். சிலர் நீண்ட ரயில்பயணங்களை மேற்கொள்கிறார்கள். சிலர் – போபால் விஷவாயுக்கசிவு வழக்கில் சம்பந்தப்பட்டவர்கள் போன்றோர் – வாரக்கணக்காக நடந்து தில்லிக்கு வருகிறார்கள். கொளுத்தும் வெயிலில் அல்லது உறைபனியில் நடைபாதையில் தங்களுக்குச் சிறந்த இடம் எது என்பதைத் தேர்ந்தெடுக்க அவர்களுக்குள் சண்டை வரலாம். ஏனென்றால் சமீபகாலம்வரை ஜந்தர் மந்தரில் கிளர்ச்சியாளர்கள் வாரக்கணக்காக, மாதக்கணக்காக, ஏன் ஆண்டுக்கணக்காகக்கூட முகாமிட்டுத் தங்கலாம். போலீஸ் மற்றும் சிறப்புப்பிரிவின் நம்பிக்கையற்ற பார்வைக்கு இலக்காக அவர்கள் தங்கள் மங்கிப்போன ஷாமியானாக்களையும் விளம்பரச் சீலைகளையும் போட்டுக்கொள்ளலாம். இங்கேயிருந்து அவர்கள் ஞாபகக் குறிப்புகளையும், தங்கள் கிளர்ச்சித் திட்டங்களையும் வெளியிட்டும், வரையறையற்ற உண்ணாவிரதங்களை நடத்தியும் ஜனநாயகத்தின்மீது தங்கள் நம்பிக்கையைக் காட்டிக்கொள்ளலாம். இங்கிருந்து பாராளுமன்றத்திற்குச் செல்ல அவர்கள்

ஆசைப்பட்டார்கள் (ஆனால் ஒருபோதும் வெற்றிபெறவில்லை). இங்கிருந்து அவர்கள் நம்பிக்கை வைத்தார்கள்.

ஆனால் இப்போதெல்லாம் ஜனநாயகத்தின் நேரஎல்லைகள் மாறிவிட்டன. இப்போது அலுவலக நேரங்களில் – திட்டவட்டமாக காலை ஒன்பது முதல் மாலை ஐந்துவரை மட்டுமே. நேரம் மிகுதி கிடையாது. தூங்குதல் கிடையாது. எவ்வளவு தூரத்திலிருந்துதான் மக்கள் வந்திருந்தாலும், அவர்களுக்கு நகரத்திற்குள் புகலிடம் கிடையாது என்றால் ஆறுமணிக்கு அவர்கள் வலுக்கட்டாயமாக வெளியேற்றப்படுவார்கள், தேவையானால், விஷயம் கைமீறினால் போலீஸைக் கொண்டு, தடிகளாலும் தண்ணீர் பீய்ச்சியடித்தும் வெளியேற்றப்படுவார்கள். 2010 புதுதில்லியின் காமன்வெல்த் விளையாட்டுவிழா எவ்வித இடைஞ்சலுமின்றி நடக்க வேண்டும் என்பதற்காகத்தான் இந்தப் புதியநேரங்கள் அமல்படுத்தப்பட்டன. ஆனால் பழைய நேரங்கள் மறுபடியும் சீக்கிரம் வந்துவிடும் என்று எவரும் நம்பவில்லை.

பிரிட்டிஷ் பேரரசைக் கொண்டாட ஏற்பட்ட ஒரு நிகழ்ச்சிக்கு ஒத்தமுறையில் தான் நமது ஜனநாயகத்தில் மீந்திருக்கும் விஷயத்தின் நடைமுறை இருக்கிறது. ஏறத்தாழ 4,00,000 பேர் நகரத்தைவிட்டுத் துரத்தப்பட்டதும், அவர்களில் பலரது வீடுகள் இடிக்கப்பட்டதும் ஜனநாயக நடைமுறைக்கு ஒத்தசெயல்தான் போலும்.[3] உச்சநீதிமன்ற ஆணையினால் இலட்சக்கணக்காக நடைபாதையோர விற்பனையாளர்கள் தங்கள் பிழைப்பினை விட்டுத் துரத்தியடிக்கப்பட்டதும் அப்படிப்பட்ட ஒரு செயலாகலாம். ஏனென்றால் அப்போதுதானே பெரியபெரிய நகரமால்கள் அந்த விற்பனையைத் தாங்கள் அடையமுடியும்?[4] பல்லாயிரக்கணக்கான பிச்சைக்காரர்கள் நகரத்தைவிட்டு வெளியேற்றப்பட்டார்கள். அதற்குப் பதிலாக பல்லாயிரக்கணக்கான அடிமைகள், ஃப்ளைஓவர்கள், மெட்ரோ டன்னல்கள், ஒலிம்பிக் தகுதிக்குத் தேவையான நீச்சல் குளங்கள், உடலை வெதுவெதுப்பாக்க வேண்டிய பயிற்சிகள் செய்யும் விளையாட்டரங்குகள், விளையாட்டு வீரர்கள் தங்குவதற்கான ஆடம்பர விடுதிகள் கட்டுவதற்கென இறக்குமதி செய்யப்பட்டார்கள்.[5] பழைய அரசர்களின் ஆடம்பரம் இல்லாமற் போகலாம். ஆனால் வெளிப்படையாகவே நமது அடிமைத்தனப் பாரம்பரியம் மிகவும் இலாபமளிக்கக்கூடிய ஒன்றாக மாறிவிட்டதால் அதை மாற்றமுடியாது.

2010 வேனிற்காலத்தில் நான் ஜந்தர் மந்தரில் இருந்தேன். அங்கே நாட்டின் எல்லா நகரங்களிலும் நடைபாதையில்

வசிப்பவர்களில் ஆயிரம்பேர் கூடித் தங்கள் அடிப்படை உரிமை களைக் கேட்கப்போகிறார்கள். தங்குவதற்கு ஒரு கூரை, உணவு (பங்கீட்டுக்கடை அட்டை), வாழ்க்கை (போலீஸின் மிருகத் தனத்திலிருந்து பாதுகாப்பு, நகராட்சி அலுவலர்களின் அச்சுறுத் திப் பணம்பறிக்கும் குற்றச்செயலிலிருந்து பாதுகாப்பு) ஆகி யவைதான் அவர்கள் கேட்க இருக்கும் உரிமைகள்.

அன்று வெயில் கடுமையாக இருந்தாலும் அதுவும் கொஞ்சம் நாகரிகமாக நடந்துகொண்டது. இது சொல்வதற்கு நன்றாக இல்லைதான், ஆனாலும் உண்மை – ஒரு மிதமான தூரத்தி லிருந்தே ஏதோ கிளர்ச்சி நடக்கப்போகிறது என்பதை யூகித்து விடலாம். ஆயிரக்கணக்கான மனித உடல்கள் ஒரே இடத்தில் சேருவதால் ஏற்படும் கூட்டுமணம் அது. ஒரு வாழ்க்கைக் காலம் முழுவதுமாக என இல்லாவிட்டாலும் பல ஆண்டு களாக மனித (விலங்குகளுக்கான) ஆரோக்கியம் உடல்நலம் ஆகியவற்றிற்கான அடிப்படை வசதிகள் மறுக்கப்பட்ட, மானிடத் தன்மை மறுக்கப்பட்ட உடல்களின் மணம் அது. நமது பெரிய நகரங்களின் குப்பைக்கூளங்களில் வாழ்வதற்கென ஒதுக்கப் பட்ட உடல்கள். சுத்தமான நீரோ, சுத்தமான காற்றோ, தூய்மை செய்தலோ, மருத்துவக் கவனிப்போ கிடைக்காத உடல்கள். இந்த நாட்டின் எந்த ஒரு பகுதியும், முன்னேற்றத் திற்கான திட்டங்கள் எதுவும், எந்த நகர நிறுவனமும் இவர் களுக்கு இடமளிக்க என வடிவமைக்கப்படவில்லை. ஜவஹர் லால் தேசிய நகர்ப்புறப் புதுப்பித்தல் பணியும், அல்லது வேறு எந்தச் சேரிவளர்ச்சித் திட்டமும் அவர்களுக்கு உதவ வில்லை. வேலை வாய்ப்புக்கான உறுதி, நலத்திட்டம் எதுவும் இல்லை. கழிவுநீர் வெளியேற்றத் திட்டமும் கூட. அதன்மீது தானே அவர்கள் மலம் கழிக்கிறார்கள். அவர்கள் நிழல் மனிதர்கள். திட்டங்களுக்கும் நிறுவனங்களுக்கும் இடையே ஏற்படும் விரிசல்களில் அவர்கள் வாழ்கிறார்கள். தெருக்களில் தான் தூங்குகிறார்கள். தெருக்களில் உண்ணுகிறார்கள், தெருக் களில்தான் காதல் புரிகிறார்கள், தெருக்களில்தான் பிள்ளை பெறுகிறார்கள், தெருக்களில் பாலியல் வன்முறைக்கு ஆளா கிறார்கள், தெருக்களில் காய்கறி நறுக்கி, துணி துவைத்து, பிள்ளைகளை வளர்த்து, தெருக்களிலேயே வாழ்ந்து சாகிறார்கள்.

திரைப்படம் மூக்கின் புலனையும் ஏற்றுக்கொண்டு, அதை வெளிப்படுத்துகின்ற கலைவடிவம் ஆகுமானால், அதாவது திரைப்படங்கள் நாற்றம் வீசினால், ஸ்லம்டாக் மிலினேயர் போன்ற திரைப்படங்கள் ஆஸ்கார் விருதுகள் பெறாது. அப்படிப் பட்ட ஏழ்மையின் துர்நாற்றம், பாப்கார்ன் சாப்பிடும் நறு மணத்துடன் கலந்து ஒன்றாக முடியாது.

அன்றைக்கு ஜந்தர் மந்தரில் கூடியவர்கள் சேரிப் பொறுக்கிகள்கூட அல்ல, நடைபாதை வாசிகள்தான். யார் அவர்கள்? எங்கிருந்து அவர்கள் வந்தார்கள்? ஒளிவீசும் இந்தியாவின் அகதிகள் அவர்கள். தாறுமாறாகிப்போன ஓர் உற்பத்தி முறையின் நச்சுக்கழிவுபோல அடித்து வெளியேற்றப்படுபவர்கள் அவர்கள். அறுபது கோடிப்பேர்களின் பிரதிநிதிகள். கிராமப் புறத்தில் வாழ வகையற்று நீடித்த பட்டினி, வெள்ளங்கள், பஞ்சங்கள் (இவற்றில் பல மனிதனால் ஏற்படுத்தப்பட்டவை), சுரங்கங்கள், எஃகு உருக்குத் தொழிற்சாலைகள், அலுமினியம் உருக்காலைகள், நெடுஞ்சாலைகள், வெகுவிரைவுச்சாலைகள், சுதந்திரத்திற்குப் பிறகு கட்டப்பட்ட 3300 பெரிய அணைகள், இப்போது சிறப்புப் பொருளாதார மண்டலங்கள் (Special Economic Zone - SEZ) ஆகியவற்றால் விரட்டப்படுபவர்கள். ஒரு நாளுக்கு இருபது ரூபாய்க்கும் குறைவாகச் சம்பாதிக்கும் 83 கோடி 60 லட்சம் பேர்களில் ஒருபகுதியினர். கோடிக்கணக்கான டன்கள் உணவுப்பொருள்கள் அரசாங்கக் கிடங்குகளில் எலிகளால் தின்னப்படும்போது, அல்லது எரித்து அழிக்கப் படும்போது (உணவுப்பொருள்களை ஏழைமக்களுக்கு விநியோகம் செய்வதைவிட எரித்து அழிப்பது மலிவானது) பட்டினி கிடப்பவர்கள்.[6] நமது நாட்டின் கோடிக்கணக்கான ஊட்டச் சத்தற்ற குழந்தைகளின் – நம் நாட்டில் முதல் பிறந்தநாள் வருவதற்குள் 15 லட்சம் குழந்தைகள் இறக்கின்றன – பெற்றோர்கள் அவர்கள்.[7] புதிய இந்தியாவைக் கட்டமைக்க நகரத்திலிருந்து நகரம் கொண்டுசெல்லப்படும் வரிசைக் கும்பல்கள்.

இதற்குத்தான் ‘நவீன வளர்ச்சியின் பயன்களை மகிழ்ச்சியோடு அனுபவித்தல்’ என்று பெயரா? இரண்டுவார ஆடம்பர விழாவுக்காகப் பொதுப்பணத்திலிருந்து 2,40,000 கோடி (முதலில் போட்ட மதிப்பீடு 4,000 கோடிதான்). அதிலும் பயங்கரவாதம், மலேரியா, டெங்கு ஜுரம், பிற தில்லியின் புதிய பூச்சிகள் பரப்பும் ஜுரம் ஆகியவற்றிற்காகப் பயந்துகொண்டு பல சர்வதேச விளையாட்டு வீரர்கள் பங்குகொள்ளாத ஒரு நிகழ்ச்சிக்குச் செலவுசெய்யும் இந்த அரசாங்கத்தைப் பற்றி இந்த மக்கள் என்ன நினைப்பார்கள்? இங்கிலாந்தின் அரசி, காமன்வெல்த்துக்குப் பெயர் அளவிலான தலைவி. அவரும் கூடத் தலைமையேற்கத் தனது பொறுப்பற்ற கனவுகளில் கூடக் கருதாத ஒரு விழா இது.

அரசியல்வாதிகளாலும், விளையாட்டுத்துறை அதிகாரிகளாலும் பெருங் கோடிக்கணக்கான பணம் திருடிக் கரைத்தழிக்கப்படுவதைப் பற்றி அவர்கள் என்ன நினைப்பார்கள்? நினைப்பது அவ்வளவாக ஒன்றும் இருக்காது என்று நான்

யூகிக்கிறேன். ஏனென்றால் ஒரு நாளுக்கு இருபது ரூபாய் அளவில் வாழ்பவர்களுக்கு இம்மாதிரிப் பணங்கள் ஒரு கனவுக்கதைபோல, அறிவியல் புதினம் போலத்தான் காட்சி யளிக்கும். அவர்களுக்கு இது தங்கள் பணம்தான் என்பது தெரியாது என்று நினைக்கிறேன். அதனால்தான் இந்தியாவில் ஊழல் அரசியல்வாதிகள் திரும்பப் பதவிக்கு வரமுடிகிறது. தாங்கள் திருடிய பணத்தையே செலவிட்டு அடுத்த தேர்தலை வாங்குகிறார்கள். (பிறகு மிகவும் கோபப்படுபவர்கள்போல நடித்து, "மாவோயிஸ்டுகள் ஏன் தேர்தலில் நிற்கக்கூடாது?" என்று கேட்கிறார்கள்.)

அந்த ஒளிமிக்க நாளில் ஜந்தர் மந்தரில் நின்றுகொண்டு, இந்த நாட்டின் எல்லா வகையான மக்களும் ஈடுபடும் பல விதமான போராட்டங்களைப் பற்றி நினைத்தேன். நர்மதைப் பள்ளத்தாக்கிலும் அருணாசப் பிரதேசப் போலாவாரத்திலும் பெரிய அணைகளை எதிர்த்து; ஒரிஸா, சத்தீஸ்கர், ஜார்க்கண்டில் சுரங்கங்களை எதிர்த்து; ஆதிவாசிகள் லால்கட்டில் போலீஸை எதிர்த்து; நாட்டின் எல்லா இடங்களிலும் தொழிற்சாலைகளுக் கும் சிறப்புப் பொருளாதார மண்டலங்களுக்கும் தங்கள் நிலங் களைப் பறிப்பதை எதிர்த்து. இப்படிப்பட்ட விதியை எதிர்த்து எத்தனைவிதமான வழிகளில், எத்தனை ஆண்டுகளுக்கு இந்த மக்கள் போராடுவார்கள்? தோள்களில் துப்பாக்கியை ஏந்திக் கொண்ட மாசி, நர்மதா, ரூபி, நீதி, மாங்டு, மாதவ், சரோஜா, ராஜு, குட்சா ஊசண்டி, தோழியர் கமலா ஆகியோரைப் பற்றி நினைத்துக்கொண்டேன். சில நாட்கள் முன்புதான் நான் நடந்து சென்ற காட்டின் மிகப்பெரிய கம்பீரத்தைப்பற்றி நினைத்தேன். பஸ்தரில் பூம்கால் கொண்டாட்டங்களில் கோபாவேசம் கொண்ட ஒரு தேசத்தின் வேகமான ஒலிப் பாதையின் துடிப்புப்போல ஆதிவாசிப் பறைகள் ஒலித்ததை நினைத்தேன்.

வரங்கல்லுக்கு நான் சென்றபோது உடன் வந்த பத்மாவை நினைத்துப்பார்த்தேன். அவருக்கு வயது முப்பதுகளில் இருக்க லாம். ஆனால் படிக்கட்டுகளில் கைப்பிடிகளைப் பிடித்துக் கொண்டு தன் உடலை இழுத்துக்கொண்டுதான் ஏறமுடியும். குடல்வால் அறுவைசிகிச்சை நடந்து ஒருவாரத்திற்குப் பிறகு அவர் கைதுசெய்யப்பட்டார். உள்காயங்களில் கடுமையான இரத்தப்போக்கும் உறுப்புகள் சிதைவும் ஏற்படும்வரை அவரை அடித்தார்கள். அவர் முழங்கால்களை அடித்து உடைத்தபோது, அவர் மீண்டும் காட்டில் நடக்கக்கூடாது என்பதற்காகவே போலீஸ் அடித்ததாக உதவிகரமாக விளக்கினார்கள். எட்டு ஆண்டுச் சிறைத் தண்டனைக்குப் பிறகு விடுதலையானார்.

ஒரிஸா, கியோஞ்சார், பாராதீப் செல்லும் நெடுஞ்சாலை (2005)

உங்கள் மூக்கையும் நுரையீரல்களையும் செம்புழுதி நிரப்புகிறது. நீரும் சிவப்பு, காற்றும் சிவப்பு, மக்களும் சிவப்பு, அவர்களுடைய நுரையீரல்களும் தலைமுடியும் செந்நிறம்தான். நாள்முழுவதும் பகலிரவு வேற்றுமையின்றி டிரக்குகள் அவர்கள் கிராமங்களின் ஊடே சென்றுவருகின்றன. ஒன்றுக்கொன்று முன்பின்னாகத் தொடர்ச்சியாக, ஆயிரக்கணக்கான டிரக்குகள். தாதுப்பொருளைப் பாராதீப் துறை முகத்திற்குக் கொண்டு செல்கின்றன. அங்கிருந்து அது சீனாவுக்குச் செல்லும். அங்கே அது கார்களாகவும் புகையாகவும் திடீரென தோன்றும் நகரங்களாகவும் மாறும்.

தண்டகாரண்யம், போத்காட் அணைக்கு எதிராகக் கிளர்ச்சி (2010)

ஆறு கோடி மக்கள் கிராமப்புறத்தில் வாழ வகையற்று அகதிகளாக, நீடித்த பட்டினி, வெள்ளங்கள், பஞ்சங்கள், சுரங்கங்கள், எஃகு உருக்குத் தொழிற்சாலைகள், அலுமினியம் உருக்காலைகள், நெடுஞ்சாலைகள், வெகுவிரைவுச் சாலைகள், சுதந்திரத்திற்குப் பிறகு கட்டப்பட்ட 3300 பெரிய அணைகள், இப்போது ஸெஸ் எனப்படும் சிறப்புப் பொருளாதார மண்டலங்கள் ஆகியவற்றால் இடப்பெயர்ச்சிக்கு ஆளாகியிருக்கிறார்கள்.

இப்போது அவர் அமருலா பந்து மித்ருலா சங்கம் (தியாகிகளின் உறவினர்கள், நண்பர்கள் சங்கம்) நடத்துகிறார். போலி மோதல் களில் கொல்லப்பட்ட மக்களின் உடல்களைத் திரும்பப்பெற உதவி செய்கிறது இச்சங்கம். தங்களால் நேசிக்கப்பட்டவர் களுடைய உடல்களைச் சென்று பெற்றுக்கொண்டு வருவதற்கு வசதியற்ற ஏழைகளாக இருக்கும் பெற்றோர் அல்லது கணவர் கள் மனைவிகளின் சார்பாக உடல்களைப் பெற்றுக் கொண்டு வர, பத்மா எந்தவித வாகனம் கிடைக்கிறதோ அதில் – வழக்க மாக டிராக்டர்கள்தான் – ஏறி வடக்கு ஆந்திரப்பிரதேசத்தின் குறுக்கும் மறுக்குமாகச் சென்றுவருகிறார்.

மாற்றத்தை ஏற்படுத்துவதற்காக, குறைந்தபட்சம் தங்கள் வாழ்க்கையில் நீதியின் முணுமுணுப்பேனும் கேட்பதற்காகப் பல ஆண்டுகளாக, பல தசாப்தங்களாகப் போராடிவருகின்ற வர்களின் விடாப்பிடித்தன்மை, ஞானம், தைரியம் என்பவை மிகவும் அசாதாரணமான விஷயங்கள். இந்திய அரசாங்கத்தை வீழ்த்துவதற்கோ, பெரிய அணைகள் கட்டுவதை எதிர்ப்பதற்கோ, அல்லது ஒரு குறிப்பிட்ட உருக்காலை அல்லது சுரங்கம் ஏற்படாமல் தடுப்பதற்கோ, சிறப்புப் பொருளாதார மண்ட லங்கள் உருவாகாமல் இருப்பதற்கோ – எதற்காகப் போராடி னாலும் சரி, அவர்கள் தங்கள் கௌரவத்திற்காக, வாழும் உரிமைக்காகப் போராடுகிறார்கள், மனிதர்களைப் போல நாற்றம் வீசுகிறார்கள். அவர்களைப் பொறுத்தவரை, 'நவீன வளர்ச்சியின் பயன்கள்' என்பவை நெடுஞ்சாலையில் செத்துக் கிடக்கும் மாட்டின் உடலைப்போன்று துர்நாற்றம் அடிக்கின்றன. அதனால் போராடுகிறார்கள்.

○

இந்தியாவின் அறுபத்துமூன்றாவது சுதந்திர நாளன்று, பிரதமர் மன்மோகன் சிங் தமது குண்டுதுளைக்காத சோப்புப் பெட்டிக் காரில் ஏறி செங்கோட்டைக்கு வந்து ஓர் உணர்ச்சி யற்ற, எலும்பைக் குளிரச்செய்யும் ஓர் இழிவான சொற்பொழி வைத் தேசத்திற்கு வழங்கினார். அவருடைய பேச்சைக் கேட்கும் எவரும், உலகத்திலேயே பொருளாதார வளர்ச்சி வீதத்தில் இரண்டாவதாக இருக்கக்கூடிய ஒரு நாட்டில், ஆப்பிரிக்கா வின் சஹாராவை ஒட்டிய இருபத்தாறு நாடுகளின் மொத்த ஏழைமக்கள் தொகைக்கும் மேம்பட்டவர்கள் எட்டு மாநிலங் களில் மட்டும் வாழ்கிறார்கள் என்பதை நினைக்கவும் முடியுமா?[9] "நீங்கள் எல்லாருமே இந்தியாவின் வெற்றிக்கு உதவியிருக்கிறீர் கள்" என்றார் அவர்:

138 அருந்ததி ராய்

நமது நாட்டின் பணியாளர்கள், கைவினைஞர்கள், விவசாயிகள் எல்லோரும் தான் இன்று நாடு இருக்கும் உயர்நிலைக்குக் கொண்டுவந்திருக்கிறார்கள்... ஒவ்வொரு குடிமகனுக்கும் ஆதாயம் இருக்கின்ற, வளமாக இருக்கப் போகின்ற, அமைதியும் நல்லெண்ணமும் நிலவுகின்ற சூழலில் ஒவ்வொரு குடிமகனும் மதிப்பும் கௌரவமும் மிக்க வாழ்க்கையை வாழ்வதற்கான ஒரு புதிய இந்தியா வைக் கட்டுகிறோம். ஜனநாயக வழிகளில் எல்லாப் பிரச்சினைகளையும் தீர்த்துக்கொள்ள முடிகின்ற ஓர் இந்தியா. ஒவ்வொரு குடிமகனின் அடிப்படை உரிமை களும் பாதுகாக்கப்படுகின்ற ஓர் இந்தியா."[10]

இதைச் சிலபேர் கல்லறை நகைச்சுவை என்று சொல்ல லாம். அவர் ஃபின்லாந்தில் அல்லது ஸ்வீடனில் உள்ள மக்க ளுக்கு ஒருவேளை பேசிக் கொண்டிருக்கலாம்.

தனிப்பட்ட நேர்மைக்குப் பெயர்போனவர் நமது பிரதமர். அவருடைய நேர்மையை அவருடைய சொற்பொழிவுகளின் பிரதிகளுக்குப் பயன்படுத்தினால் இப்படித்தான் அவர் சொல்லி யிருக்க வேண்டும் :

சகோதர சகோதரிகளே, நமது பெருமைமிக்க பாரம்பரியத் தினை நினைவுகூரும் நாளான இன்று என் வாழ்த்து களைத் தெரிவித்துக்கொள்கிறேன். பொருட்கள் விலை ஏறிக்கொண்டிருக்கின்றன என்பது எனக்குத் தெரியும். நீங்கள் உணவு விலைகளைப் பற்றிப் புகார் செய்கிறீர் கள். ஆனால் அதை இப்படி நோக்குங்கள். உங்களில் 65 கோடிக்கும் மேலானவர்கள் விவசாயத்திலோ அல்லது விவசாயம் சம்பந்தப்பட்ட வேலைகளிலோ ஈடுபட்டிருக் கிறீர்கள். ஆனால் உங்கள் ஒட்டுமொத்த உழைப்பும் நாட்டின் மொத்த உற்பத்தி விளைவில் 18 சதவீதத்தைக் கூட எட்ட உதவவில்லை. அதனால் உங்களால் என்ன பயன் ?

நமது தகவலியல் தொழில்நுட்பப் (IT) பிரிவினரைப் பாருங்கள். நமது மக்கள் தொகையில் 0.2 சதவீதம் பேருக்குத் தான் அதில் வேலை வாய்ப்பு என்றாலும், அவர்கள் தேசிய வருமானத்தில் 5 சதவீதத்தை அளிக்கிறார்கள்.[11] உங்களால் அவர்களோடு போட்டியிட முடியுமா? நமது நாட்டின் வளர்ச்சியோடு வேலைவாய்ப்பு ஒருங்கிணைந்து வளரவில்லை என்பது உண்மைதான். ஆனால் நமது தொழிலாளர்கள் தொகுதியில் 60 சதவீதத்திற்கு மேற்

பட்டவர்கள் சுயதொழில் செய்கிறார்கள்.[12] நமது பணி யாளர் தொகுதியில் 90 சதவீதம்பேர் முறைசாராத் துறை களில் பணிபுரிகிறார்கள்.[13] ஓராண்டில் அவர்களுக்கு ஒரு சில மாதங்கள்தான் வேலை கிடைக்கிறது என்பது உண்மைதான். ஆனால் குறைந்தபட்சக் கூலிக்கும் கீழே வேலை செய்பவர்களுக்கென ஒரு தனிவகை நம்மிடம் இல்லாததால், அந்தப் பகுதியைக் கொஞ்சம் தெளிவின் றியே நாம் வைத்திருக்கிறோம். இவர்களையெல்லாம் வேலையற்றவர்கள் என்று நமது அலுவல் புத்தகங்களில் சேர்க்கக்கூடாது.

நம் நாட்டில்தான் மிக அதிகமாகக் குழந்தை இறப்பு வீதமும், பிரசவகால இறப்புவீதமும் காணப்படுகிறது என்று புள்ளிவிவரங்கள் சொல்கின்றனவே என்று நீங்கள் கேட்டால், நாம் இப்போது ஒரு நாடாக ஒருங்கிணைந்து இந்தச் சமயத்திற்குக் கெட்ட செய்திகளைப் புறக்கணித்து விடவேண்டும். சொட்டுச்சொட்டாக அளிக்கப்படும் நமது புரட்சிக்குப் பிறகு, உடல்நலத்துறை முழுவதும் தனியார்மயம் ஆக்கப்பட்ட பிறகு, இந்தப் பிரச்சினை களுக்குப் பின்னால் நாம் வரலாம். இடையிலே நீங்கள் எல்லாரும் மருத்துவக் காப்பீட்டை வாங்குகிறீர்கள் என்று நான் கருதுகிறேன். நமது மிகவேகமான பொருளா தார வளர்ச்சியின்போது சில காலங்களில் ஒவ்வொரு வருக்கும் கிடைக்கும் உணவுப்பொருள் தானியத்தின் அளவு குறைந்திருக்கிறதே என்று கேட்டால், இது தற் செயலாக அவ்வாறு அமைந்துவிட்டது என்றுதான் நான் நம்புகிறேன். நீங்களும் என்னை நம்புவீர்கள் என்று எண்ணுகிறேன்.[14]

என் சக குடிமக்களே, நாம் ஒரு புதிய இந்தியாவைக் கட்டிக்கொண்டிருக்கிறோம். அதில் நூறு பணக்காரர் களே நமது நாட்டு மொத்த வருமானத்தில் நான்கில் ஒருபங்கினை வைத்திருக்கிறார்கள்.[15]

சிலபேரிடம் மட்டும் சொத்துக் குவிகின்றபோது அது திறன் வாய்ந்ததாக மாறுகிறது. அதிகச் சமையல்காரர் கள் சாப்பாட்டைக் கெடுக்கிறார்கள் என்ற பழமொழியை நீங்கள் கேள்விப்பட்டிருக்கலாம். நமது அன்பு மிக்க கோடீஸ்வரர்கள், சிலநூறு கோடீஸ்வரர்கள், அவர்க ளுடைய உறவினர்களும் நண்பர்களும், அவர்களுடைய அரசியல், தொழில் கூட்டாளிகளும், க்ஷேமமாக இருக்க வேண்டும், அமைதியும் நல்லெண்ணமும் மிக்க, அவர்க

ளுடைய அடிப்படை உரிமைகள் பாதுகாக்கப்படுகின்ற சூழலில், மதிப்பும் கௌரவமும் மிக்க ஒரு வாழ்க்கையை அவர்கள் வாழவேண்டும் என்பது நமக்குத் தேவையானது.[16]

வெறும் ஜனநாயக வழிகளைப் பயன்படுத்தியே என் இந்தக் கனவுகளை நனவாக்க முடியாது என்பதை நான் அறிவேன். உண்மையில், நிஜமான ஜனநாயகம் என்பது துப்பாக்கிக்குழலின் வாயிலாகத்தான் பெருகுகிறது என்பது எனது நம்பிக்கை. அதனால்தான் நமது சுரங்க வளமிக்க பகுதிகளில் தோன்றுகின்ற கலகங்களை நசுக்க, நமது இராணுவம், மத்திய ரிசர்வ் போலீஸ் படை, பிரதேச ஆயுதம் தாங்கிய வீரர்கள் படை, இந்தோ – திபேத்திய எல்லைக் காவல்படை, கிழக்குப் பிராந்திய ரைஃபிள் படை, இவர்களை மட்டுமல்லாது தேள்கள், வேட்டைநாய்கள், பாம்புகள் எனப் பெயர் கொண்ட படைகளையும் அங்கு பணிசெய்ய அனுப்பியிருக்கிறோம். நாகாலாந்து, மணிப்பூர், காஷ்மீர் ஆகிய இடங்களில் நமது ஜனநாயகச் சோதனைகள் தொடங்கின. காஷ்மீர், இந்தியாவின் ஒரு பகுதிதான் என்பதை நான் மீண்டும் சொல்லத் தேவையில்லை. அங்குள்ள மக்களுக்கு ஜன நாயகத்தை அளிப்பதற்காக நாம் ஐந்து லட்சம் பேருக்கும் மேற்பட்ட இராணுவவீரர்களை அனுப்பியிருக்கிறோம். கடந்த இரு மாதங்களாக ஊரடங்கு உத்தரவை மதிக்காமல் உயிருக்கு ஆபத்தான பணியான, போலீஸ் மீது கல்லெறிகின்ற வேலையில் ஈடுபட்டுள்ள காஷ்மீரி இளைஞர்கள், லஷ்கர் – இ – தொய்பா தீவிரவாதிகள். அவர்களுக்குத் தேவை விடுதலை அல்ல, வேலை வாய்ப்பு கள்தான். அவர்களுடைய வேலை விண்ணப்பங்களை நாம் பரிசீலிப்பதற்கு முன்னாலேயே துரதிருஷ்டவச மாக அவர்களில் அறுபதுபேர் இறந்துபோய்விட்டார் கள். தவறான வழிகாட்டுதலுக்கு ஆளான இந்த இளைஞர் களை இனிமேல் போலீஸ் சுடும்போது உயிருக்கு ஆபத்து வரக்கூடாது, அவர்களை முடமாக்க மட்டும் சுடுங்கள் என்று ஆணையிட்டிருக்கிறேன்.

பதவியிலிருந்த ஏழாண்டுகளில், மன்மோகன் சிங், சோனியா காந்தியின் தற்காலிக, மென்மையான நடத்தையுள்ள பணியாளராகத் தன்னை ஆக்கிக்கொண்டிருக்கிறார். கடந்த இருபதாண்டு களில், முதலில் நிதியமைச்சராகவும், பிறகு பிரதமராகவும் இந்தியாவை இப்போதிருக்கும் நிலைக்குக் கொண்டுவந்திருக்கக்

கூடிய ஒருவருக்கு இது சிறந்த வேஷம்தான். இதனால் மன்மோகன் சிங் ஒரு கொத்தடிமை என்று கருதுவதாகாது. அவருடைய ஆணைகள் எல்லாமே சோனியா காந்தியிடமிருந்து வருவதில்லை. 'பிதற்றுபவன் ஒருவனின் கதை' (A Prattler's Tale) என்ற தமது சுயசரிதையில் மேற்கு வங்கத்தின் முன்னாள் நிதியமைச்சரான அசோக் மித்ரா, மன்மோகன் சிங் எப்படி அதிகாரத்திற்கு உயர்ந்தார் என்பதை விளக்கியிருக்கிறார். 1991இல் இந்தியாவின் வெளிநாட்டுப் பரிமாற்றக் காப்புத்தொகை மிகமிகக் குறைவாக இருந்தகாலத்தில், அப்போதிருந்த பி.வி. நரசிம்மராவ் அரசாங்கம், சர்வதேசப் பண நிதியத்தை (IMF – International Monetary Fund) ஓர் அவசரகாலக் கடனுக் கென அணுகியது. இரண்டு நிபந்தனைகளின் பேரில் IMF கடனைத் தர ஒப்புக் கொண்டது. முதலாவது, அமைப்புரீதி யான ஒழுங்குபடுத்தலும், பொருளாதாரச் சீர்திருத்தமும். இரண்டாவது, தான் தேர்ந்தெடுக்கும் ஒருவருக்கு நிதியமைச்சர் பதவியை அளிக்கவேண்டும் என்பது. IMF தேர்ந்தெடுத்த அந்த மனிதர், மன்மோகன் சிங், என்கிறார் மித்ரா.

அப்போதிருந்து, பெரும்கூட்டுக்குழுமங்கள் எல்லாவற்றை யும் – நீர், மின்சாரம், தாதுப்பொருள்கள், விவசாயம், நிலம், தொலைத்தொடர்பு, கல்வி, ஆரோக்கியம் – எல்லாவற்றையும் தனியார் எடுத்துக்கொள்ள உதவிபுரிகின்ற ஆட்களைத்தான் இன்றுவரை, சிங் தமது அமைச்சரகத்திலும் அதிகாரவர்க்கத் திலும் நிரப்பி வருகிறார். விளைவுகள் எதுவாக இருந்தாலும் கவலையில்லை.

சோனியா காந்தியும் அவரது மகனும் இவற்றில் எல்லாம் முக்கியப் பங்கு வகிக்கிறார்கள். அவர்கள், தேர்தல்களில் வெற்றி பெறுவதற்காக. கருணை மற்றும் கவர்ச்சித் துறையில் பணியாற்றுகிறார்கள். ஆனால் உண்மையில் பொதுமக்கள் கோபத்தைத் தவிர்க்கவும், ஆட்சிப் பெருங்கப்பலை ஓட்டிக் கொண்டிருக்கவும் தந்திரமிக்க, குறியீட்டளவிலான, முற்போக் கானதுபோலத் தோற்றமளிக்கின்ற முடிவுகளை எடுக்கவே (அதற்கான கௌரவத்தையும் அடைய) அவர்கள் அனுமதிக்கப் படுகிறார்கள். இதற்கு மிகவும் சமீபத்திய உதாரணம் என்ன வென்றால், ராகுல்காந்தி நிர்வகித்து நடத்திய பேரணிதான். நியமகிரியில் பாக்ஸைட் சுரங்கத்தை ஏற்படுத்துவதற்கு வேதாந்தா வுக்கு அனுமதி மறுக்கப்பட்டதைக் கொண்டாட ஏற்பட்ட பேரணி அது. உண்மையில் இந்தப் போராட்டத்தில் பல ஆண்டுகளாக டோங்க்ரியா கோண்ட் பழங்குடி மக்களும், உள்நாட்டு மற்றும் வெளிநாட்டுச் செயல்வீரர்களின் தொகுதியும் தான் ஈடுபட்டு வந்திருக்கிறார்கள். பேரணியில், ராகுல் காந்தி,

பழங்குடி மக்களின் பாதுகாப்புச் சிப்பாயாகத் தன்னை அறிவித்தார்.[18] அவரது கட்சியின் பொருளாதாரக் கொள்கையே பழங்குடி மக்களை வெகுஜன இடப்பெயர்ச்சி செய்வதன் மீதுதான் அமைக்கப்பட்டிருக்கிறது என்பதை அவர் சொல்லவில்லை. பக்கத்திலுள்ள ஒவ்வொரு பாக்ஸைட் கிரியிலும் சுரங்கங்கள் தோண்டப்படும்போது இந்தச் சிப்பாய் எங்கே பார்த்துக்கொண்டிருந்தார் என்பது தெரியவில்லை. ராகுல் காந்தி பண்புநலம் கொண்டவராக இருக்கலாம். ஆனால் இரண்டு இந்தியாக்களைப் பற்றி – ஒரு பணக்கார இந்தியா, ஒரு ஏழை இந்தியா – தமது கட்சிக்கு இவற்றை உருவாக்குவதில் சம்பந்தம் எதுவும் இல்லாதது போலப் பேசிவருவது எல்லாருடைய (அவருடையது உட்பட) அறிவுடைமைக்கும் ஒரு இகழ்ச்சிதான்.

அரசியல்வாதிகள் வெகுமக்கள் அடிப்படை கொண்டவர்கள், அவர்களது வேலை தேர்தலில் வெற்றிபெற்று ஜனநாயகம் நடப்பதுபோலக் காட்ட வேண்டியது. உண்மையில் நாட்டை நிர்வாகம் செய்பவர்கள் தேர்தலில் நின்று வெற்றி பெறத் தேவையற்றவர்கள் (நீதிபதிகள், அதிகார வர்க்கத்தினர்) அல்லது அந்தச் சிக்கலிலிருந்து விடுவிக்கப்பட்டவர்கள் (பிரதம மந்திரி போன்றவர்கள்). இவர்களுக்கு இடையிலான வேலைப் பங்கீடு என்பது ஜனநாயகச் செயல்முறையை மிகப் புத்திசாலித்தனமாகத் தலைகீழாக்கும் செயல். சோனியா காந்தியும் ராகுல் காந்தியும் அரசாங்கப் பொறுப்பில் இருக்கிறார்கள் என்பது தவறு. உண்மையான அதிகாரம் பலம் பொருந்திய சிலர் – நீதிபதிகள், அதிகாரவர்க்கத்தினர், அரசியல்வாதிகள் – கைகளுக்குச் சென்றுவிட்டது. இவர்களும், நாட்டில் எல்லாவற்றையும் சொந்தமாக்கி வைத்திருக்கின்ற சில கூட்டுக் குழுமங்களால் பந்தயக் குதிரைகளைப்போல ஓடவிடப்படுகிறார்கள். அவர்கள் பல வேறு அரசியல் கட்சிகளில் சேர்ந்து நிஜமான அரசியல் பகைவர்களைப்போல வேஷம் போடலாம், ஆனால் அது பொதுச்சொத்தை நுகர்வதற்கான சாக்குப்போக்குதான். உண்மையான பகைமை என்பதே கூட்டுக்குழுமங்களுக்கு இடையில் நடக்கும் பலப்போட்டிகள்தான்.

'பலம்பொருந்திய சிலர் அமைப்'பில் மிகவும் அனுபவமிக்கவர் ப. சிதம்பரம். எதிர்க்கட்சிகளுக்கிடையிலும் அவருக்கு மிகுந்த செல்வாக்கு இருப்பதால் அடுத்த தேர்தலில் காங்கிரஸ் தோற்றுப்போனாலும், அவர் உள்துறை அமைச்சராகவே தொடர்வார் என்று சிலர் சொல்கிறார்கள். இது உண்மையாகவும் இருக்கலாம். அவருக்குக் கொடுக்கப்பட்ட பணியை முடிப்பதற்கு அவருக்கு இன்னும் சில ஆண்டுகள் தேவைப்

படலாம்தான். ஆனால் இனிமேல் அவர் இருந்தாலும் சென்றா லும் ஒன்றுதான். பகடையை உருட்டியாயிற்று.

2007 அக்டோபரில், தனது பழைய பல்கலைக்கழகமான ஹார்வர்டில் சிதம்பரம் அந்தப் பணி என்ன என்பதைக் கோடிட்டுக்காட்டினார். அந்தச் சொற்பொழிவின் தலைப்பு – "ஏழையான வளமான நாடுகள்: வளர்ச்சியின் சவால்கள்."[19] சுதந்திரத்திற்குப் பிறகு வந்த மூன்று தசாப்தங்களை அவர் இழந்துவிட்ட பத்தாண்டுகள் என்றார். 2000 முதல் 2007க்குள் நாட்டின் மொத்த உற்பத்தி ஆண்டுக்கு 6.9 சதவீதமானது பற்றி மகிழ்ச்சி தெரிவித்தார். அவர் கூறிய முக்கியமான செய்தியை அவருடைய கவர்ச்சியற்ற உரைநடையில் உங்களுக் குத் தருகிறேன்:

> பொருளாதாரம் மிகவேகமான வளர்ச்சிப் பாதையில் செல்லும்போது ஒரு ஜனநாயகத்தின் வளர்ச்சிக்கான சவால்கள் வலிமை குறைந்துபோகும் என்று சிலர் கருத லாம். ஆனால் நிஜம் இதற்கு மாறானது. ஜனநாயகம் – அல்ல, ஜனநாயகத்தின் நிறுவனங்கள், மற்றும் சோஷ லிஸ்டுக் காலத்தின் கொடை ஆகியவை வளர்ச்சிக்கான சவால்களைக் கூட்டியுள்ளன.
>
> சில உதாரணங்களால் நான் விளக்குகிறேன். நிலக்கரி (உலகிலேயே நான்காவது இடம் இந்தியாவிற்கு) இரும்புத் தாது, மங்கனீசு, மைக்கா, பாக்ஸைட், டைட்டானியம் தாது, குரோமைட், வைரங்கள், இயற்கை எரிவாயு, பெட்ரோலியம், சுண்ணாம்புக்கல் போன்ற கனிம வளங் கள் நிறைந்தது இந்தியா. இந்த வளங்களை நாம் விரை வாகத் திறனோடு தோண்டியெடுத்துப் பயன்படுத்த வேண்டும் என்று பொதுப்புத்தி சொல்கிறது. இதற்குச் சந்தைச் சக்திகள் இயங்கக்கூடிய மிகப்பெரிய முதலீடு, திறன்மிக்க நிறுவனங்கள், ஒரு கொள்கைச்சூழல் ஆகி யவை வேண்டும். இவை எதுவுமே இன்றைக்குச் சுரங்கத் தொழிலில் இல்லை. இதற்கான சட்டங்கள் எல்லாம் காலாவதியாகி விட்டவை. பாராளுமன்றம் விளிம்பு களில் சற்றே மாறுதல்கள் செய்யவே முடிகிறது. கனிமப் பொருள்களை நாடியறிதல், வெட்டி யெடுத்தல் ஆகிய வற்றில் நமது முயற்சிகள் பெருமளவு தோல்வியே அடைந் திருக்கின்றன. இதற்கிடையில் சுரங்கத்தொழிலும் மாநில அரசாங்கங்களின் கைகளில் கட்டுப்பட்டுக் கிடக்கிறது. இருக்கும் நிலைமையில் எந்த மாற்றமும் வரக்கூடாது என்று எதிர்ப்பவர்களில் – மிக நியாயமாகவே – காடு

பூமியில் நச்சுக்கழிவுகள், டாமன்ஜோடி, ஓரிஸா

ஓரிஸாவிலுள்ள பாக்ஸைட் தாதுக்களின் மதிப்பு மட்டும் 4 டிரில்லியன் (4க்குப் பின் 12 பூச்சியங்கள்) டாலர்கள். (இந்தியாவின் மொத்த உற்பத்தி விளைவைவிடப் பல மடங்கு அதிகம்)... இதில் அரசாங்கத்திற்கு உரிமைப்பணமாக 7 சதவீதத்திற்கும் குறைவாகவே கிடைக்கிறது.

நச்சுக் காற்று, டாமன் ஜோடி, ஓரிஸா

பாக்ஸைட்டைத் தோண்டி எடுத்து அலுமினியமாக மாற்றுவதற்குச் சூழல் மாசுபடாத வழிகள் எதுவும் கிடையாது. அதிக நஞ்சை உமிழும் செயல்முறை அது. அதனால் மேற்கத்திய நாடுகள் தங்கள் சூழலைக் காப்பாற்றவேண்டி இப்பணியை நாடுகடத்திவிட்டன.

களைக் காப்பாற்றுதல், சுற்றுச்சூழலைக் காப்பாற்றுதல், பழங்குடியினத்தவரைக் காப்பாற்றுதல் ஆகியவற்றில் ஈடுபட்ட குழுக்கள் இருக்கிறார்கள். மேலும் கனிம வளங்களை வெட்டியெடுத்தல் மாநில அரசாங்கங்களுக்கு உரியதே தவிர, தனிப்பட்ட முதலாளிகளுக்கு உரியதல்ல என்று சொல்லுகின்ற அரசியல் கட்சிகளும் இருக்கிறார் கள். அவர்களுக்கு நிறுவப்பட்ட தொழிற்சங்கங்கள் ஆதரவாக இருக்கின்றன. அவர்களுக்கே தெரியுமோ, தெரியாதோ அந்தத் தொழிற்சங்கங்களுக்குப் பின்னால் ஆதாயம்தேடும் கொள்ளைக் கும்பல்கள் இருக்கின்றன. இதன் விளைவு – உண்மையான முதலீடு மிகவும் குறைவு, சுரங்கத் தொழில் மெத்தனமாக நடக்கிறது, பொருளா தாரத்தின்மீது அது ஒரு சுமையாக இருக்கிறது. இன் னொரு உதாரணமும் தருகிறேன். தொழிற்சாலைகளை நிறுவ மிகப் பரந்த நிலப்பகுதிகள் தேவையாக உள்ளன. எஃகு, அலுமினியம் போன்ற தாதுப் பொருள் சம்பந்த மான தொழிற்சாலைகளுக்குத் தோண்டியெடுக்கவும், அவற்றைச் சுத்திகரிக்கவும், உற்பத்திசெய்யவும் நிறைய இடம் வேண்டும்.

விமான நிலையங்கள், கப்பல் துறைமுகங்கள், அணைகள், மின்சார நிலையங்கள் ஆகிய உள்கட்டுமான திட்டங் களுக்கும் மிக அதிகமான நிலம் தேவைப்படுகிறது. அப்போதுதான் அவற்றால் சாலை, இரயில் இணைப்பு களைத் தரவும் உப, ஆதரவு வசதிகளைத் தரவும் முடியும். நிலத்தின்மீது தங்களுக்குள்ள சக்தியைப் பயன்படுத்தி, இதுவரை நிலங்களை அரசாங்கங்கள் வாங்கி வந்தன. இதிலுள்ள ஒரே பிரச்சினை போதிய ஈட்டுத்தொகை தருவதுதான். இந்தச் சூழல் மாறிவிட்டது. ஒவ்வொரு திட்டத்திலும் இப்போது புதிய முதலாளிகள் (பந்தயக் காரர்கள்) இருக்கிறார்கள். அவர்களுடைய தேவைகளை நாம் அறிந்தேற்கவேண்டும். இப்போது சுற்றுச்சூழல் தாக்க மதிப்பீடு, கட்டாயமாக நிலத்தை அபகரித்தலுக் கான நியாயப்படுத்தல், சரியான ஈட்டுத்தொகை, இழப் பீட்டுத்தொகை, இடப்பெயர்ச்சிக்கு ஆளானவர்களுக் குப் புனர்வாழ்க்கை அமைப்பு, மறுகுடியமைப்பு, வீடு கட்டுவதற்கு மாற்று இடங்கள், விவசாய நிலங்கள், பாதிக்கப்பட்ட ஒவ்வொரு குடும்பத்திற்கும் ஒரு வேலை வாய்ப்பு முதலிய பிரச்சினைகள் இருக்கின்றன.

கனிமங்களை ‘விரைவாகவும் திறம்படவும்’ தோண்டி யெடுக்கச் சந்தைச் சக்திகளுக்கு அனுமதியளித்ததைத்தான்

காலனியாதிக்க நாடுகளில் காலனியர்கள் செய்தார்கள்; ஸ்பெயினும் வட அமெரிக்காவும் தென் அமெரிக்காவில் இதைத்தான் செய்தன. ஐரோப்பா ஆப்பிரிக்காவில் செய்தது (இன்னும் செய்துவருகிறது). நிற வேற்றுமை அரசாங்கம் இதைத் தான் தென்ஆப்பிரிக்காவில் செய்தது. இதைத்தான் பொம்மை சர்வாதிகாரிகள் தங்கள் நாடுகளில் இரத்தம் சொட்டச்சொட்டச் செய்து வருகிறார்கள். இது வளர்ச்சிக்கும் மேம்படுதலுக்கு மான சூத்திரம்தான், ஆனால் நமக்கு அல்ல, வேறு ஒருவருக் காக. இது மிகப் பழைய, பழைய, பழைய கதை. இதே கதையை மீண்டும் நாம் திரும்ப நடத்த வேண்டுமா?

இப்போது பொருள்களை விற்றுத் தீர்க்க வேண்டும் என்று வியாபாரி வந்த விலைக்கு விற்கமுனையும் செயலைப்போல அவ்வளவு அவசரமாகச் சுரங்கத்தொழிலுக்கான உரிமங்கள் அவசரஅவசரமாக வழங்கப்பட்டிருக்கின்றன. அவற்றில் நடந்த ஊழல்கள் பில்லியன் கணக்கான டாலர்கள் மதிப்பில் செல் கின்றன. இப்போது சுரங்கக் கம்பெனிகள் ஆறுகளை அசுத்தப் படுத்தியாயிற்று. மாநில எல்லைகளைத் தோண்டி எடுத்தா யிற்று. சுற்றுச்சூழல் அமைவுகளை நாசப்படுத்தியாயிற்று. உள் நாட்டுக் கலகங்களை அவிழ்த்துவிட்டாயிற்று. 'பலம்பொருந்திய சிலர் அமைப்பு' செய்துவிட்ட இம்மாதிரி விஷயங்களின் விளைவு, பழங்காலப் பாழடைந்த நிலப்பகுதிகள், ஏழை மக்க ளின் இறந்த உடல்கள்மீது விழுந்து அழுவது போன்ற ஒன்றை உருவாக்கியிருக்கிறது.

தனது சொற்பொழிவில் அமைச்சர் ஜனநாயகத்தையும் அதன் கடமைகளைப் பற்றியும் எவ்வளவு துக்கத்தோடு பேசு கிறார் பாருங்கள். "ஜனநாயகம் – அல்ல, ஜனநாயகத்தின் நிறுவனங்கள், மற்றும் சோஷலிஸ்டுக்காலத்தின் கொடை ஆகியவை வளர்ச்சிக்கான சவால்களைக் கூட்டியுள்ளன." ஈட்டுத்தொகை, புனர் வாழ்க்கை தருதல், வேலைகள் இவற் றோடு தொடர்புபடுத்தி வழக்கமான முறையில் இதிலிருந்து தப்பிக்க முனைகிறார். என்ன ஈட்டுத்தொகை? என்ன இழப்பீடு? ஒவ்வொரு பாதிக்கப்பட்ட குடும்பத்திற்கும் என்ன வேலை? நிலத்தைக் கட்டாயக் கையகப்படுத்தலுக்கு நியாயம் வழங்க வேண்டும் என்ற கடப்பாடு கொண்ட மத்திய அமைச்சருக் குப் பழங்குடி மக்களின் நிலத்தைக் (அங்குதான் கனிம வளங்கள் அதிகமாக உள்ளன) கட்டாயமாகப் பறிப்பதும், அதைத் தனியார் சுரங்கத்தொழில் முதலாளிகளுக்கு விற்பதும் சட்டத்துக்குப் புறம்பானது என்பதும், பஞ்சாயத்துச் சட்டத்தினால் (பட்டிய லிட்ட பகுதிகளுக்கு விரிவாக்கம்) அரசியலமைப்புக்கு எதிரா னது என்பதும் உறுதியாகத் தெரியும். 1996இல் உருவாக்கப்

பட்ட பெசா (PESA – பஞ்சாயத்து : பட்டியலிட்ட பகுதிகளுக்கு விரிவாக்கச் சட்டம்) – 1950இல் நமது இந்திய அரசியலமைப்புச் சட்டம் பாராளுமன்றத்தினால் ஏற்கப்பட்டபோது பழங்குடி மக்களுக்கு இழைக்கப்பட்ட அநீதிகளைச் சரிசெய்வதற்காக முயற்சிசெய்யும் சட்டத்திருத்தம். அதற்கு முரணாக இதுவரை இயற்றப்பட்டிருக்கின்ற எல்லாச் சட்டங்களையும் பயனற்ற தாக்குவது அது. பழங்குடி இனமக்களை ஒதுக்கிவைக்கும் ஆழமான விளிம்புக்குள்ளாக்கலை ஒப்புக்கொண்டு, அதிகாரச் சமனின்மையைத் தீவிரமாகச் சரிசெய்வதற்கென ஏற்படுத்தப் பட்ட சட்டம் அது. சட்டமாக்கலின் ஒரு சிறுபகுதி என்ற முறையில், அது தனித்தன்மை கொண்டது. ஏனெனில், ஒரு சமுதாயத்தை சட்டபூர்வமான அமைப்பாக ஆக்கி, பட்டிய லிடப்பட்ட இடங்களில் வாழும் பழங்குடி இனத்தவர்கள் சுயநிர்வாகத்திற்கு அது வழிசெய்கிறது. பெசாவில், பழங்குடி மக்களின் நிலத்தைக் கட்டாயமாகப் பறிப்பது எந்தவகையிலும் நியாயப்படுத்த முடியாதது. ஆகவே மாவோயிஸ்டுகள் (நில அபகரிப்பைத் தடுக்க முனைகின்ற எல்லோரையும் இந்தச் சொல் குறிக்கிறது) தான் அரசியல் சட்டத்தைத் தூக்கி நிறுத்தப் போராடுகிறார்கள், அரசாங்கம் அதை வேண்டுமென்றே அழிக்கின்ற காரியத்தைச் செய்கின்றது என்பது ஒருவித முரண் பாடுதான்.

2008க்கும் 2009க்கும் இடையில் பஞ்சாயத்து ராஜ்யத்துக் கான அமைச்சரகம் இரண்டு ஆராய்ச்சியாளர்களை அழைத்து நாட்டில் பஞ்சாயத்து ராஜ்யத்தின் முன்னேற்றம் பற்றிய அறிக்கைக்கான முதல் அத்தியாயத்தை எழுதுமாறு கேட்டுக் கொண்டது. அந்த இயலுக்கு "பெசா, இடதுசாரித் தீவிரவாத மும் நிர்வாகமும் : இந்தியாவின் பழங்குடியினர் மாவட்டங் களின் அக்கறைகளும் சவால்களும்" என்பது பெயர். அதன் ஆசிரியர்கள் அஜய் தண்டேகர், சித்ரகாந்த சௌதுரி.[20] அதி லிருந்து சில பகுதிகள் இங்கே :

> PESA வின் ஷரத்துகளுக்கு ஏற்ப 1894 மத்திய நிலம் கையகப்படுத்தும் சட்டம் இன்றுவரை திருத்தியமைக்கப் படவில்லை . . . இப்போது, இந்தக்கணத்தில் இந்தக் காலனிய ஆட்சிக்காலச் சட்டம் பலவந்தமாகத் தனிப் பட்ட மற்றும் சமுதாயத்திற்குப் பொதுவான நிலங்களைத் தனியார் தொழிலகங்களுக்காக அபகரிப்பதற்காகப் பெருமளவு தவறாகப் பயன்படுத்தப்படுகிறது. பல சந்தர்ப் பங்களில், மாநில அரசாங்கம் மிகஉயர்ந்த அளவில் கூட்டுக்குழுமங்களுடன் புரிந்துணர்வு ஒப்பந்தங்களில் கையெழுத்திட்டுவிட்டுப் பிறகு நிலம் கையகப்படுத்தும்

சட்டத்தைப் பயன்படுத்தி மாநிலத் தொழிலக நிறுவன அமைப்புக்காக அந்த நிலங்களை வாங்குவதாக வேஷம் போடுகிறது. பிறகு மாநிலத் தொழிலக நிறுவனம், அந்த நிலங்களைத் தனியார் நிறுவனங்களுக்குக் குத்தகைக்கு விட்டுவிடுகிறது . . . அந்தச் சட்டத்தில் பொதுநோக்கத் திற்காக நிலங்களைக் கையகப்படுத்துதல் என்ற தொடரை முற்றிலும் நையாண்டி செய்யும் விதமாக இந்தச் செயல் அமைந்திருக்கிறது . . . கிராமச் சபையினர் இதைப்பற்றி அதிருப்தி தெரிவித்த முறைப்படியான தீர்மானங்களை அழித்துவிட்டுப் போலி ஆவணங்களைத் தயார்செய்து அந்த இடத்தில் வைத்த சந்தர்ப்பங்கள் உள்ளன. இந்த உண்மைகள் வெட்டவெளிச்சமாக நிறுவப்பட்ட பிறகும் கூட மாநில அரசாங்கம் அந்த அலுவலர்கள்மீது எந்த வித நடவடிக்கையும் எடுக்கவில்லை. இதிலிருந்து தெரிய வரும் செய்தி தெளிவாகவும் தீமையை முன்னறிவிப்ப தாகவும் உள்ளது. பலவேறு தளங்களில் இதில் இரகசிய ஒப்பந்தங்கள் செயல்படுகின்றன . . . இந்த எல்லா மாநிலங் களிலுமே பட்டியல் V பகுதிகளிலுள்ள பழங்குடி மக்களின் நிலங்களை பழங்குடியினர் அல்லாதவர்களுக்கு விற்பது தடைசெய்யப்பட்டுள்ளது. ஆயினும் நிலங்களை மாற்றித் தருவது நடைபெற்றுக் கொண்டுதான் இருக்கிறது, அது தாராளமயப்படுத்தலுக்குப் பிந்திய இந்தக் காலப்பகுதி யில் மிக வெளிப்படையாகவே தெரிகிறது. போலியான வழிகளில் நிலத்தை மாற்றுவது, வாய்மொழிப் பரிமாற் றத்தின் அடிப்படையில் பதிவு செய்யாமல் மாற்றுவது, மெய்ம்மைகளையும், நோக்கங்களையும் திரித்துக்கூறி நிலங்களை மாற்றுவது, பழங்குடி மக்களின் நிலங்களைப் பலவந்தமாக எடுத்துக்கொள்வது, சட்டப்பூர்வமற்ற திருமணங்கள் வாயிலாக நிலங்களை மாற்றுவது, மோசடி யாகச் செய்யப்பட்ட உரிமைப்பதிவுத் தொகுப்புகள், சர்வே செய்யும்போதே தவறான முறையில் பதிவுசெய்தல், நிலம் கையகப்படுத்தும் செயல்முறை, மக்களுக்கு நல்லது செய்கிறோம் என்ற காரணத்தைக் காட்டி மரத்தை வெட்டுதலையும், காட்டுவளங்களைச் சுரண்டுவதையும் தடுக்கிறோம் என்ற பெயரிலும், ஆக்கிரமித்த சொத்து களிலிருந்து வெளியேற்றுதல் ஆகியவை இதற்கான காரணங்கள்.

இந்த ஆசிரியர்கள் பிறகு இவ்வாறு முடிவு கூறுகிறார்கள் :

மாநில அரசாங்கங்களும் சுரங்கக் கம்பெனிகள் உள்ளிட்ட தொழில்நிறுவனங்களும் செய்துகொண்ட புரிந்துணர்வு

ஒப்பந்தங்கள் பொதுமக்கள் முன்னிலையில், கிராம சபைகளை மையமாக வைத்து, பொது விசாரணைக்கு உட்படுத்தப்பட வேண்டும்.

இங்கே பாருங்கள் – தொல்லைதரும் செயல்வீரர்களோ, மாவோயிஸ்டுகளோ அல்ல – சுரங்கத்தொழில் புரிந்துணர்வு ஒப்பந்தங்களை மறுபரிசீலனை செய்யவேண்டுமென்று ஒரு அரசாங்க அறிக்கை சொல்கிறது. இந்த ஆவணத்தை வைத்துக் கொண்டு அரசாங்கம் என்ன செய்தது? இதற்கு என்ன எதிர் வினை? 2010 ஏப்ரல் 24 அன்று ஒரு முறைப்படியான விழாவில் இந்த அறிக்கையைப் பிரதமர் வெளியிட்டார். மிகவும் தைரிய சாலி என்று நீங்கள் நினைக்கலாம். வெளியிடப்பட்ட அறிக்கை யில் இந்த அத்தியாயம் இல்லை, நீக்கப்பட்டது.[21]

அரை நூற்றாண்டுக்கு முன்னால், தான் கொல்லப்படு வதற்கு ஒரு வருடம் முன்னால், சே குவாரா எழுதினார்: "நிறுவப்பட்ட சட்டத்திற்கு எதிராக, ஒடுக்குகின்ற சக்திகள் ஆட்சியில் தங்களை நிலைநிறுத்திக்கொள்ள வரும்போது, ஏற் கெனவே அமைதி உடைந்து போனதாகத்தான் கருதவேண்டும்."[22] ஆம், உண்மையில் அப்படித்தான். 2009இல் மன்மோகன் சிங் பாராளுமன்றத்தில் கூறினார்: "தாதுப்பொருள்களும் பிற விலைமதிப்பற்ற பொருள்களும் மிக அதிகமாகக் கொண்ட இயற்கை வளங்களை உடைய நமது நாட்டின் முக்கியப் பகுதிகளில் இடதுசாரித் தீவிரவாதம் தொடர்ந்து வளருமே யானால், அது முதலீட்டுக்கான சூழ்நிலையை நிச்சயமாகப் பாதிக்கும்."[23] இது ஒளிவுமறைவாகச் செய்யப்படும் போர் அறிவிப்புதான்.

(சற்று இங்கே என்னை விலகிச்செல்ல அனுமதியுங்கள், இரண்டு சீக்கியர்களைப் பற்றிய ஒரு மிகச்சிறிய கதையைச் சொல்வதற்கு. பிரிட்டிஷ் அரசாங்கத்தால் 1931இல் தூக்கிலிடப் படுவதற்கு முன்பு, பஞ்சாப் ஆளுநருக்கு எழுதப்பட்ட தனது கடைசி மனுவில் பகத் சிங் (புகழ்பெற்ற புரட்சிக்காரர், மார்க்சிய வாதி) கூறினார்: இந்தியாவின் உழைக்கும் பெருந்திரளான மக்களும், இயற்கை வளங்களும் விரல்விட்டு எண்ணக்கூடிய புல்லுருவிகளால் உறிஞ்சப்படும் வரை போர்நிலைமை இன்றும் நீடிக்கிறது, எதிர்காலத்திலும் நீடிக்கும் என்று நாங்கள் பிரகடனம் செய்கிறோம். உறிஞ்சுபவன் ஒரு பிரிட்டிஷ் முதலாளியாக இருக்கலாம், அல்லது அவனோடு சேர்ந்த இந்தியனாக இருக்க லாம், அல்லது தனித்த இந்தியனாகவே இருக்கலாம் ... இதனால் ஒன்றும் வேறுபாடு இல்லை.[24])

இந்தியாவில் நடக்கக்கூடிய பல போராட்டங்களை கவனம் செலுத்திப் பாருங்கள். அவற்றில் மக்கள் தங்கள் அரசியல் சட்டப்பூர்வமான உரிமைகளைத் தவிர வேறொன்றையும் கேட்கவில்லை. ஆனால் நமது ஜனநாயகத்தின் அடிப்படை யாகவும் சட்டப்பூர்வமான, அறவியல் அடிப்படையாகவும் இருக்கும் இந்திய அரசியல் அமைப்புச் சட்டத்தின்படி நடக்க வேண்டியது தனது கடமை என்பதை இந்திய அரசாங்கம் இப்போது நினைப்பதில்லை. அரசியலமைப்புச் சட்டம் ஒரு அறிவொளி மிக்க சாசனம். ஆனால் அந்த அறிவொளி மக்களைப் பாதுகாக்கப் பயன்படுவதில்லை. அதற்கு எதிராக இருக்கிறது. ஒரு அரசாங்கம் பொது நன்மை என்ற பெயரில் தனது மக்கள்மீது நிரந்தரமான வன்முறையைச் செலுத்தும் நிலையை உருவாக்கியிருக்கிறது. எதிர்ப்பவர்களை அடித்து வீழ்த்தும் குண்டாந்தடியாகத்தான் பயன்படுகிறது அது. *அவுட்லுக்* பத்திரிகையில், அண்மையில் ஒரு கட்டுரையில் ஒரு மூத்த பத்திரிகையாளரான பி.ஜி. வர்கீஸ், இந்தக் குண்டாந்தடியை அரசாங்கத்திற்கும் பெரிய கூட்டு நிறுவனங்களுக்கும் ஆதரவாக வீசிக்கொண்டுவந்தார் : “கொஞ்சம் காலம் ஆனாலும், வலி ஏற்பட்டாலும், மாவோயிஸ்டுகள் மறைந்துவிடுவார்கள், ஜன நாயக இந்தியாவும் அரசியலமைப்புச் சட்டமும் நிலைத் தோங்கும்.”[25] இதற்கு ஆஜாத் பதில் எழுதினார் (அவர் கொலை செய்யப்படுமுன்னர் எழுதிய கடைசி எழுத்து இதுதான்) :

> “இந்தியாவின் எந்தப்பகுதியில் அரசியலமைப்புச் சட்டம் மேலோங்கியிருக்கிறது, மிஸ்டர் வர்கீஸ்? தண்டிவாடா விலா, பீஜப்பூரிலா, காங்கேரிலா, நாராயண்பூரிலா, ராஜ்நந்தன்காமிலா? ஜார்க்கண்டிலா, ஒரிஸாவிலா? லால்கட்டிலா, ஜங்கல்மஹாலிலா? காஷ்மீர்ப் பள்ளத் தாக்கிலா, மணிப்பூரிலா? ஆயிரக்கணக்கான சீக்கியர்கள் கொல்லப்பட்டு 25 ஆண்டுகளாக, ஆயிரக்கணக்கான முஸ்லிம்கள் சிதைக்கப்பட்டபோது, உங்கள் அரசிய லமைப்பு எங்கே ஒளிந்துகொண்டிருந்தது? ஆயிரக்கணக் கான விவசாயிகள் தற்கொலை செய்யக் கட்டாயப் படுத்தப்படும்போது? அரசாங்க ஆதரவு பெற்ற சல்வா ஜுடும் கும்பல்கள் ஆயிரக்கணக்கான மக்களைக் கொல்லும்போது? ஆதிவாசிப் பெண்கள் பலபேரால் பாலியல் பலாத்காரம் செய்யப்படும்போது? சீருடை அணிந்த குண்டர்களால் மக்கள் கடத்தப்படும்போது? அப்போதெல்லாம் உங்கள் அரசியலமைப்பு எங்கே போயிருந்தது? உங்கள் அரசியலமைப்புச் சட்டம் என்பது வெறும் துண்டுத்தாள். மிகப் பெரும்பான்மை இந்திய

மக்களுக்குக் கழிப்பறைத் தாளின்மீது இருக்கும் மதிப்புக் கூட அதன்மீது கிடையாது."²⁶

ஆஜாத் கொலையுண்ட பிறகு, பல ஊடக உரையாளர்கள், ஆஜாத் இந்திய அரசியலமைப்பைக் கழிப்பறைத்தாள் என்று கூறினார் என்று திசைதிருப்பி, அந்தக் கொலைக்கு ஆதரவு தேட முனைந்தார்கள்.

அரசாங்கம் அரசியலமைப்புச் சட்டத்தை மதிக்காது போனால், ஒருவேளை நாம் அதன் முன்னுரையை மாற்ற வேண்டும். இப்போது அது, 'இந்தியாவின் மக்களாகிய நாம், இந்தியாவை ஒரு ஆற்றல்மிக்க சோஷலிஸ்டு மதச்சார்பற்ற ஜனநாயகக் குடியரசாக ஆக்குவதற்கென மனப்பூர்வமாகத் தீர்மானித்தபடி ...' என்று இருக்கிறது. இதற்குமாறாக, அதை 'இந்தியாவின் உயர்ஜாதி உயர்குடி மக்களாகிய நாம், இந்தியாவை ஒரு கூட்டுநிறுவனஆதிக்கமிக்க, இந்து உபநாடாக மாற்ற இரகசியமாகத் தீர்மானித்தபடி ...' என்ற தொடர்களால் பதிலீடு செய்யவேண்டும்.

○

இந்திய நாட்டுப்புறத்திலிருந்து எழுச்சி, குறிப்பாகப் பழங்குடி மக்களின் மத்தியப்பகுதியிலிருந்து, ஏற்பட்டிருக்கும் எழுச்சி, இந்திய அரசாங்கத்துக்கு மட்டுமல்ல, எதிர்ப்பு இயக்கங்களுக்கும் ஒரு சவாலாக அமைகிறது. முன்னேற்றம் என்றால் என்ன, வளர்ச்சி என்றால் என்ன, இன்னும் சொன்னால் நாகரிகம் என்றால் என்ன என்றவாறு, ஏற்கப்பட்ட சிந்தனைகளை அது கேள்விகேட்கிறது. பல்வேறு வகையான எதிர்ப்புத் தந்திரங்களின் ஒழுக்க அடிப்படை, திறன் ஆகியவற்றை அது கேள்விகேட்கிறது. இந்தக் கேள்விகள் முன்னால் கேட்கப்பட வில்லையா? ஆம். இவை இடைவிடாமல், அமைதியாக, ஆண்டாண்டு தோறும் பலவேறு வகையான வழிகளில், சத்தீஸ்கர் முக்தி மோர்ச்சா, கோயல் கரோ, கந்தமர்தன் எழுச்சிகளிலும் கேட்கப்பட்டன. இன்னும் பலவேறு மக்கள் இயக்கங்களிலும் கேட்கப்பட்டன. மிகவும் நினைவில் இருத்தும் விதமாக, மிகவும் வெளிப்படையாக, நர்மதைப் பள்ளத்தாக்கில் அணைகட்டக் கூடாது என்று எழுந்த நர்மதா பச்சாவோ ஆந்தோலனில் கேட்கப்பட்டன. இந்திய அரசாங்கத்தின் ஒரே பதில், ஒடுக்கு முறை, சுற்றிவளைத்துப்பேசுதல், சாதாரண மக்களைச் சற்றும் மதிக்காத ஒரு நோய்க்குறியான மறைப்பு இவைதான். மேலும் கொடுமையாக அரசாங்கம் இடப்பெயர்ச்சிச் செயல்முறையையும் சொத்தை அபகரிக்கும் செயல்முறையையும் வேகப்படுத்திக் கொண்டே வந்து, கடைசியாக மக்களின் கோபத்

தைக் கட்டுப்படுத்த முடியாத எல்லைவரை சென்றுவிட்டது. இன்றைக்கு உலகிலேயே மிக ஏழையான மக்கள், உலகிலேயே மிகப்பணக்காரக் கூட்டு நிறுவனங்களைத் தங்கள் வழிமுறையில் தடுத்துநிறுத்தியிருக்கிறார்கள். இது மிகப்பெரிய வெற்றி.

எழுச்சி பெற்றவர்களுக்குத் தங்கள் நாடு ஒரு அவசர நிலையில் இருக்கிறதென்று தெரியும். காஷ்மீர், மணிப்பூர், நாகாலாந்து, அஸாம் மக்களைப்போலத் தாங்களும் தங்கள் மனித உரிமைகளை இழந்திருக்கிறார்கள் என்பது தெரியும். அதற்குக் காரணமாகச் சட்டத்திற்கு எதிரான நடவடிக்கைகள் (தடுப்பு) சட்டம், சத்தீஸ்கர் பொதுமக்கள் பாதுகாப்புச் சிறப்புச்சட்டம் போன்றவை காரணம் என்பதும் தெரியும். வார்த்தையால், செயலால், இன்னும் சொன்னால் மனத்தில் நினைக்கின்ற எந்த ஒரு எதிர்ப்பையும் அவை குற்றச்செயலாகவே பாவிக்கின்றன.

1975 ஜூன் 25 நள்ளிரவில் இந்திரா காந்தி அவசரநிலைப் பிரகடனம் செய்தபோது, ஒரு தொடக்கநிலைப் புரட்சியை அடக்கவேண்டித்தான் செய்தார். கொஞ்சம் அச்சுறுத்தலான நாட்களாக இருந்தாலும், மக்கள் அப்போது தங்கள் நிலையை மேம்படுத்திக் கொள்ளுதல், நீதி வெல்லும் என நம்புதல் ஆகியவற்றைக் கனவுகண்டார்கள். வங்காளத்தில் எழுந்த நக்சலைட் எழுச்சி ஏறத்தாழ ஒடுக்கப்பட்டுவிட்டது. ஆனால் அப்போது கோடிக்கணக்கான மக்கள் ஜெயப்பிரகாஷ் நாராயணனுடைய சம்பூர்ண க்ராந்தி (முழுமைப் புரட்சி)க்கென அணிதிரண்டார்கள். இந்த எழுச்சி எல்லாவற்றிற்கும் அடிப்படையாக, உழுபவனுக்கு நிலம் சொந்தம் என்ற வேண்டுகோள் இருந்தது. (பின்னோக்கிப் பார்க்கும்போது, அன்றும் நிலைமை சரியில்லைதான். நிலத்தைப் பகிர்ந்தளிக்க அன்றைக்கும் ஒரு புரட்சி தேவைப்பட்டது. நிலத்தை மறுபங்கீடு செய்வது அரசியலமைப்புச் சட்டத்தின் வழிகாட்டிக் கொள்கைகளில் ஒன்று.)

முப்பத்தைந்து ஆண்டுகள் கழித்துப் பார்க்கும்போது மிகமோசமான மாற்றங்கள் ஏற்பட்டிருக்கின்றன. நீதி என்ற கம்பீரமான, அழகான சிந்தனையை வெட்டிக் குறைத்து மனித உரிமைகள் என்ற அளவில் ஆக்கியாயிற்று. சமத்துவம் என்பது ஒரு உடோபியக் கற்பனை. அந்தச் சொல்லையும் நமது சொற்களஞ்சியத்திலிருந்து ஏறத்தாழ நீக்கியாயிற்று. ஏழைகளை விளிம்புவரை தள்ளிக்கொண்டு சென்றுவிட்டோம். நிலமற்றவர்களுக்கு நிலம் அளிக்கவேண்டும் என்று போராடுவதற்கு மாறாக, புரட்சிகர இயக்கங்கள், எதிர்ப்பியக்கங்கள் எல்லாம் தங்கள் பார்வையைக் கீழிறக்கி, ஏதோ மக்களிடம் இருக்கும்

தண்டகாரணியம், பூம்கால் நாளில் மக்கள் படை (2010)

பயந்துபோய்க் காட்டுக்குள் ஓடிக்கொண்டிருக்கும் ஒருவனை மாவோயிஸ்டா, சாதாரண மனிதனா என்று எப்படிப் பாதுகாப்புப் படைகள் வேறுபடுத்தி அறிவார்கள்? பல நூற்றாண்டுகளாக வில்லையும் அம்பையும் ஏந்தியிருக்கின்ற ஆதிவாசிகளும் இனி மாவோயிஸ்டு களாகத்தான் தென்படுவார்களா?

தண்டகாரணியம், பூம்கால் நாளன்று
தியாகிகளுடைய நிழற்படக் காட்சி (2010)

தலைவர் மாவோ. இங்கும் இருக்கிறார். கொஞ்சம் தனிமையில் இருக்கக்கூடும், ஆனால் இருக்கிறார். ஒரு சிவப்புத் துணித் திரையில் அவருடைய ஒரு புகைப்படம் இருக்கிறது. மார்க்ஸும்கூட இருக்கிறார். பிறகு நக்சலைட் இயக்கத்தின் நிறுவனரும் முக்கியக் கொள்கையாளருமான சாரு மஜும்தார். அவருடைய முரட்டுத்தனமான பேச்சு முறை, வன்முறை, இரத்தம், தியாகம் ஆகியவற்றை விருப்பத்திற்குரிய தாக்கிக் காட்டுவதுடன், சிலசமயங்களில் படுகொலையை ஆதரிக்கும் விதமாகக் கரட்டுத்தனமான மொழியைக் கையாளுகிறது. பூம்கால் நாளில் இங்கிருந்து நான் இப்படி யோசிக்கிறேன். மஜும்தாரின் ஆய்வு முறை இந்தப் புரட்சிக்கு ஆதாரமாக இருந்தாலும் இப்புரட்சியின் உணர்ச்சி மற்றும் தன்மையிலிருந்து அன்னியப்பட்டே நிற்கிறது.

கொஞ்ச நிலத்தையாவது காப்பாற்ற வேண்டுமே எனப் போராட வேண்டியதாயிற்று. இப்போது நாம் பார்க்கக்கூடிய நிலப் பங்கீடு என்பது, ஏழைகளிடமிருந்து பணக்காரர்கள் கைப் பற்றிய நிலத்தைத் தங்கள் நிலவங்கியில் சேர்த்துக்கொண்ட நிலங்கள்தான். இதற்குச் சிறப்புப் பொருளாதார மண்டலங்கள் என்று பெயரிட்டிருக்கிறார்கள். நிலமற்றவர்கள் (பெரும்பாலும் தலித்துகள்), வேலையற்றவர்கள், சேரியில் வசிப்பவர்கள், நகர்ப் புறத் தொழிலாளர்கள் ஆகியோர் கணக்கிலேயே கொள்ளப் படுவதில்லை. மேற்கு வங்கத்தின் லால்கட் போன்ற இடங்களில் மக்கள் அரசாங்கத்தையும் போலீஸையும் “எங்களை விட்டு விடுங்கள் ஐயா” என்றுதான் கேட்கிறார்கள். *PCAPA* (போலீஸ் அராஜகங்களுக்கு எதிரான மக்கள் குழு) என்ற அமைப்பு ஒரே ஒரு சாதாரண வேண்டுகோளை முன்வைத்துத்தான் தொடங்கியது. போலீஸ் கண்காணிப்பாளர் லால்கட்டுக்கு வந்து அந்தக் கிராம மக்களுக்குப் போலீஸ் இழைத்த அநீதி களுக்கு மன்னிப்புக் கேட்க வேண்டும் என்பதுதான் அந்த வேண்டுகோள். இந்த வேண்டுகோள் முட்டாள்தனமானது என்று கருதப்பட்டது. (அரைநிர்வாணக் காட்டுமிராண்டிகள் ஒரு அரசாங்க அதிகாரியை மன்னிப்புக் கேட்கச்சொல்வதா?) எனவே மக்கள் தங்கள் கிராமங்களைச் சுற்றித் தடுப்புச்சுவர் அமைத்துப் போலீஸை உள்ளேவிட மறுத்தார்கள். போலீஸ் தங்கள் வன்முறையை அதிகமாக்கினார்கள். மக்கள் மிகுந்த கோபத்தோடு எதிர்வினை புரிந்தார்கள். இப்போது இரண்டு ஆண்டுகளாக நிகழ்ந்த பல திகிலூட்டுகின்ற பாலியல் வன்முறை கள், கொலைகள், போலி மோதல்கள் எல்லாவற்றிற்கும் பின்னால் ஒன்றுமில்லாத விஷயமாகப் போயிற்று. *PCAPA* வைத் தடை செய்தாயிற்று. அதற்கு ஒரு மாவோயிஸ்டு இயக்கம் என்று பெயர்வைத்தாயிற்று. அதன் தலைவர்கள் சிறையில் இருக் கிறார்கள் அல்லது கொல்லப்பட்டிருக்கிறார்கள். (இதேபோன்ற தொரு கதி, ஒரிஸாவின் நாராயணப் பட்டினத்தில் சஸிமூலியா ஆதிவாசிச் சங்கத்திற்கும், ஜார்க்கண்டின் போட்காவில் விஷ்டாபன் விரோதி ஏக்தா மஞ்ச்சுக்கும் ஏற்பட்டுவிட்டது.)

ஒரு காலத்தில் நீதிக்கும் சமத்துவத்திற்கும் போராடிய மக்கள், உழுபவனுக்கு நிலம் சொந்தமாக வேண்டும் என்று கேட்டவர்கள், இன்று தாங்கள் அடிக்கப்பட்டதற்கும் உறுப்பு கள் வெட்டப்பட்டதற்கும் போலீஸ் மன்னிப்புக்கேட்க வேண்டும் என்று போராடும் நிலைக்குத் தள்ளப்பட்டிருக்கிறார்கள். இது தான் முன்னேற்றமா?

அவசர நிலையின்போது, இந்திரா காந்தி பத்திரிகைக் காரர்களைக் குனியச் சொன்னால் அவர்கள் ஊர்ந்தே போனார்

களாம் என்று ஒரு கதையுண்டு. ஆனால் அப்போதுகூடத் தைரியமான பத்திரிகைகள் தணிக்கை முறைக்கு எதிர்ப்பைக் காட்டுவதற்காக, வெற்றுத் தலையங்கத்தை வெளியிட்ட நாட்கள் உண்டு. (வேடிக்கைகள் எல்லாவற்றிலும் வேடிக்கை, அப்படிப் பட்ட தைரியசாலி ஆசிரியர்களில் ஒருவர் வர்கீஸ்.) இப்போதெல்லாம், அவசரநிலை என்று சொல்லப்படாமலே அது நிகழ்கின்ற நாட்களில், தைரியமான எதிர்ப்புக்கு அர்த்தமில்லை – ஏனென்றால் ஊடகங்கள்தான் இன்று அரசாங்கம். அவற்றைக் கட்டுப்படுத்துகின்ற கூட்டுக்குழுமங்கள் தவிர வேறு யாரும் அவற்றிற்கு ஆணையிட முடியாது. மூத்த அரசியல்வாதிகள், அமைச்சர்கள், பாதுகாப்பு நிறுவனங்களின் அதிகாரிகள் எல்லோருமே தொலைக்காட்சியில் தலையைக் காட்ட வரிசையில் நிற்கிறார்கள். அன்றைய செய்திப் பிரசங்கத்தின் இடையில் தாங்களும் தலையைக் காட்டவேண்டுமென்று தொலைக்காட்சி ஒருங்கிணைப்பாளர்களிடம் வேண்டிக்கொள்கிறார்கள். பல தொலைக்காட்சிச் சேனல்களும், பத்திரிகைகளும் பசுமை வேட்டைப் போர் அறைகளுக்கும் அதன் பொய்த்தகவல் முகாம்களுக்கும் தங்கள் பத்திரிகையாளர்களைக் கூட்டம் கூட்டமாக அனுப்புகின்றன. ஒரேமாதிரியான வார்த்தைகள் கொண்ட செய்திகள் (1500 கோடி ரூபாயில் மாவோயிஸ்டு தொழிற்சாலை என்பது போன்றவை) வெவ்வேறு நிருபர்கள் அளித்தாற்போல வெவ்வேறு பத்திரிகைகளில் வெளியிடப் படுகின்றன.[27]

மேற்கு வங்கத்தில் 2010 மேயில் ஜார்கிராமில் இரயில் பயங்கரமாகத் தடம் புரண்ட நிகழ்ச்சியில் ஏறத்தாழ 150 பேர் இறந்தனர். அந்த நிகழ்ச்சிக்குப் பொறுப்பாக, ஏறத்தாழ எல்லாச் செய்தித்தாள்களுமே PCAPA வைக் கண்டனம் செய்தன. அந்தச் சொல்லுக்குப் பதிலாக மாவோயிஸ்டு என்பது பல சமயங்களில் பயன்படுத்தப்பட்டது. சந்தேகத்திற்குரிய முக்கியமான நபர்கள் என்று கருதப்பட்டவர்களில் இரண்டு பேர் மோதல்களில் போலீஸாரால் கொல்லப்பட்டனர். ஆனால் இன்றுவரை அந்த விபத்தின் மர்மம் துலங்கவில்லை. பிரஸ் டிரஸ்ட் ஆஃப் இந்தியா பல உண்மையற்ற செய்திக்கதைகளை வெளியிட்டது. அவற்றை அப்படியே *இந்தியன் எக்ஸ்பிரஸ்* வெளியிட்டது. அவற்றில் மாவோயிஸ்டுகள் தாங்கள் கொன்ற போலீஸ்காரர்களின் உடல்களைச் சிதைக்கும் காட்சியும் ஒன்று.[28] (இதற்குப் போலீஸார்களே வெளியிட்ட மறுப்பு, ஒரு சிறிய தபால்தலை அளவில் பல செய்திகளுக்கு இடையில் மத்தியப் பக்கங்களில் வெளியிடப்பட்டது.) ஒரேமாதிரியான செய்திக்கதைகள் – தங்களுக்கே உரிய என்று தலைப்பிடப் பட்டவை – ஒரு பெண் கொரில்லாப் போராளியை மாவோ

யிஸ்டு தலைவர்கள் எவ்விதம் பாலியல் வன்முறைக்கு உள்ளாக்கினார்கள் என்பதைத் திரும்பத் திரும்ப வெளியிட்டன.[29] அந்தப் பெண் காட்டிலிருந்தும் மாவோயிஸ்டுகளின் பிடியிலிருந்தும் தப்பிவந்து உலகத்திற்குத் தன் கதையை அளப்பவள் என்று சொல்லப்பட்டது. இப்போது பார்த்தால், அவள் போலீஸ் பாதுகாவலில் பல மாதங்களாக இருந்திருக்கிறாள் என்று தெரியவருகிறது.

மாவோயிஸ்டு அட்டூழியங்கள் அடிப்படையில் நம்மீது தொலைக்காட்சித் திரைகளால் வீசிஎறியப்படும் ஆய்வுகள் பொய்யை உண்மை போலப் பிரதிபலிப்பவை என்பதோடு நம்மை அவசரமாகச் சிந்திக்கவும் வைக்கின்றன. “ஆமாம், பழங்குடி மக்கள் புறக்கணிக்கப்பட்டு, அவர்கள் மிகமோசமான நிலையில் வாழ்ந்து கொண்டிருக்கிறார்கள். அவர்களுக்கு வளர்ச்சி தேவைதான். ஆம், இது அரசாங்கத்தின் தவறுதான். பரிதாபத்திற்குரிய தவறு. இப்போது கண்முன்னால் ஒரு நெருக்கடி எழுந்துள்ளது. நாம் மாவோயிஸ்டுகளை அங்கிருந்து ஒழிக்க வேண்டும், நிலத்தைக் கைப்பற்ற வேண்டும், பிறகு பழங்குடி மக்களுக்கு உதவலாம்.”

போர் நெருக்கமாகிவிட்ட நிலையில், ஆயுதம் தாங்கிய படைகள் தங்களுக்கே உரிய முறையில் தாங்களும் நமது மூளையோடு விளையாடத் தொடங்கிவிட்டன. அதை அறிவித்தும் இருக்கின்றன. 2010 ஜூன் மாதம் அவர்கள் செயல்முறைக் கொள்கைகள் இரண்டை வெளியிட்டார்கள். ஒன்று, நிலம் – காற்றுச் செய்கைகளுக்கான கூட்டு விதிமுறை. இன்னொன்று இராணுவ உளவியல் செயல்பாடுகள் பற்றிய விதிமுறை. ‘தேர்ந்தெடுத்த குறிப்பிட்ட பார்வையாளர்களிடம் இந்த நாட்டின் அரசியல் மற்றும் இராணுவ நோக்கங்களின் சாதனைகளை எடுத்துரைக்க வேண்டிச் சில தேவையான மனப்பாங்குகளையும் நடத்தை முறைகளையும் உருவாக்க, திட்டமிட்ட முறையில் ஒரு செய்தியைச் செலுத்துவது,’ மேலும், ஓர் உள் நாட்டுச் சூழலில், தவறானவழியில் செலுத்தப்பட்ட மக்களை, மைய நீரோட்டத்திற்குக் கொண்டு வருவதற்காக, மரபுக்கு மாறான செயல்முறைகளையும் செய்யவேண்டியிருந்தால் அதற்காகப் புலன்உணர்வு மேலாண்மை தொடர்பான செயல்களுக்கான வழிகாட்டு நெறிமுறைகளையும் அந்தக் கொள்கை விதி அளிக்கிறது. பிரஸ் டிரஸ்ட் ஆஃப் இந்தியாவின் தகவல்படி, ‘இராணுவ உளவியல் செயல்முறைகளுக்கான விதிமுறை என்பது ஒரு கோட்பாட்டு, திட்டமிடல், நிறைவேற்றுதல் தொடர்பான ஆவணமாகும். சேவைகளைத் தங்களுக்குச் சாதகமாகவும் கிடைக்கும் ஊடகங்களையும் பயன்படுத்தி

ஆயுதப்படைகள் தாங்கள் செயல்பட அது ஓர் உகப்பான சூழலை உருவாக்க முனைகிறது.'

ஒரு மாதம் கழித்து, நக்சலைட்டுகளால் பாதிக்கப்பட்ட மாநிலங்களின் முதலமைச்சர்கள் கூட்டத்தில் போரை இன்னும் தீவிரப்படுத்த வேண்டும் என்று முடிவெடுக்கப்பட்டது. இந்திய ரிசர்வ் படையிலிருந்து முப்பத்தாறு பட்டாலியன்கள் ஏற்கனவே இருக்கும் 105 பட்டாலியன்களோடு இணைக்கப்பட்டன. 16,000 சிறப்புக் காவல் படையினர் (சாதாரண மக்களுக்கு ஆயுதங்கள் அளித்து போலீஸாகப் பணிபுரிய ஒப்பந்தம் செய்கின்ற முறையில்) ஏற்கெனவே இருக்கும் 30,000 பேரோடு சேர்க்கப்பட்டார்கள். உள்துறைச் செயலர் வரும் ஐந்தாண்டுகளில் இன்னும் 8,00,000 போலீஸ் படையினரை அமர்த்தித்தருவதாக வாக்களித்தார்.[31] (வேலைவாய்ப்பு உறுதித் திட்டத்திற்கு மிகவும் நல்ல செயல்மாதிரி இது. பாதி மக்களைக் கொல்வதற்கு மீதிப் பாதிப்பேரை வேலைக்கு அமர்த்துதல். விரும்பினால் இந்த விகிதம் எப்படி மாறுபடுகிறது என்பதைக் கணக்கிட்டுப் பொழுதைப்போக்குங்கள்.)

சில நாட்கள் கழித்து, இராணுவத்தின் தலைவர், தமது மூத்த அதிகாரிகளுக்கு, “நக்சலியத்தை எதிர்த்துப் போரிடுவதற்கு மனத்தளவில் தயாராகுங்கள் . . . ஆறு மாதத்திலோ அல்லது ஓரிரண்டு ஆண்டுகளிலோ, நாம் அரசாங்கத்தின் ஒரு கருவி என்ற அந்தஸ்தில், இந்த தேசம் நம்மைச் செய்யச் சொல்லுகின்ற வேலைகளை நாம் செய்ய வேண்டியிருக்கும்” என்று கூறினார்.[32]

ஆகஸ்டு அளவில், வந்து வந்து செல்கின்ற விமானப் படையினர் மறுபடியும் வந்துவிட்டார்கள் என்று அறிவித்தன. “மாவோயிஸ்டுகளுக்கு எதிரான போராட்டத்தில் இந்திய விமானப்படை (IAF) தற்காப்புக்காகச் சுடலாம்” என்று இந்துஸ்தான் டைம்ஸ் அறிவித்தது.[33] “சுடுவதற்கு அனுமதி அளிக்கப்பட்டிருக்கிறது, ஆனால் கடுமையான நிபந்தனைகளுடன். உலங்கு வானூர்திகளிலிருந்து நாம் ராக்கெட்டுகளையோ ஒருங்கிணைந்த சுடுபடைகளையோ பயன்படுத்த முடியாது. யாரேனும் தாக்கினால் திருப்பித் தாக்கலாம் . . . இதற்காகவேண்டி, எங்கள் சாப்பர் விமானங்களில் எந்திரத் துப்பாக்கிகளைப் பக்கவாட்டில் ஏற்றியிருக்கிறோம். அவற்றை எங்கள் காவலர்கள் (IAF கமாண்டோக்கள்) இயக்குவார்கள்” என்ற செய்தியை இந்தோ ஆசியச் செய்திச் சேவைக்குப் பெயர் வெளியிட விரும்பாத ஒரு செய்திமூலம் தெரிவித்தது. இது ஒரு ஆறுதல். ஒருங்கிணைந்த சுடுபடைகள் கிடையாது. எந்திரத் துப்பாக்கிகள்தான்.

‘ஆறுமாதங்களிலோ, ஓரிரண்டு ஆண்டுகளிலோ’ என்பது பிலாஸ்பூரிலும், ராஜ்நந்தன் காமிலும் உள்ள விமானத்தளங்கள் தயாராவதற்குரிய காலம் ஆகலாம். அப்புறம், ஒரு பெரிய ஜனநாயக உணர்வை வெளிப்படுத்தும் வகையில், அரசாங்கம் பொதுமக்கள் கோபத்திற்கு இடம் தந்து, மணிப்பூர், நாகாலாந்து, அஸாம், காஷ்மீர் போன்ற இடங்களில் *AFSPA*, ஆயுதம் தாங்கிய படைகள் (சிறப்பு அதிகாரம்) சட்டத்தை (இந்தச் சட்டம், செயலதிகாரம் பெறாத விமானப்படை அதிகாரிகள் சந்தேகத்தின்பேரில் சுடுவதற்கு அனுமதியளிக்கிறது) இரத்து செய்யலாம். பாராட்டுக் கையொலிகள் மறைந்து, கொண்டாட்டம் சற்றே மங்கிய உடனே, உள்துறை அமைச்சர் ஆலோசனை கூறியவாறு, ஜீவன் ரெட்டி அறிக்கையின் அடிப்படையில், (அதிக மனிதாபிமானத்தோடு இருப்பதுபோலவும் ஆனால் மிகவும் கொடியதாகவும்) *AFSPA* புனரமைப்பு செய்யப்படும். பிறகு அது வேறு பெயரில் நாடுமுழுவதும் பிரகடனம் செய்யப்படும். ஒருவேளை இப்படிச் செய்வது, தேசம் அவர்களை என்ன செய்யவேண்டுமென்று விரும்புகிறதோ அதை – இந்தியாவின் பகுதிகளில் ஏழைமக்களிலும் மிகவும் ஏழையானவர்களை, தங்கள் உயிர்பிழைத்தலுக்காகப் பேராடிக்கொண்டிருப்பவர்களைக் கொல்லுவதைச் – செய்வதற்கான விளைவுகளின் பொறுப்புகளிலிருந்து அவர்களை விலக்கிவிடும்.

இப்படித்தான் ஒருவேளை – ஒரு உலங்கு வானூர்தித் துப்பாக்கிப் படையையோ, இராணுவப் பயிற்சி ஜெட்விமானத்தையோ தனது பிஸ்டலினால் சுட முனையும்போது, தோழியர் கமலா உயிரிழக்கக்கூடும். அல்லது அந்த நேரத்திற்குள் அவர், அரசாங்க ஆயுதக்கிடங்கிலிருந்தோ, இறந்துபோன போலீஸ்காரனிடமிருந்தோ திருடிய ஒரு ஏகே47ஐ அல்லது இலகுரக எந்திரத் துப்பாக்கியை வைத்திருக்க அனுமதிக்கப் பட்டிருக்கலாம். ஒருவேளை அதற்குள்ளாக, (இராணுவச்) சேவைகளுக்குக் கிடைக்கின்ற ஊடகங்கள் நம்மைப் போன்ற தவறான வழியில் செல்பவர்கள், அவரது இறப்பைப் பற்றற்ற மனநிலையோடு ஏற்றுக்கொள்ளத்தக்கதாக நமது உணர்வுகளை நிர்வாகம் செய்திருக்கலாம்.

ஆக இதுதான் இந்திய அரசாங்கம் – அதன் ஜனநாயகப் புகழின் பெருமையில், மிக ஏழைகளான தனது சொந்தக் குடிமக்களையே கொள்ளையடித்து, பட்டினி போட்டு முற்றுகையிட்டு, இப்போது அதுவும் போதாமல் ‘தற்காப்புக்காக’ அவர்களைச் சுடுவதற்கு விமானப்படையை அனுப்பிக்கொண்டிருக்கிறது.

தற்காப்பு. ஆமாம். தற்காப்புதான். கம்யூனிஸ்டுக் கூட்டுக் குழு நிறுவனங்களால் பிடுங்கிக்கொள்ளப்பட்ட நிலங்களைத் தனது நாட்டின் ஏழை மக்களுக்கு மீட்டுத் தருவதற்காக ஓர் அரசாங்கத்தினால் பசுமைவேட்டைப் போர் என்பது தற்காப்புக்காக நடத்தப்படுகிறது.

பேச்சுவார்த்தைகளுக்கென அடியாழத்தில் இருப்பவர் களை அரசாங்கமே வெளியிலே வரவழைத்து, பிறகு அவர்களைக் கொன்றுவிட்டால், அமைதிப் பேச்சுகளுக்கு எதிர்காலத்தில் இடமேது? எந்தத் தரப்பாவது உண்மையில் அமைதிப் பேச்சில் ஆர்வத்தோடு இருக்கிறதா? மாவோயிஸ்டுகள் உண்மையிலேயே சமாதானத்திலோ, நீதியிலோ, ஆர்வம் காட்டுகிறார்களா என்று மக்கள் கேட்கிறார்கள். அரசாங்கத்தைத் தூக்கி எறியவேண்டு மென்ற அவர்களது இலட்சியத்திலிருந்து அவர்களை விலகச் செய்யுமாறு அவர்களுக்கு நாம் அளிக்கக்கூடிய ஏதாவது இருக்கிறதா? இதற்கு விடை எதுவும் இல்லை என்பதுதான். இப்போதுள்ள அமைப்புத் தங்களுக்கு நியாயம் வழங்குமென்று மாவோயிஸ்டுகள் நம்பவில்லை. இப்போது மேலும் மேலும் அதிக எண்ணிக்கையிலான மக்கள் அவர்கள் கூறுவதை ஒப்புக் கொள்கிறார்கள். உண்மையிலேயே ஜனநாயக உந்துசக்தி கொண்ட ஒரு சமூகத்தில் நாம் வாழ்கிறோம் என்றால், சாதாரண மக்கள் இதில் தங்களுக்கு நீதி கிடைக்கும் என்ற நம்பிக்கையோடாவது இருந்தால், மாவோயிஸ்டுகள் மக்களின் சார்பு சிறிதுமின்றி, ஒரு சிறிய விளிம்புக்குத் தள்ளப்பட்ட போராளிகளாக இருப்பார்கள்.

"மாவோயிஸ்டுகள் போர்நிறுத்தத்தைத் தங்கள் சொந்த ஆதாயத்திற்காக வேண்டுகிறார்கள், தாங்கள் சற்றே ஆசுவாசம் பெறவும், அந்தச் சமயத்தில் தங்கள் குழுக்களைச் சீரமைத்துக் கொள்ளவும் தங்களை நிலைநிறுத்திக் கொள்ளவும் அந்தச் சமயத்தைப் பயன்படுத்திக் கொள்கிறார்கள்" என்பது சச்சர வுக்கு இடமான இன்னொரு கருத்து. ஒரு பேட்டியில், ஆஜாத் வெளிப்படையாகவே கூறினார் : "ஒரு போர் நிறுத்தத்தின் போது இரண்டு தரப்பினருமே தங்கள் தங்கள் பக்கங்களை உறுதிசெய்துகொள்ளவே முற்படுவார்கள் என்பதை அறியப் பெரிய பொதுப்புத்தி ஒன்றும் தேவையில்லை" என்றார் அவர்.[36] தற்காலிகமானதாக இருந்தாலும்கூட, ஒரு போர்ப் பிரதேசத் தில் வாழ்கின்ற சாதாரண மக்களுக்கு ஒரு போர்நிறுத்தம் சற்றே ஓய்வளிக்கும் என்றார்.

ஆனால், அரசாங்கத்திற்குப் போர் உடனடியான தேவை யாக இருக்கிறது. (எவ்வளவு நிர்ப்பந்தமான தேவை என்பதை அறியப் பெருவணிகர்களின் அறிக்கைகளை நோக்கவும்.) அதன்

அருந்ததி ராய்

முதுகில் சர்வதேசப் பெருவணிகச் சமுதாயங்களின் கண்கள் துளையிட்டுக் கொண்டிருக்கின்றன. அது வேகமாக இயங்க வேண்டும். பலனைப் பெறவேண்டும். அதன் தந்தங்கள் விழுந்து விடாமல் இருக்க, ஒருபுறம் பேச்சு வார்த்தை நடத்துவதாக அது நடிக்கவேண்டும், இன்னொருபுறம் எதிராளிக்குக் குழி தோண்ட வேண்டும். ஆஜாதைக் கொன்றது அவர்களுக்கு மிக முக்கியமான வெற்றி. ஏனென்றால் காரணத்தன்மையோடு, பகுத்தறிவுக்கொத்த முறையில் மிக அபாயகரமாகக் கருத்துகளை முன்வைத்த ஒரு குரல் நசுக்கப்பட்டுவிட்டது. சற்று நேரத்திற்கேனும் அமைதிப் பேச்சுவார்த்தைகள் வெற்றிகரமாகத் தடம்புரள வைக்கப்பட்டன.

பேச்சுவார்த்தை பற்றிய இந்த விவாதத்தில் குறைகாண்பதற்கு ஏராளமான விஷயங்கள் இருக்கின்றன. அமைதிப் பேச்சுவார்த்தை என்றால் அடுத்து போர் அதிகரிக்கும் என்பது தான் நம்மைப் போன்ற சாதாரண மக்கள் நினைவில் வைத்துக் கொள்ளவேண்டிய விஷயம். கடந்த சில மாதங்களில் அரசாங்கம் பத்தாயிரக் கணக்கில் ஆயுதம்தாங்கிய படைகளைக் கொண்டுவந்து காட்டில் அதிகமாகக் குவித்துள்ளது. மாவோயிஸ்டுகள் இதற்குத் தீவிரமான தாக்குதல்கள், மறைந்திருந்து தாக்குதல்கள் ஆகியவற்றால் பதிலடி கொடுத்தார்கள். 200 போலீஸ்காரர்களுக்கு மேல் கொல்லப்பட்டார்கள்.[37] இறந்த உடல்கள் காட்டைவிட்டு வெளிக்கொணரப்படுகின்றன. இறந்த போலீஸ்காரர்களின் உடல்களைச் சுற்றித் தேசியக்கொடி. இறந்த மாவோயிஸ்டுகளின் உடல்களைக் கைகளிலும் கால்களிலும் மூங்கில் கழிகளில் கட்டி வேட்டைக்காரர்கள் தங்கள் விலங்குகளைக் கொண்டுவருவதைப்போலக் கொண்டு வருகிறார்கள். குண்டுகள் துளைத்த உடல்கள், மனித உடல்கள் போலவே தோற்றமளிக்காத உடல்கள், மறைவுத்தாக்குதல்களில் சிதைக்கப்பட்ட உடல்கள், தலை வெட்டுதல்கள், உடனுக்குடன் தூக்கிலிடப்பட்டவை. (காட்டிலேயே புதைக்கப்பட்ட உடல்கள் பற்றி நமக்குச் செய்திகள் கிடையாது.) செயல் வீரர்களாயினும் பத்திரிகையாளர்களானாலும், போர் அரங்கமே மறைக்கப்பட்டுவிட்டது. எனவே இறந்தவர்களின் எண்ணிக்கை தெரியாது.

2010 ஏப்ரல் *6*ஆம் நாளன்று, *PLGA* (மக்கள் விடுதலை கொரில்லாப் படை) தண்டிவாடாவில் மத்திய ரிசர்வ் படையினர் மீது மறைந்திருந்து தாக்கிய தனது மிகப் பெரிய தாக்குதலில், எழுபத்தாறு போலீஸ்காரர்களைக் கொன்றது.[38] கட்சி, தனது வெற்றியை அனுதாபமற்ற சொற்களில் அறிக்கையாக வெளியிட்டது.[39] தொலைக்காட்சி இதை எவ்வளவு பயன்

படுத்திக் கொள்ளமுடியுமோ அந்த அளவுக்குப் பயன்படுத்திக் கொண்டது. இந்தக் கொலையை நாடே கண்டனம் செய்ய வேண்டுமென எதிர்பார்க்கப்பட்டது.

ஆனால் நாம் அவ்வாறு செய்யவில்லை. நாம் கொலை செய்வதைப் பாராட்டுகிறோம் என்பதற்காக அல்ல, நாம் எல்லோரும் மாவோயிஸ்டுகள் என்பதால் அல்ல, ஆபரேஷன் கிரீன்ஹண்ட்டைப் பற்றி – பசுமைவேட்டைப் போரைப்பற்றி நமக்கு நல்ல அபிப்பிராயம் இல்லை என்பதால்தான். கண்டனம் தெரிவிக்கும் தொழிலில் நாம் பங்குகள் வாங்கவில்லை என் பதற்காக நமக்குப் பயங்கரவாதிகளின் அனுதாபிகள் என்ற பெயரை வைத்தார்கள். நமது நிழற்படங்களைப் போர்க் குற்றவாளிகள்போலத் தொலைக்காட்சியில் திரும்பத்திரும்பக் காட்டினார்கள்.

விவசாயச் சந்தை ஒன்றில், 'சுரங்கத்தொழில் என்னும் சொர்க்கத்தை' காட்சிப்படுத்தும் மாதிரி.

தனது அங்கங்களைத் தானே தின்னுகின்ற ஒரு ஜனநாயகத்தைத் தான் நாம் பார்த்துக்கொண்டிருக்கிறோம். ஆனால் அந்த அங்கங்களோ தின்னப்பட மறுக்கின்றன.

ஒரு பழங்குடி மக்களின் கிராமத்தைச் சுற்றி ரோந்து வருகின்ற ஒரு CRPF படையின் சிறுபகுதிக்கு 21 ஏகே47 துப்பாக்கிகள், 38 இன்ஸாஸ் ரைஃபிள்கள், ஏழு தானேஇயங்கிச் சுடும் ரைஃபிள்கள், ஆறு இலகு எந்திரத் துப்பாக்கிகள், ஒரு ஸ்டென் கன், இரண்டு ஓரங்குலப் பீரங்கிகள் இவையெல் லாம் எதற்கு?[40] இந்தக் கேள்வியைக் கேட்டால் உங்களை ஒரு சதிகாரர் என்று முத்திரை குத்திவிடுவார்கள்.

திடீர்த்தாக்குதல்கள் நடந்த சில நாட்களுக்குப் பிறகு இரண்டு துணை இராணுவப்படை கமாண்டோக்கள் தில்லியில் கார் நிறுத்துமிடம் ஒன்றில் சில லாரி டிரைவர்களோடு பேசிக்கொண்டிருப்பதை நான் கேட்கநேர்ந்தது. அவர்களுடைய முக்கியத் தலைவர் ஏதோ ஒரு ரெஸ்டாரண்டிலிருந்தோ, உடல்நலக் கிளப்பிலிருந்தோ, ஓட்டலிலிருந்தோ வருவதற்காக அவர்கள் காத்திருந்தார்கள். என்ன நடக்கிறது என்பதைப் பற்றிய அவர்களது பார்வையில் துக்கமும் இல்லை, நாட்டுப் பற்றும் இல்லை. தெரிந்ததைச் சொல்வது – அவ்வளவுதான். ஒரு கணக்குப்பதிவு. இராணுவத் துணைப்படையில் வேலை பெற ஒருவன் எத்தனை லட்சம் ரூபாயை லஞ்சமாகக் கொடுக்க வேண்டியிருக்கிறது என்பதைப் பற்றிப் பேசிக்கொண்டிருந்தார்கள். எப்படிப் பல குடும்பங்கள் இதற்காகப் பெரும் கடன் சுமையை ஏற்கவேண்டியிருக்கிறது என்பதைச் சொன்னார்கள். அந்த ஜவானுக்குக் கொடுக்கப்படும் பரிதாபகரமான சம்பளத்தில் அந்தக் கடனைத் திருப்பி அடைக்கவே முடியாது. அதைத் திருப்பித்தர ஒரேவழி, இந்தியாவில் பெரும்பாலான போலீஸ்காரர்கள் செய்யும் வழிதான். அதாவது, மிரட்டலில் ஈடுபடுவது, மக்களைப் பயமுறுத்துவது, பாதுகாப்புச் சோதனைகளில் ஈடுபடுவது, கொடுக்க வேண்டியதைக் கொடு (லஞ்சம்) என்று கேட்பது, அழுக்கான காரியங்களில் ஈடுபடுவது. தண்டிவாடாவில் என்றால், கிராமவாசிகளைக் கொள்ளையடிப்பது, காசு, பணம், நகைகள் இவற்றைத் திருடுவது. ஆனால் அந்த ஜவான் இறந்துபோய்விட்டால், அந்தக் குடும்பங்கள் கடன் சுமையில் வாடுகின்றன. கார் நிறுத்தத்தில் பேசிக்கொண்டிருந்த அந்தப் போலீஸ்காரர்களின் கோபம் அரசாங்கத்தையும் அவர்களுடைய மூத்த அதிகாரிகளையும் பற்றியது. அவர்கள் லஞ்சம் வாங்கிப் பெரும் கொள்ளையடித்துக் கொண்டு, இளம் காவலர்களைச் சாவுக்கு அனுப்புகிறார்கள். ஏப்ரல் 6 தாக்குதலில் அறிவிக்கப்பட்ட அதிகமான ஈட்டுத்தொகை, அந்த மானக்கேடான விஷயத்தின் தாக்கத்தைக் குறைப்பதற்காகத்தான். இந்த வெறுக்கத் தக்க போரில் ஈடுபடுகின்ற எல்லாப் போலீஸ்காரர்களுக்கும் சரியான ஈட்டுத்தொகை அளிப்பதை நிலையான நடைமுறை ஆக்கப்போவதில்லை.

ஆகவே *CRPF* ஆட்கள் ரோந்துக்குப் போவதில் ஆர்வம் காட்டவில்லை என்று போராட்டக் களத்திலிருந்து செய்தி வருவதில் ஆச்சரியம் எதுவுமில்லை. அவர்கள் தங்கள் தினசரிக் குறிப்பேட்டுப் புத்தகங்களை ஒப்புக்கு நிரப்புகிறார்கள், பொய்யான ரோந்துச் செய்திகளைக் குறிக்கிறார்கள் என்று அவர்களைப் பற்றிப் புகார்கள் வருகின்றன.[41] ஒருவேளை அவர்களும் தாங்கள் பெரும்பணக்காரர்களுடைய போரில் தாங்கள் காக்கிக்

குப்பைகளாக, குண்டுக்கு இரைகளாகப் பயன்படுத்தப்படுவதை அறியத் தொடங்கியிருக்கிறார்களோ என்னமோ? ஆனால் அவர்கள் ஒவ்வொருவரும் போனபிறகு, அவர்களிடத்தில் வருவதற்கு ஆயிரக்கணக்கான பேர் காத்துக்கொண்டிருக்கிறார்கள்.

2010 மே 17அன்று இன்னொரு பெரிய தாக்குதலில், மாவோயிஸ்டுகள் ஒரு பஸ்ஸை வெடிவைத்துத் தகர்த்து, ஏறத்தாழ நாற்பத்திநான்கு பேரைக் கொன்றார்கள்.[44] அவர்களில் பதினெட்டுபேர் SPOக்கள். அரசாங்கத்தின் ஆதரவு பெற்ற பயங்கர மக்கள்படையான சல்வா ஜூடும் அலுவலர்கள். ஆனால் மீதிப்பேர், அதிர்ச்சி தரத்தக்க விஷயமாக, ஆதிவாசிகள், சாதாரண மக்கள். சாதாரண மக்களைக் கொன்றதற்காக மாவோயிஸ்டுகள் மேம்போக்கான வருத்தத்தைத் தெரிவித்தார்கள். ஆனால் இவ்வாறு செய்தபோது அரசாங்கத்தின் நிலைப்பாட்டை – துணையாதரவாக இருப்பவர்களை அழிப்பது என்பதைக் கிட்டத்தட்டப் பின்பற்றிவிட்டார்கள் எனலாம்.

ஆகஸ்டு இறுதியில் மாவோயிஸ்டுகள் பிகாரில் நான்கு போலீஸ்காரர்களைக் கடத்திச்சென்று தங்கள் மூத்த தலைவர்கள் சிலரை விடுவிக்குமாறு கேட்டார்கள். சில நாட்கள் நடந்த இந்தப் பிணை நாடகத்தில் ஒரு ஆதிவாசிப் போலீஸ்காரரான லூகாஸ் டீடே என்பவரைக் கொன்றார்கள்.[43] அடுத்த மூன்றுபேரை இரண்டு நாட்களில் விடுவித்துவிட்டார்கள்.[44] தங்கள் பாதுகாப்பில் வைத்திருந்த ஒருவரைக் கொன்றதன் மூலம் மாவோயிஸ்டுகள் தங்கள் தரப்புக்கே தீங்குசெய்துகொண்டார்கள். இதுதான் போராட்டக்களத்தில் நாம் இன்னும் அதிகமாக எதிர்பார்க்கக்கூடிய 'ஜேனஸ் முக' (ஜேனஸ் என்பது எதிர்எதிர்த் திசைகளில் இரண்டு முகங்களைக் கொண்ட கிரேக்கத் தெய்வம்) புரட்சிகர வன்முறையின் அறநோக்கு. போராட்டத்தில், நேர்மையைத் தந்திரம் வெல்லுகிறது, உலகத்தை மோசமான இடமாக்குகிறது.

தண்டிவாடாவில் மாவோயிஸ்டுகள் சாதாரண மக்களைக் கொன்றபோது அதே போன்ற பிற சம்பவங்களைப் பகுப்பாய்வு செய்பவர்களும், செய்தியாளர்களும் எடுத்துக்காட்டினார்கள். ஆனால், ஒரிஸாவில் கலிங்கநகரில், ஜார்க்கண்டில் பலிதுத்தாவிலும், போட்கோவிலும், போலீஸ்காரர்கள் பல கிராமங்களைச் சூழ்ந்துகொண்டு, டாடாக்களும் ஜிந்தால்களும் போஸ்கோக்களும் (போஸ்கோ என்பது பொஹாங் இரும்பு மற்றும் எஃகுக் கம்பெனி என்பதன் சுருக்கம்) தங்கள் நிலத்தைக் கைப்பற்றிக் கொள்வதை எதிர்த்த கிளர்ச்சியாளர்கள் ஆயிரக்கணக்கான பேரைச் சுட்டார்கள் என்பதை அவர்கள் கூறவில்லை. இன்றும்

அந்த முற்றுகை தொடர்கிறது. போலீஸ் தடுப்புவேலியிட் டிருப்பதால் அடிபட்டவர்களை மருத்துவமனைக்குக் கொண்டு செல்ல முடியாது. யூ-ட்யூபில் ஏற்றியிருக்கும் வீடியோக் காட்சிகளில், சாதாரணக் கிராம வாசிகளை – அவர்களில் சிலபேர் இன்னும் வில்லும் அம்பும்தான் வைத்திருக்கிறார் கள் – பல நூற்றுக்கணக்கான போலீஸ்காரர்கள் ஆயுதம் தாங்கிய வாறு கொல்லும் அமளியைப் பார்க்கலாம்.

பசுமைவேட்டைப் போர் மக்களுக்குச் செய்த ஒரே நன்மை, அவர்களுக்கு விஷயங்களைத் தெளிவாக்கியதுதான். கிராமங் களிலிருக்கும் சின்னஞ்சிறுவர்களுக்குக் கூட, போலீஸ்காரர் கள் 'கம்பெனி'களுக்காக வேலைசெய்பவர்கள், ஆபரேஷன் கிரீன்ஹண்ட் என்பது மாவோயிஸ்டுகளை எதிர்க்கும் போர் அல்ல என்பது தெரியும். அது ஏழைகளை எதிர்க்கும் ஒரு போர்.

என்ன நடக்கிறது என்பதில் தாழ்வு ஒன்றுமில்லை. தனது அங்கங்களைத் தானே தின்னுகின்ற ஒரு ஜனநாயகத்தைத் தான் நாம் பார்த்துக்கொண்டிருக்கிறோம். ஆனால் அந்த அங்கங்களோ தின்னப்பட மறுக்கின்றன.

○

இப்போதைய கிளர்ச்சியில் ஈடுபட்டிருக்கின்ற பல்வேறு அரசியல் அமைப்புகளில் CPI (மாவோயிஸ்டு)ஐ விட மிகவும் விவாதத்திற்குள்ளாகியிருப்பது வேறொன்றுமில்லை. ஆயுதப் போராட்டம் ஒன்றே புரட்சிக்கான ஒரே வழி என்ற தயவு தாட்சண்யமற்ற கருத்தை அது வைத்திருப்பதுதான் வெளிப் படையான காரணம். 'நக்சல்பாரியின் வழித்தடத்தில்' என்னும் சுமந்தா பானர்ஜியின் புத்தகம், அந்த இயக்கத்தைப் பற்றிய முழுமையான தகவல்களைச் சொல்கிறது. தொடக்க ஆண்டு களின் நிகழ்ச்சிகளை முதலில் பட்டியலிடுகிறது. அந்த ஆண்டு களில், நக்சலைட்டுகள் தங்கள் வர்க்க எதிரிகளை அழிக்கும் போதே இந்தியப் புரட்சியைத் தொடங்கிவிடலாம் என்று அறிவற்ற முறையில் திட்டமிட்டதைக் காட்டுகிறது. மக்களும் உடனே எழுச்சிபெற்று இணைந்துகொள்வார்கள் என அந்த இயக்கம் நம்பியது. சீனாவின் வெளிநாட்டுக் கொள்கையோடு இணைந்திருப்பதற்காக அது மேற்கொண்ட வழியற்ற வழிகளை யும் அது சொல்கிறது. எப்படி அது மாநிலத்திற்கு மாநிலம் பரவியது, சற்றும் ஈவிரக்கமின்றி அது எவ்விதம் அழிக்கப் பட்டது என்பதையும் கூறுகிறது.

CPI(மாவோயிஸ்டு)க்கு எதிராகப் பாரம்பரியமான இடதுசாரிகள், தாராளவாத அறிவுஜீவிகள், எல்லோருக்குமே

நொறுங்கிய குடியரசு

கோபம் இருக்கிறது. அவர்களுக்கே எது சரியான பாதை என்பது தெரியாக் குழப்பமும், இந்திய அரசாங்கத்தைக் காப்பாற்ற வேண்டுமென்ற புரியாத புதிரான, மறைபொருளான பாதுகாப்புத் தன்மையும்தான் அந்தக் கோபத்திற்குக் காரணம். எனவே உண்மையிலேயே புரட்சியை வேண்டுகின்ற ஒரு சூழ்நிலை ஏற்படும்போது அவர்கள் விழிக்கிறார்கள். புரட்சியை விட்டு வெளியே நோக்குகிறார்கள். அதற்கான காரணங்களைக் கண்டுபிடிக்கிறார்கள். கடந்த இருபத்தைந்து ஆண்டுகளாக நர்மதையைக் காப்பாற்று இயக்கத்திற்கு ஆதரவாக ஒரு வார்த்தையும் சொல்லாத, நாட்டில் நடைபெற்ற அமைதியான மக்கள் இயக்கங்களுக்குச் சற்றும் ஆதரவுதராத, அரசியல்கட்சிகளும் தனிநபர்களும் இப்போது திடீரென்று அகிம்சையைப் பற்றியும் காந்திய சத்தியாகிரகத்தைப் பற்றியும் பேசுகிறார்கள். மாறாக, இந்த மாதிரியான இயக்கங்களில் தீவிரமாக ஈடுபட்டிருப்பவர்களுக்கு, மாவோயிஸ்டுகளுடன் ஒப்புதலின்றி இருக்கலாம். அவர்களிடம் விழிப்பாகவும் சற்றே எரிச்சலாகவும்கூட இருக்கலாம் – ஆனால் மாவோயிஸ்டுகளும் தங்கள் எதிர்ப்பின் ஒரு பகுதியினரே என்பதை உணர்கிறார்கள்.

மாவோயிஸ்டுகளை மிக அதிகமாக வெறுப்பவர் யார் – இந்திய அரசாங்கமா, அதன் இராணுவ யுத்தத் தந்திர விற்பன்னர்களா, அல்லது அதன் சார்பான வலதுசாரி மத்தியவர்க்கமா, இந்தியப் பொதுவுடைமைக் கட்சியா, இந்தியப் பொதுவுடைமை (மார்க்சிஸ்டு)க் கட்சியா, இவர்களின், அசலான மார்க்சிய லெனினியவாதிகளின் அல்லது இடதுசாரித் தாராளவாதிகளின் பகுதிகளாக இருந்து பிரிந்துவந்திருக்கின்ற பல்வேறு துண்டுகளா? பெயரை வைத்துத்தான் இந்த விவாதம் தொடங்குகிறது. மரபுவழிவந்த பொதுவுடைமையாளர்கள், மாவோயிசம் என்பதை ஒரு இசமாக ஒப்புக் கொள்வதேயில்லை. இதற்கு எதிராக மாவோயிஸ்டுகள், மைய நீரோட்டத்திலுள்ள பொதுவுடைமைக் கட்சிக்காரர்களைச் சமூக அராஜகவாதிகள் என்றும், பொருளாதாரப் பேரத்தில் சிக்கிக்கொண்டவர்கள் – புரட்சிக்காகப் பேரம் பேசுகின்றவர்கள் என்றும் அழைக்கிறார்கள்.

ஒவ்வொரு பிரிவும் தான் மட்டுமே உண்மையான புரட்சிகர மார்க்சியக் கட்சி என்றும், மார்க்சிய அமைப்பு என்றும் சொல்லிக் கொள்கிறது. ஒவ்வொன்றும் அடுத்தது பொதுவுடைமைக் கொள்கைக்குத் தவறான விளக்கம் அளிக்கிறது என்றோ, வரலாற்றைத் தவறாகப் புரிந்துகொண்டது என்றோ சொல்கிறது. கட்சிஅட்டை ஏந்திய உறுப்பினர்களைத் தவிர மற்றவர்கள் யாருமே, இவர்கள் சொல்வது முழுமையாகச் சரியும் அல்ல, தவறும் அல்ல என்பதைப் புரிந்துகொள்ள இயலும்.

எல்லாக் கம்யூனிஸ்டுக்கட்சிகளும் எதிர்பார்க்கும் திட்டவட்ட மான வழிபாட்டின் விளைவாக, அவற்றின் கிளைத்தேற்றங் களாகத்தான் – பெருமளவு மதச்சண்டைகளை ஒத்த கசப் பான பிளவுகள் ஏற்படுகின்றன என்பது தெளிவு. எனவே அவை வசவுகளை வீசிக்கொள்கின்றன. ரஷ்யப்புரட்சி, சீனப் புரட்சிக் காலங்களுக்கும், லெனின் – டிராட்ஸ்கி – ஸ்டாலின் இடையிலான விவாதங்களுக்கும், தலைவர் மாவோவின் சிவப்புப் புத்தகத்திற்கும் அந்த வசவுகள் செல்கின்றன. ஏதோஒரு தவறான இடத்தில் தடவப்பட்ட களிம்புபோல ஒருவரையொருவர் தவறான பயன்பாட்டு முறை, மார்க்சிஸ்டு – லெனினிஸ்டு – மாவோ – ஜெடாங் சிந்தனை, என்றெல்லாம் குற்றம் சாட்டிக் கொள்கிறார்கள். (எனது இதற்கு முந்திய கட்டுரையான தோழர் களுடன் நடத்தல் என்பது இந்த விவாதத்தின் வீச்சுப்பாதை யில் சரியாகப்போய்க் குறுக்கிட்டது. அதற்கான வசவுகளை யும் வாங்கிக்கொண்டது. அவற்றை எழுதுவது ஒரு தனிப் பிரசுரம் ஆகலாம்.)

இந்தியாவின் வெவ்வேறு வகையான பொதுவுடைமைக் கட்சிகளுக்கிடையே உள்ள முக்கிய வேறுபாடு வாக்களிப்புத் தேர்தல் அரசியலை ஏற்றுக்கொள்வதா இல்லையா என்பதைப் பற்றித்தான். இந்தியாவில் புரட்சிக்கான நிலைமைகள் உருவாகி யிருக்கின்றனவா என்பதை எப்படி அவர்கள் நோக்குகிறார் கள் என்பதைப் பொறுத்திருக்கிறது அது. சீனாவில் மாவோ அறிவித்ததுபோல, பிரெய்ரி (புல்வெளி) எரிக்கப்படுவதற்குத் தயாராக உலர்ந்திருக்கிறதா, அல்லது ஒரு சிறுபொறியும் பற்ற வைக்கமுடியாதவாறு ஈரமாக இருக்கிறதா?

பிரச்சினை என்னவென்றால் இந்தியா ஒரேசமயத்தில் பல நூற்றாண்டுகளை வாழ்ந்துகொண்டிருக்கிறது. ஆகவே இந்தியாவின் சமூக, அரசியல் பரப்புக்குப் பிரெய்ரி சரியான உதாரணமாக இல்லாமற் போகலாம். (பிரெய்ரி என்பது மிகப் பரந்த சமவெளி). குண்டும்குழியுமான நிலப்பகுதி இந்தியா வுக்குச் சரியான உதாரணமாகலாம். புரட்சி என்றைக்கு ஏற்படப்போகிறது என்ற நாளை இங்கே குறிப்பது சாத்திய மாகாது. எனவே அவரவர் முழக்கங்களை அவரவர் முழங்கு கிறார்கள். CPI, CPM ஆகியோர் இந்தத் தலைமுறைக்குள் புரட்சியே வராது என்று தள்ளிவைத்து விட்டார்கள். நக்சலிய இயக்கத்தைத் தொடங்கிய சாரு மஜூம்தாருக்கோ முப்ப தாண்டுகளுக்கு முன்னரே புரட்சி நிகழ்ந்திருக்கவேண்டும். இப்போது மாவோயிஸ்டுகளுடைய தலைவராக உள்ள கணபதி யின் கருத்துப்படி, புரட்சி நிகழ இன்னும் ஐம்பதாண்டுகள் ஆகும்.

நக்சல்பாரி எழுச்சிக்கு நாற்பதாண்டுகள் பின்னர்கூட, பாராளுமன்றப் பொதுவுடைமைக் கட்சிகள் மாவோயிஸ்டுகள் மீது வைக்கும் குற்றச்சாட்டு, ஒரே மாதிரியாக – அன்று போலவே இன்றும் உள்ளது. லெனின் குறிப்பிட்ட குழந்தைப் பருவ ஒழுங்கின்மை நோயினால் மாவோயிஸ்டுகள் பாதிக்கப் பட்டிருக்கிறார்கள் என்பது அவர்களுடைய துணிபு. மேலும் வெகுஜன அரசியலை இராணுவக் கொள்கை ஆக்குகிறார்கள், உண்மையாகவே புரட்சித்தன்மை மிக்க ஒரு தொழிலாளர் அமைப்பை உருவாக்கவில்லை என்பதும் அவர்கள்மீது குற்றச் சாட்டுகள். நகர்ப்புறப் பணியாளர்கள்மீது அவர்களுக்கு வெறுப்பு இருக்கிறது, கருத்தியல்ரீதியாக வளர்ச்சியற்றுப் போனவர்கள், காட்டில் வசிக்கின்ற கள்ளங்கபடமற்ற (நாகரிகமற்ற என்று இதை வாசிக்கவும்) பழங்குடி மக்கள் முதுகின்மீது தவளைச் சவாரி செய்யத்தான் அவர்கள் லாயக்கு என்ற குற்றச்சாட்டு களும் இருக்கின்றன. கட்சி மார்க்சியர்கள் பார்வையில், பழங்குடி மக்கள் புரட்சிசெய்வதற்கான ஆற்றல் அற்றவர்கள். (இந்த இடம், ஒருவன் புரட்சிக்காரனாவதற்கு முன்னால், ஒரு மையத் தொழில் நிறுவனத்தில் கூலி வாங்கும் தொழிலாளியாக மாற வேண்டுமா என்பதை விவாதிக்க ஏற்றதல்ல.)

நகர்ப்புறத் தொழிலாளர் இயக்கங்களை, தலித் இயக்கத்தை, காட்டுக்கு வெளியே இருக்கின்ற விவசாயிகள், விவசாயக் கூலி உழைப்பாளர்கள் இவர்களின் போராட்டத்தை நடத்த மாவோயிஸ்டுகள் தகுதியற்றவர்கள் என்ற குற்றச்சாட்டு உண்மை தான். காடு என்னும் மறைப்பற்ற இடங்களில், மாவோயிஸ்டுக் கட்சியின் இராணுவமய அரசியல் செயல்பட வழி இல்லை என்பதிலும் ஐயமில்லை. அதேசமயம், முக்கியக் கம்யூனிஸ்டுக் கட்சிகள் அனைத்துமே தங்கள் கருத்தியல்களை மிகமோச மான முறையில் சமரசம் செய்துகொண்டுதான் மைய நீரோட் டத்தில் பிழைக்கின்றன, அவற்றிற்கும் பிற பூர்ஷ்வா அரசியல் கட்சிகளுக்கும் இன்று எவ்வித வேற்றுமையும் காணஇயலாது என்றும் நாம் வாதிக்க முடியும். அதேபோல இவற்றிலிருந்து பிரிந்த சிறிய கட்சிகள் சமரசப்போக்கில் ஈடுபடாமல் தப்பிப் பிழைக்க முடிந்ததற்குக் காரணம், அவற்றால் எவருக்கும் தீங்கு இல்லை என்பதால்தான்.

பூர்ஷ்வாக் கட்சிகளென அவற்றின் குற்றம் குறைகள் அல்லது சாதனைகள் எதுவாக இருந்தாலும், CPI, CPM ஆகிய கட்சிகளோடு இனிமேல் எவருமே புரட்சி என்ற வார்த்தையை இணைத்துப்பார்க்க மாட்டார்கள். (ஒரிஸாவில் போஸ்கோ தொழிற்சாலைக்கு எதிரான ஒரு போராட்டத்தில் CPI ஈடு பட்டிருக்கிறது. ஆனால் அது கேட்பதெல்லாம் இடமாற்றம்

தான்.) அவர்களுடைய தேர்ந்தெடுத்த செல்வாக்குச் செல்லும் இடங்களில்கூட, தாங்கள் யாருடைய பிரதிநிதிகளாக இருப்பதாகச் சொல்கிறார்களோ அந்தத் தொழிலாளர்களுக்கு மிகப் பெரிய சேவை எதுவும் அவர்கள் செய்துவிட்டதாகச் சொல்ல முடியாது. தங்களுக்கு இதுவரை கோட்டையாக இருந்துவந்த கேரளா, மேற்குவங்கம் ஆகிய இடங்களைத் தவிர நாட்டின் பிற பகுதிகள் எதிலும் – நகர்ப்புறமோ கிராமப்புறமோ, காடோ, சமவெளியோ எங்கும் – அவர்களுக்கு இருப்பு என்பதில்லை. அவர்களுடைய தொழிற்சங்கங்களையெல்லாம் புதைத்தாயிற்று. எந்திரமயம் ஆக்கலும், புதிய பொருளாதாரக் கொள்கைகளும் ஏற்படுத்திய பெரும் வேலை இழப்புகள், முறைப்படியான தொழிற்சங்கச் சக்திகளைக் கட்டவிழ்த்தல் ஆகியவற்றைச் சமாளிக்க அவற்றால் முடியவில்லை. மிகவும் முறைப்படியாகத் திணிக்கப்பட்டுவரும் தொழிலாளர் உரிமை இழப்புகளை அவர்களால் தடுக்க முடியவில்லை. ஆதிவாசி, தலித் மக்களிடமிருந்து அநேகமாக அவர்கள் அந்நியப்பட்டுவிட்டார்கள். கேரளாவில் அவர்கள் பிற கட்சிகளைவிட நல்ல பணியாற்றியிருக்கிறார்கள் என்று பலரும் சொல்வார்கள். ஆனால் மேற்கு வங்கத்தில் அவர்களுடைய முப்பதாண்டுக்கால ஆட்சி நாட்டைப் பாழடைந்து போக வைத்திருக்கிறது. நந்திக்கிராமத்திலும் சிங்கூரிலும், இப்போது ஜங்கல்மஹால் ஆதிவாசிகளுக்கு எதிராகவும், அவர்கள் கட்டவிழ்த்துவிட்ட ஒடுக்குமுறை அவர்களை இன்னும் சிலகாலத்துக்கு ஆட்சிக்கு வராமல் துரத்திவிடும். (ஆனால், திரிணாமூல் காங்கிரசின் மமதா பானர்ஜீ மட்டும், மக்கள் தங்கள் நம்பிக்கைகளை வைக்கக் கூடிய பாத்திரம் என்று நிரூபித்துவிட வேண்டும்.) ஆனால் அவர்களுடைய பாவப் பட்டியல்களை நாம் பாடுகின்றபோதே, குறைந்தபட்சம் இன்னும் சிறந்த, புதிய, உயிர்த் துடிப்புள்ள, உண்மையான இடதுசாரி இயக்கம் இந்தியாவில் தோன்றுகின்ற வரையில் அந்தக்கட்சிகளின் இழப்புக் கொண்டாடப்பட வேண்டியதல்ல என்பதையும் நாம் நினைவில் கொள்ள வேண்டும்.

மாவோயிஸ்டுகள் (இன்றும் இதற்கு முந்திய அவதாரங்களிலும்) வேறுவிதமான அரசியல் பாதையை வைத்திருந்தார்கள். அவர்களுடைய அரசியல் செயல்பாட்டின் மையக் கருத்தாக, நிலத்தைப் பகிர்ந்தளித்தல் – தேவையானால் அதற்கு வன்முறையையும் பயன்படுத்துதல் என்பதே இருந்துவருகிறது. ஆனால் அந்த முயற்சியில் சிறிது வெற்றியைக்கூட அவர்களால் பெற முடியவில்லை. அவர்களுடைய தீவிரக் குறுக்கீடுகளில் அவர்களைச் சார்ந்தவர்களும், சாதாரண மக்களுமாக ஆயிரக் கணக்கில் தங்கள் உயிர்களைத் தந்திருக்கிறார்கள். அவை

இந்தியச் சமூகத்தில் மிக ஆழமாகப் புதைந்திருக்கிற அமைப்புச் சார்ந்த அநீதிகளை வெளிச்சமிட்டுக் காட்டுவதில் பெரும் பங்காற்றியிருக்கின்றன. வேறு எதுவும் இல்லையானாலும், தெலிங்கானா இயக்கத்தின் எழுச்சி நாள் முதலாக – அந்த இயக்கம் ஒருவகையில் நக்சல்பாரி எழுச்சியின் முன்னோடி என்று கூறவேண்டும் – எவ்வளவு குற்றம் குறைகள் அந்த இயக்கத்தில் இருந்தாலும், சுரண்டப்படுவதற்கு எதிரான கோபத்தைத் தூண்டியிருக்கிறது, இந்தியாவின் மிக ஒடுக்கப் பட்ட ஜாதிகள் சில சுயமரியாதைக்கான ஆசையைப் பெறவும் தூண்டுதலாக இருந்துள்ளது. மேற்குவங்கத்தில் ஆபரேஷன் பர்கா (பங்கீட்டுவிவசாயமுறை) நடக்கவும், ஆந்திரத்தில் மிகச் சிறிய அளவிலாவது நிலச் சீர்திருத்தம் நடக்கவும் காரணமாக இருந்துள்ளது.

இன்றும்கூடப் பிரதமர் பழங்குடி மக்களின் பகுதிகளில் ஏறுக்குமாறான வளர்ச்சி இருப்பதையும், அவற்றில் சுரண்டல் நிகழ்வதையும் பற்றி உரையாற்றுகிறார். அரசாங்கம் காட்டு நிர்வாகக் கூட்டுநிதிகளை வனத்துறையிலிருந்து நேரடியாகக் கிராமப் பஞ்சாயத்துகளுக்கு மாற்றவேண்டும் என்று திட்டமிடு கிறது. பழங்குடி மக்களின் முன்னேற்றத்திற்கெனத் திட்டக் கமிஷன் 1,40,000 கோடி ரூபாய் ஒதுக்க வேண்டும் என்று சொல்கிறது. இவையெல்லாம் உண்மையான அக்கறையினால் விளைந்தவை அல்ல. 'மாவோயிஸ்டு அபாயத்'தினைத் தவிர்க்கும் தந்திரங்களாகவே இவை செய்யப்படுகின்றன. உண்மையிலேயே இந்த நிதிகளெல்லாம் இடைத்தரகர்களால் உறிஞ்சப்படாமல் நேரடியாக ஆதிவாசிச் சமூகத்திற்குப் பயனளிக்கும் என்றால், இந்த 'மாவோயிஸ்டு அபாயத்திற்குத்தான்' நாம் நன்றி சொல்ல வேண்டியிருக்கும். வேடிக்கை என்னவென்றால், காடுகளுக்கு வெளியே மாவோயிஸ்டுகளுக்கு அரசியல் இருப்பு எதுவும் கிடையாது என்றாலும், பொதுமக்களின் மனத்தில் அவர்களுக் கென ஒரு தனியிடம் இருக்கிறது. அவர்கள் அரசாங்கத்தின் அச்சுறுத்தலுக்கும் கொடுமைக்கும் எதிராகப் போராடுபவர் கள் என்ற முறையில் அவர்கள்மீது மேலும் மேலும் பரிவு அதிகரித்து வருகிறது. பசுமைவேட்டைப் போர் சடங்குரீதி யான போராக இல்லாமல் நேரடியான, உண்மையான போராக மாறினால், சாதாரண ஆதிவாசிகள் பெரும் எண்ணிக்கையில் இறக்கத்தொடங்கினால், இந்தப் பரிவுணர்ச்சி எதிர்பாராத விதங்களில் வெடிக்கலாம்.

மாவோயிஸ்டுகளுக்கு எதிரான மிகக் கடுமையான குற்றச் சாட்டுகளில் ஒன்று, அதன் தலைவர்கள் தங்கள் சுயநலத்திற் காக, தங்கள் கட்டுப்பாட்டில் வைத்திருப்பதற்காக, மக்களை

ஏழைகளாகவும் கல்வியற்றவர்களாகவும் வைத்திருக்க நினைக்கிறார்கள் என்பது. தண்டகாரணியம் போன்ற பகுதிகளில் முப்பதாண்டுகளாகப் பணிபுரிந்த பின்னரும் அவர்கள் ஏன் பள்ளிக்கூடங்களும் மருத்துவமனைகளும் நடத்தவில்லை, ஏன் தடுப்பணைகள் கட்டி விவசாயத்தை முன்னேற்றவில்லை, ஏன் இன்னும் மக்கள் மலேரியாவாலும் ஊட்டச்சத்தின்மையாலும் இறக்கிறார்கள் என்று விமரிசகர்கள் கேட்கிறார்கள். நல்ல கேள்விதான். ஆனால் தடைசெய்யப்பட்ட ஒரு அமைப்பு – அதன் உறுப்பினர்கள் ஆசிரியர்களாகவும் மருத்துவர்களாகவும் இருந்தாலும் கண்ணில் பட்டால் சுடப்படுவார்கள் என்ற நிலையில் – எப்படி இயங்குவார்கள் என்ற யதார்த்தத்தைக் காணாமல் விட்டுவிடுகிறது இந்தக் கேள்வி.

இந்த மாதிரிச் சிக்கல்கள் எதுவுமே இல்லாத இந்திய அரசாங்கத்திடம் இந்தக் கேள்விகளைக் கேட்டால் நல்லது. மாவோயிஸ்டுகளே இல்லாத பழங்குடி மக்களின் பகுதிகளில் கூட ஏன் பள்ளிக்கூடங்களோ மருத்துவமனைகளோ தடுப்பணைகளோ இல்லை? சத்தீஸ்கரில் உள்ள மக்களிடையே மிகக் கடுமையான ஊட்டச்சத்தின்மை நிலவுகிறது. நோய்த்தடுப்புச் சக்தியை அகற்றிவிடுவதன் காரணமாக, மருத்துவர்கள் அதை ஊட்டச்சத்து எய்ட்ஸ் என்றே அழைக்கத் தொடங்கிவிட்டார்கள்.

பஞ்சாயத்து ராஜ்ய அமைச்சரக அறிக்கையின் தணிக்கை செய்யப்பட்ட அத்தியாயத்தில் அஜய் தண்டேகர், சித்ராங்கத சௌதுரி ஆகிய இருவரும் (இவர்கள் மாவோயிஸ்டுகளின் விசிறிகள் அல்ல, அவர்கள் அந்தக் கட்சியின் கருத்தியலைக் காட்டுத்தனமானது, குறைமட்டுமே காண்பது என்று சொல்லியிருக்கிறார்கள்) எழுதுகிறார்கள்:

> ஆகவே இன்று PESA பகுதிகளில் மாவோயிஸ்டுகள் இரண்டு விஷயங்களைச் சாதித்திருக்கிறார்கள். அவர்கள் வைத்திருக்கின்ற துப்பாக்கிகளின் சக்தியால், கிராம / வட்டார / மாவட்ட அளவிலான நிர்வாகங்களில் கொஞ்சம் பயத்தை உருவாக்க முடிந்திருக்கிறது. இதனால், PESA போன்ற பாதுகாப்புச் சட்டங்களைப் புறக்கணித்தல் அல்லது மீறுதல் போன்றவற்றை முன்பு எதிர்க்கச் சக்தியில்லாத கிராமவாசிகளுக்குக் கொஞ்சம் சக்தி அளிக்க முடிந்திருக்கிறது. உதாரணமாக, தலாத்தி ஒருவரை எச்சரித்தல். அவர் முன்பு வனத்துறை உரிமைகள் சட்டத்தின்கீழ்த் தனக்கு அளிக்கப்பட்ட கடமைகளைச் செய்ய லஞ்சம் கேட்கலாம். ஒரு வணிகர் காட்டில் விளைந்த பொருட்களைச் சுரண்டும் நோக்கத்தோடு மிகக் குறைந்த விலை தர முற்பட்டிருக்கலாம்.

அல்லது ஒரு ஒப்பந்தக்காரர் குறைந்தபட்சக் கூலியைத் தர மறுத்திருக்கலாம். இப்போது இவர்களையெல்லாம் தட்டிக்கேட்க முடிகிறது. இரண்டாவது, கட்சி, கிராம வளர்ச்சிப்பணிக்கு மிகவும் பங்காற்றியிருக்கிறது. குளங்கள் வெட்டுவது போன்ற பணிகளுக்குச் சமுதாய உழைப்பைத் தொகுத்தல், மழைநீர் சேகரிப்பு, தண்ட காரண்யப் பகுதியில் காட்டைப் பாதுகாத்தல் ஆகியவற் றில் கட்சியினர் ஈடுபட்டிருக்கிறார்கள். இதற்குக் கிராம வாசிகள் சான்றாக இருக்கிறார்கள். இதனால் அவர்கள் பயிர்களைக் காப்பாற்றித் தங்கள் உணவுப்பாதுகாப்பு நிலையையும் மேம்படுத்த முடிந்திருக்கிறது.

ஒரிஸா, சத்தீஸ்கர், ஜார்க்கண்ட் மாநிலங்களில் மாவோ யிஸ்டுகள் அதிகமுள்ள 200 மாவட்டங்களில், தேசியக் கிராமப் புற வேலைவாய்ப்பு உறுதிப்பாட்டுத் திட்டத்தின் (NREGA) வேலையை ஓர் அனுபவ ஆய்வுக்கு உட்படுத்தி, அண்மையில் தாங்கள் வெளியிட்ட கட்டுரை (இது *Economic and Political Weekly* –ல் வெளிவந்தது) ஒன்றில், அதன் ஆசிரியர்களான கௌஸ்தவ பானர்ஜியும் பார்த்தா சாஹாவும் கூறுகிறார்கள்:

மாவோயிஸ்டுகள் வளர்ச்சித் திட்டங்களைத் தடுக்கிறா ர்கள் என்ற குற்றச்சாட்டுக்கு இடமில்லை என்பதை நேரடியான களஆய்வு உறுதிப்படுத்துகிறது. இன்னும் கேட்டால், பஸ்தார், NREGA பணிகளில் மற்ற பகுதி களைவிட நன்கு மேம்பட்டிருப்பதாகத் தெரிகிறது . . . இதற்கும் மேலாக, அந்தப் பகுதியில் குறைந்தபட்சக் கூலி செயல்படுத்தப்பட்டிருப்பதற்கு மாவோயிஸ்டுகளின் போராட்டங்களே காரணம். இதற்கு ஒரு தெளிவான உதாரணம், மாவோயிஸ்டு ஆதிக்கப்பகுதிகள் பலவற்றில் தேந்து இலைகள் சேகரிப்பிற்குத் தரப்படும் கூலிகள் இரண்டு மடங்கு ஆக்கப்பட்டிருக்கின்றன . . . மேலும் மாவோயிஸ்டுகள் சமூகத் தணிக்கை முறையையும் ஆதரித்து வருகிறார்கள். இது இதுவரை இந்தியாவில் இல்லாத ஒரு ஜனநாயக முறையை இங்கே உருவாக்கி இருக்கிறது.[47]

மாவோயிஸ்டுகளைச் சுற்றி நடக்கும் பல விவாதங்களில் வெகுஜனங்களை (இங்கு ஆதிவாசிகள்) ஆதரிப்பது போன்ற பாவனை காட்டுவது உள்ளார்ந்ததாக இருக்கிறது. ஜனங்களை ஏமாற்றப்படுபவர்களாகவும், சிறு எண்ணிக்கையிலுள்ள தீமைபயக்கும் வெளியார்களால் கட்டுப்படுத்தப்படுபவர் களாகவும் காட்டுவது இந்த உத்தி. ஒரு பல்கலைக்கழகப் பேராசிரியர், மாவோயிச எதிர்ப்பாளராக நன்கறியப்பட்ட

வர், கட்சியின் தலைவர்களை ஏழை ஆதிவாசிகளை உறிஞ்சிப் பிழைப்பவர்கள் என்று குற்றம் சாட்டினார்.[48] இதற்கு அரண் செய்யும் விதமாக, கேரளாவின் செழிப்போடு தண்டகாரண்யத்தின் வறுமையை ஒப்பிட்டுக்காட்டினார். ஆதிவாசிகள் அல்லாத தலைவர்கள் எல்லாரும் கோழைகள், காட்டில் பாதுகாப்பாக ஒளிந்திருப்பவர்கள் என்றுகூறி, மாவோயிஸ்டு கொரில்லாக்கள், கிராமப் படைகள் எல்லோரும் மத்தியதரவர்க்கக் காந்தியவாதிகளின் குழு (இவரால் தேர்ந்தெடுக்கப்பட்டவர்கள்) ஒன்றின் முன்னால் சரணடைய வேண்டும் என்றும் வேண்டுகோள் விடுத்தார். ஆதிவாசிகளல்லாத தலைவர்களைப் போர்க்குற்றங்களுக்காக விசாரணை செய்ய வேண்டும் என்றார். ஆதிவாசிகள் அல்லாத காந்தியவாதிகளை ஏன் ஏற்றுக்கொள்ள வேண்டும், ஏன் மாவோயிஸ்டுகளை ஏற்கக்கூடாது என்பதற்கு அவர் விடையளிக்கவில்லை. சாதாரண மக்கள் தங்கள் நன்மை தீமைகளை எடைபோட்டுத் தாங்களாகவே முடிவெடுக்கக் கூடியவர்கள் என்பதை ஒப்புக்கொள்ள மறுப்பதில் மிகவும் தவறான ஒரு மனப்பான்மை இருக்கிறது.

உதாரணமாக, ஒரிஸாவில், ஆயுதம் அற்ற எதிர்ப்பு இயக்கங்கள் பல்வேறு போராட்டங்களில் ஈடுபட்டிருக்கின்றன. அந்த இயக்கங்களுக்குள்ளாகவே கருத்து மாறுபாடுகளும் நிலவுகின்றன. இருப்பினும் சில முக்கியக்கூட்டுநிறுவனங்கள் தங்கள் திட்டங்களில் ஈடுபடுவதைத் தற்காலிகமாகத் தடுத்து நிறுத்துவதில் வெற்றி பெற்றிருக்கின்றன. கலிங்கநகரில் டாடா, ஜகத்சிங்பூரில் போஸ்கோ, நியம்கிரியில் வேதாந்தா ஆகியவை இவ்வாறு தடுக்கப்பட்டுள்ளன. மாவோயிஸ்டுகள் பஸ்தரில் மிக ஆழமாக வேரூன்றி, அந்தப் பிரதேசத்தையும் கட்டுப்பாட்டிற்குள் வைத்திருக்கிறார்கள். ஆனால் ஒரிஸாவைத் தங்கள் அணிகள் கடந்து செல்வதற்கான ஒரு பாதையாகவே பயன்படுத்துகிறார்கள். ஆனால் பாதுகாப்புப் படைகள் சமாதான இயக்கங்களைச் சூழ்ந்து அவர்கள் மீதான ஒடுக்குதலை அதிகரிக்கும்போது, அந்த வட்டார மக்கள் மாவோயிஸ்டுக் கட்சியைத தங்கள் போராட்டத்தில் ஈடுபடுத்த அழைப்பதன் ஆதாய விரயங்களைக் கணக்கில் எடுத்துச் சிந்திக்க முற்படுகிறார்கள்.

கட்சியினுடைய ஆயுதம் தாங்கிய அணிகள் அங்கேயே நிலையாக இருந்து அரசாங்கத்தின் ஒடுக்குதலைத் தடுக்கப் போராடும் என்றால், மாவோயிசச் செயல்பாடுகள் பின்னாலும் தொடருமா? அல்லது அவர்கள் பின்வாங்கிச் சென்று, ஆயுதம் ஏந்தாத மக்கள் போலீஸ் பயங்கரவாதத்தை எதிர்கொள்ளட்டும் என்று விட்டுவிடுவார்களா? ஏற்கெனவே செயல் வீரர்களும் சாதாரண மக்களும் மாவோயிஸ்டுகள் என்று பெயரிடப்பட்டுச் சிறையில் இடப்பட்டிருக்கிறார்கள். பல

பேரை போலீஸ் அநியாயமாகக் கொல்லவும் செய்திருக்கிறார்கள். ஆனால் ஆயுதம் தாங்காத எதிர்ப்பு, CPI (மாவோயிஸ்டு) இரண்டிற்கும் இடையில் ஒரு சங்கடமான உறவு நிலவுகிறது.

சிலசமயங்களில் கட்சி, பொறுப்பற்ற செயல்களில் ஈடுபட்டிருப்பது, சாதாரண மக்களுக்குப் பயங்கரமான விளைவுகளை உண்டாக்கியிருக்கின்றது. 2008இல் கந்தமால் மாவட்டத்தில், மாவோயிஸ்டுகள் லக்ஷ்மணானந்த சரஸ்வதி என்பவரைச் சுட்டுக் கொன்றனர். அவர் விஸ்வ ஹிந்து பரிஷதின் தலைவர்களில் ஒருவர். மேலும் ஆதிவாசிகள் இடையில் சென்று அவர்களை மறுபடியும் 'இந்துமதத்திற்குள் கொண்டுவருவது' என்று மதமாற்றம் செய்ய முயலுபவர்களில் ஒருவரும்கூட.[49] கொலைக்குப் பிறகு சமீபத்தில் ஆதிவாசிகளிலிருந்து இந்துவாக மாறியவர்கள் சீறியெழ அனுமதிக்கப்பட்டார்கள். இதில் ஏறத்தாழ 400 கிராமங்கள் கிறித்துவ எதிர்ப்பு வன்முறைக்கு ஆட்பட்டன. ஆதிவாசிகளிலும் தலித்துகளிலும் பல கிறித்தவர்கள் கொல்லப்பட்டார்கள். 200 கிறித்துவ ஆலயங்களுக்குமேல் கொளுத்தப்பட்டன. பத்தாயிரக் கணக்கானவர்கள் தங்கள் வீடுகளை விட்டு ஓடநேர்ந்தது. இப்போது இரண்டுவருடம் ஆகியும் அவர்களில் பலபேர் தங்கள் இருப்பிடங்களுக்குத் திரும்ப முடியவில்லை. ஆயிரக்கணக்கானபேர் அகதிகளாக வறுமையில் வாடுகிறார்கள். தங்கள் பெண்களை ஆபத்தான நிலையில் விட்டு, பக்கத்திலிருக்கும் நகரங்களுக்குச் சென்று ஏதாவது பிழைக்கும் வழி கிடைக்குமா எனத் தேடும் நிலைக்கு ஆளாகியிருக்கிறார்கள். இந்து பாசிசவாதிகள் அந்தப் பகுதியில் தங்கள் பிடியை இறுக்கியிருக்கிறார்கள். ஆதிவாசி – தலித் பிளவை ஆழமாக்கவும், கிறித்துவர்களை இந்துக்களாக மாற்றவும் பெருமுயற்சி செய்து வருகிறார்கள்.

மறுதலையாக, கோராபுட் மாவட்டம் நாராயணபட்டினத்தில் நிலைமை வேறுவிதமாக இருக்கிறது. அங்கே உள்ளூர் லேவாதேவிக்காரர்களும் சாராய வியாபாரிகளும் சட்டத்துக்கு மாறான வழியில் திருடிக்கொண்ட ஆதிவாசிகளின் நிலங்களை மீட்டுத்தருவதற்கு சஸிமூலியா ஆதிவாசி சங்கம் என்ற அமைப்புப் போராடி வருகிறது. அதனால் அதற்கு மாவோயிஸ்டு முன்னணிப்படை என்ற பெயரைப் போலீஸ்காரர்கள் அளித்திருக்கிறார்கள். மிகக் கடுமையான, ஒருவரை ஒருவர் தாக்கி அழிக்கின்ற போர்கள் பல்வேறு அரசியல் குழுக்களுக்கு இடையில் நடக்கின்றன. போலீஸ் பயங்கரவாதத்தில் ஊரே சுருண்டிருக்கிறது. நூற்றுக்கணக்கான ஆதிவாசிகள் கோராபுட் சிறையில் அடைக்கப்பட்டிருக்கிறார்கள். மற்றவர்கள் காட்டில் வாழ்கிறார்கள்.

**ஒரிஸாவின் அலுமினியச் சுத்திகரிப்பு ஆலையில்
ஆதிவாசிக் கூலித் தொழிலாளர்கள்**

இப்போது சுரங்கக் கம்பெனிகள் ஆறுகளை மாசுபடுத்தி, மாநில எல்லைகளையும் சுரங்கத்திற்காகத் தோண்டி, சுற்றுச்சூழல் அமைவுகளைச் சீர்குலைத்து, உள்நாட்டுப் போரையும் தூண்டிவிட்டிருப்பதால், அதன் விளைவுகள் பாழடைந்த நிலப்பகுதிகளிலும் ஏழைமக்களின் உடல்களிலும் ஒரு பழங்கால ஒப்பாரியைப்போல விரிகின்றன.

ஒரிஸா, கியோஞ்சாரில் தொழிற்சாலைகளின் கழிவுகள

வேறுவகையானதொரு கற்பனை – முதலாளித்துவத்திற்கும், ஏன் பொதுவுடைமைக்கும் அப்பாற்பட்ட ஒரு கற்பனை – படுகொலைகளை நிறுத்துவதுதான் தவறாகப்போய்விட்ட ஒரு உலகத்தை மறுகற்பனை செய்ய முதல் படி. எது மகிழ்ச்சியையும் திருப்தியையும் உண்டாக்குகிறது என்பதைப் பற்றிய மாறுபட்டப் புரிதல் கொண்ட கற்பனை. இதற்கான தத்துவ வெளியை அடைய, நாம் பழங்காலத்தவர்களாகக் கருதக்கூடிய, ஆனால் உண்மையில் எதிர்காலத்துக்கு வழிகாட்டிகளாக அமையக்கூடிய சிலர் உயிர் பிழைத்திருப்பதற்கான பௌதிக வெளியை அளிக்க வேண்டும். இதைச் செய்ய, நாம் நமது ஆட்சியாளர்களைக் கேட்க வேண்டும் : உங்களால் நதிகளிலுள்ள நீரையும், காடுகளிலுள்ள மரங்களையும் விட்டுவைக்க முடியுமா ? மலையிலுள்ள பாக்ஸைட் தாதுவை விட்டுவைக்க முடியுமா ?

2009 ஜூன் மாதம், ஒரு கண்ணிவெடித் தாக்குதலில், மாவோயிஸ்டுகள் ஒரிஸா அரசாங்கத்தின் போலீஸ்காரர்கள் பத்துப்பேரைக் கொன்றுவிட்டார்கள். உடனே இதனைச் சாக்காக வைத்துக்கொண்டு, அரசாங்கம் சிஆர்பிஎஃப் படையினரைக் கிராமங்களுக்கு அனுப்பி வேட்டையைத் தொடங்கியது. எனினும் பல வேறு செய்திகளிலிருந்து அறிய முடிகின்றவாறு, இயக்கம் அங்கெல்லாம் மேலும் மேலும் போரிடுவதாக மாறிவருகிறது. ஆயிரக்கணக்கான ஆதிவாசிகள் பேரணியில் செல்கிறார்கள். பாதுகாப்புப் படையின் கண்எதிரிலேயே தாங்கள் மீட்ட நிலங்களில் விவசாயம் செய்கிறார்கள். இந்தியாவின் பழைய கதைதான். ஆயுதம் தாங்கிய எதிர்ப்பு இல்லாவிட்டால் ஏழைகள் அரைத்துத் தூளாக்கப்படுவார்கள். எதிர்ப்புப் பலமாகக் கிளம்பிவிட்டால், அரசாங்கம் தனது வலிமை அனைத்தையும் அவர்களுக்கு எதிராகப் பயன்படுத்த முற்படுகிறது.

இந்த மாதிரிச் சூழல்களில் வாழ்கின்ற மக்களுக்கு எளியதான தேர்வுகள் இல்லை. எங்கிருந்தோ திடீரெனத் தோன்றித் துப்பாக்கிகளை ஆட்டிக்கொண்டு வருகின்ற கைப்பிடியளவு கட்சிக்காரர்களின் ஆணைகளை அவர்கள் ஏற்றுக்கொள்ள மாட்டார்கள். எந்தவிதமான எதிர்ப்புத் தந்திரங்களை மேற்கொள்வது என்ற அவர்களது முடிவுகள், பலவேறுவிதமான விஷயங்களையும் கருத்தில் கொண்டே மேற்கொள்ளப்படுகின்றன. போராட்டத்தின் வரலாறு, ஒடுக்குதலின் இயல்பு, அந்தக் குறிப்பிட்ட சூழலின் அவசரத்தன்மை, மிகவும் முக்கியமாக, அவர்கள் போராட்டம் நிகழக்கூடிய நிலஅமைப்பு. ஒரு காந்தியவாதியாக இருப்பதா, மாவோயிஸ்டாக இருப்பதா, தீவிரவாதியாகவா, அமைதியாகவா, அல்லது இரண்டுமாக இருப்பதா (நந்திக் கிராமத்தில்போல) என்ற கேள்வி எப்போதுமே அறம் சார்ந்த கேள்வியோ, கருத்தியல் சார்ந்த கேள்வியோ அல்ல. பல சமயங்களில் அது நடைமுறைத் தந்திரம் சார்ந்தது.

காந்திய சத்தியாக்கிரகம் என்பது, உதாரணமாக, ஒரு அரசியல் அரங்க நாடகம். அது திறன்மிக்கதாக வேண்டுமானால், அதற்குப் பரிவுணர்ச்சியோடு கூடிய பார்வையாளர்கள் வேண்டும். காட்டின் ஆழத்தில் வசிக்கின்ற கிராம மக்களுக்கு அப்படிப்பட்ட பார்வையாளர்கள் கிடைக்கமாட்டார்கள். 800 போலீஸ்காரர்கள் கொண்ட ஒரு படை, ஒரு கிராமத்தைச் சுற்றி இரவில் தடுப்புவேலி அமைத்து, வீடுகளை எரிக்கவும் மக்களைச் சுடவும் தொடங்கும்போது பட்டினிப் போராட்டம் உதவிசெய்யுமா? (ஏற்கெனவே பட்டினியால் வாடும் மக்கள் அவர்கள், அவர்களுக்குப் பட்டினிப்போராட்டம்

எதற்கு? பட்டினிப் போராட்டங்கள், உண்ணாவிரதங்கள், தொலைக்காட்சியில் ஒளிபரப்பப்படாமல் போனால் ஜெயிக்குமா?)

இதேபோல கொரில்லாப் போர் என்பதும் ஒரு தந்திர உத்திதான். சமநிலங்களிலுள்ள கிராம மக்கள், தந்திரமாகத் தாக்குதலிலிருந்து ஒளிந்துகொள்ள இடமற்றவர்கள், இதைப் பயன்படுத்த முடியாது. சிலசமயங்களில் தந்திரங்கள், கருத்திய லோடு குழப்பிக்கொள்ளப்பட்டு, ஒன்றையொன்று நாசம் செய்கின்ற போராட்டத்திற்குக் கொண்டுசெல்கின்றன. ஆனால் கருத்தியல் வகைகளுக்கு ஊடாக மாறிக்கொள்ளும் திறனைச் சாதாரண மக்கள் பெற்றிருக்கிறார்கள். அவர்கள் பெரிய அடையாளச் சிக்கல்கள் எதுவும் இன்றி, ஐந்தர் மந்தரில் காந்தியவாதிகளாகவும், சமவெளிகளில் போராளிகளாகவும், காட்டில் கொரில்லா வீரர்களாகவும் இருப்பார்கள். இந்தியா வில் கிளர்ச்சிகளுக்கான பலம், அதன் வேற்றுமையே ஒழிய ஒற்றுமை அல்ல.

அரசாங்கம் தனது வரையறையில், தன்னை எதிர்ப்போர் கள் எல்லாருமே 'மாவோயிஸ்டுகள்' என்று சேர்த்துக்கொண்ட தால், மாவோயிஸ்டுகள் மேடையின் மையத்திற்கு வந்துவிட்ட தில் ஆச்சரியம் ஒன்றுமில்லை. ஆனால் கொள்கையில் விட்டுத் தரும் தன்மை இன்மை, மறுப்புகளை ஏற்றுக்கொள்ளும் பக்குவம் இல்லாத தன்மை, பிற அரசியல் அமைப்புகளுடன் ஒன்று சேர்ந்து போராடும் தன்மை இல்லாமை, இவை எல்லாவற் றிற்கும் மேலாக, ஒற்றை மன, மூட்டமான, இராணுவக் கற்பனை ஆகிய குறைபாடுகள் மாவோயிஸ்டுகளிடம் உள்ளன. இதனால் அவர்கள் இந்த அரக்கக் காலணி ஜோடிகளை அணிய அவர்களுக்கு வாய்ப்பு இல்லை. அவர்கள் அக்காலணி களைவிட மிகச் சிறியவர்கள்.

(தோழியர் ரூபியை நான் காட்டில் சந்தித்தபோது, எனக்கு முகமன் கூறிய பிறகு அந்தத் தொழில்நுட்பக்காரி செய்த முதல் வேலை, நான் அளித்த ஒரு பேட்டியைப் பற்றிக் கேட்டது தான். தண்டிவாடாவில் போலீஸ் முகாமாக மாற்றப்பட்டிருந்த ஒரு பெண்கள் பள்ளியை – ராணி போதிலியை – மாவோயிஸ்டு கள் தாக்கியதற்குப் பின் அளிக்கப்பட்டது அந்த பேட்டி.[50] ஐம்பதுக்கும் மேற்பட்ட போலீஸ்காரர்களும் எஸ்பிஓக்களும் அந்தத் தாக்குதலில் கொல்லப்பட்டார்கள்.[51] "எங்கள் ராணி போதிலித் தாக்குதலுக்குக் கண்டனம் தெரிவிக்க நீங்கள் மறுத்துவிட்டீர்கள் என்பதில் எங்களுக்கு மகிழ்ச்சி, ஆனால் அதே பேட்டியில், ஒருவேளை மாவோயிஸ்டுகள் எப்போ

தாவது பதவிக்கு வந்தால் அவர்கள் செய்யும் முதல்காரியம் என்னைத் தூக்கிலிடுவதுதான் என்று கூறியிருந்தீர்கள். ஏன் அப்படிச் சொன்னீர்கள்? நாங்கள் அவ்வாறானவர்கள் என்று ஏன் நினைக்கிறீர்கள்?" நான் ஒரு நீண்ட பதில் சொல்லத் தயாராகிக்கொண்டிருந்தேன், ஆனால் குறுக்கீடுகள் எங்களைக் கலைத்துவிட்டன.

ஒருவேளை ஸ்டாலின் செய்த தூய்மைப்படுத்தும் காரியங் களிலிருந்து நான் தொடங்கவேண்டும். அதில் இலட்சக்கணக் கான சாதாரணமக்களும், 75,000 பேர் கொண்ட செம்படை அதிகாரிகளில் ஏறத்தாழப் பாதிப்பேரும் சிறைவைக்கப்பட்டார் கள் அல்லது கொல்லப்பட்டார்கள். மையக் கமிட்டி உறுப்பினர் கள் 139 பேரில் 98 பேர் கைதுசெய்யப்பட்டார்கள். இத்துடன், சீனாவின் முன்னேற்றப் பெரும்பாய்ச்சலிலும் கலாச்சாரப் புரட்சியிலும் மக்கள் செலுத்திய பெரும் விலையையும் சேர்த்துக் கொள்ள வேண்டும். இவற்றுடன் ஆந்திரப் பிரதேசப் பெத்த மல்லபுரத்தில் மாவோயிஸ்டுகள், அவர்களது முந்திய அவதார மான மக்கள் போராட்டக் குழுவில் இருந்தபோது, கிராமத் தலைவரைக் கொன்றதோடு, தேர்தல்களைப் புறக்கணிக்குமாறு அவர்கள் கூறியதைப் புறக்கணித்ததற்காகப் பெண்தீவிரவாதி களை மானபங்கப்படுத்தியதையும் சேர்த்துக்கூறி முடித்திருக்க வேண்டும்.)

இந்தக் கேள்விக்குத் திரும்ப வருவோம்: யார் இந்த அரக்கக் காலணி ஜோடியை நிரப்பக்கூடியவர்கள்? ஒருவேளை அது ஒரு தனி ஜோடிக் கால்களாக இருக்க முடியாது, இருக்க வும் கூடாது. சிலசமயங்களில் இப்படித் தோன்றுகிறது. ஒரு புதிய, இன்னும் மேலான உலகத்தைப் பற்றிய தீவிரத் தரிசனம் கொண்டவர்களுக்கு இராணுவத் தாக்குதல்களை எதிர்ப்பதற் கான மனோதிடம் இல்லை என்றும், மனோதிடம் உள்ளவர் களுக்குத் தரிசனம் இல்லையென்றும் தோன்றுகிறது.

இப்போதைக்கு, சுரங்கத் தொழில், உள்கட்டுமானத் தொழில் சார்ந்த கம்பெனிகள் ஆகியவர்களின் கூட்டிணைப்பு, ஆதிவாசி களின் தாயகங்கள்மீது தொடுத்திருக்கும் தாக்குதலை எதிர்த்துப் போராடக்கூடிய எதிர்ப்பியக்கங்களில் மிகவும் போர்க் குணத் தோடு இருப்பவர்கள் மாவோயிஸ்டுகள்தான். இதனால் CPI (மாவோயிஸ்டு) கட்சிக்கு வளர்ச்சி பற்றியோ சுற்றுச்சூழல் பற்றியோ ஒரு புதிய தரிசனம் இருக்கிறது என்று கொள்வது சற்றே இயலாததாகத்தான் இருக்கிறது. (ஓர் உற்சாகமான செய்தி, அக்கட்சி எச்சரிக்கையாகவே தான் பெரிய அணைகளுக்கு எதிராக இருப்பதாகக் கூறியிருக்கிறது. அது சொல்வதை உணர்ந்து தான் சொல்கிறது என்றால், அந்தச் சிந்தனையே அதை ஒரு

அருந்ததி ராய்

தீவிரமான மாற்று வளர்ச்சி மாதிரிக்குக் கொண்டுசெல்லும்.) கூட்டுத் தொழில் நிறுவனங்களின் மூர்க்கத்தனமான தாக்குதலை எதிர்ப்பதாகப் பரவலாக ஏற்றுக்கொள்ளப்படும் ஓர் அரசியல் கட்சியான மாவோயிஸ்டுக் கட்சிக்கு, சுரங்கத்தொழில் பற்றிய அதனது கொள்கை (மற்றும் செயல்முறை) தெளிவற்றதாகவே உள்ளது.

மக்கள் சுரங்கத் தொழில்களை எதிர்த்துப் போராடும் பல இடங்களில், பாதுகாப்பு ஈட்டுத் தொகையைச் சரிவரத் தந்துவிட்டால், மாவோயிஸ்டுகள் சுரங்கத் தொழிலுக்கோ அது சம்பந்தப்பட்ட உள்கட்டுமானத் தொழில் திட்டங்களுக்கோ எதிராக இல்லை என்பதுதான் இன்று பலரிடம் காணப்படும் கருத்து, சுரங்கத் தொழில்கள் பற்றி மாவோயிஸ்டுகளின் மூத்த தலைவர்கள் அளித்த பேட்டிகள், கூற்றுகள் இவற்றிலிருந்து நாம் பெறும் கருத்து, 'நாங்கள் இதைவிடச் சிறந்த மாதிரியாகச் செய்வோம்' என்ற அணுகுமுறைதான். சுற்றுச்சூழலைப் பாதிக்காத வகையிலான சுரங்கத்தொழில், உயர்ந்த ஈட்டுத்தொகைகள், இடம்பெயர்க்கப்படுபவர்களுக்கு மறுகுடியிருப்புகளைச் சிறந்த தாக வழங்குதல், முதலாளிகளுக்கு அதிக முதலீட்டுச் செலவு வைத்தல் என்பதை ஒருவிதமாகத் தெளிவற்ற வகையில் சொல் கிறார்கள். (இப்போதுள்ள சுரங்கத்தொழில் அமைச்சர், இதே மாதிரியான முறையில் சிந்தித்து, சுரங்கத்தொழிலில் கிடைக்கும் இலாபத்தில் 26 சதவீதம் அத்தொழில்களால் இடம்பெயர்க்கப் பட்ட பழங்குடி மக்களுக்குக் கிடைக்கும் என்கிறார். தீவனத் தொட்டியிலேயே இருக்கும் பன்றிகளுக்கு என்னவிதமான விருந்தாக அது இருக்கும்!)

ஆனால் நாம் சுரங்கத்தொழில் பகுதியின் நட்சத்திரக் கவர்ச்சியின்மீது – பல டிரில்லியன் (ஒரு டிரில்லியன் என்பது ஒரு லட்சம் கோடி) டாலர்கள் மதிப்புள்ள பாக்ஸைட் மீது – ஒரு சிறிய பார்வையை வீசுவோம். பாக்ஸைட்டை அலுமினிய மாக மாற்றுவது என்பது மிகவும் நச்சுவேதிக் கழிவுகளை உண்டாக்கும் ஒரு உற்பத்திச் செயல். எனவே மேற்கத்திய நாடுகள் பல இதனைத் தங்கள் சூழலிலிருந்து வெளியேற்றி விட்டன. ஒரு டன் அலுமினியத்தை உற்பத்தி செய்ய, ஆறு டன் பாக்ஸைட் தேவை, அது மட்டுமல்ல, ஆயிரம் டன்களுக் கும் மேற்பட்ட தண்ணீர் வேண்டும், மிக அதிகமான மின்சாரம் வேண்டும். இந்த அளவு தண்ணீரும், மின்சாரமும் வேண்டும் என்றால் உங்களுக்குப் பெரிய அணைகள் வேண்டும். இந்த அணைகள், தங்கள் பிரளயம், அழிவுக்கான சுழற்சி எல்லா வற்றையும் தாங்களே கொண்டு வருகின்றன என்பது நமக்குத் தெரியும்.

கடைசியாக ஒரு கேள்வி – இவ்வளவு கஷ்டப்பட்டுத் தயாரிக்கும் இந்த அலுமினியம் எதற்காக? அது எங்கே போகிறது? ஆயுதங்கள் தயாரிக்கும் தொழிலில் அலுமினியம் ஒரு முக்கியப் பகுதிப்பொருள். எனவே பிறநாடுகளின் ஆயுதம் தயாரிக்கும் தொழிற்சாலைகளுக்குத்தான் இந்த அலுமினியம். அப்படி யென்றால், ஒரு நீடித்த வாழ்க்கைக்குத் தேவையான சுரங்கத் தொழில் கொள்கை என்னவாக இருக்கலாம்?

ஒருவேளை ஒரு வாதத்திற்காக, சிவப்புத் தாழ்வாரத்தின் மீது – அதாவது பழங்குடிமக்களின் வாழிடத்தின்மீது – அதன் யுரேனியம், பாக்ஸைட், சுண்ணாம்புக்கல், டோலமைட், நிலக்கரி, வெள்ளீயம், கிரானைட், சலவைக்கல் வளங்களோடு – CPI (மாவோயிஸ்டு) கட்சிக்கே ஆதிக்கம் கிடைக்கிறது என்று வைத்துக் கொள்ளலாம். அப்போது என்னவகையான கொள்கை வகுத்த லும் நிர்வாகமும் அங்கு நடக்கும்? அப்போது அது வருவாய்க் கென இந்தச் சுரங்கத் தாதுக்களைச் சந்தையில் விற்கத் தேவை யான உள்கட்டமைப்புகளை ஏற்படுத்துமாறு தன் செயல்களை விரிவுபடுத்துமா? அல்லது மக்களின் அடிப்படைத் தேவை களைச் சமாளிக்கப் போதுமான அளவுக்கு மட்டுமே கனிமப் பொருள்களைப் பயன்படுத்துமா? அடிப்படைத் தேவைகள் என்பதை எப்படி அந்த அரசாங்கம் வரையறுக்கும்? உதாரணத் திற்கு, ஒரு மாவோயிஸ்டு தேசிய அரசாங்கத்திற்கு அணு ஆயுதங்கள் ஓர் அடிப்படைத் தேவையாகுமா?

ரஷ்யாவிலும், சீனாவிலும், இன்னும் வியட்நாமிலும்கூட, நடப்பவற்றை வைத்துப் பார்த்தால், கம்யூனிஸ்டு சமூகங்களும் முதலாளித்துவச் சமூகங்களும் தங்கள் கனவுகளில் ஒரு விஷ யத்தைப் பொதுவாக வைத்திருக்கின்றன. புரட்சிக்குப் பிறகு, பல இலட்சக்கணக்கான தொழிலாளர்களும் விவசாயிகளும் தங்கள் உயிரைக் கொடுத்துச் சமூகங்களை நிர்மாணித்த பிறகு, இந்த நாடுகள் தங்கள் புரட்சிகளின் ஆதாயங்களைத் தலைகீழாக்க முற்பட்டிருக்கின்றன. கட்டற்ற முதலாளித்துவப் பொருளாதாரங்களாக மாறியிருக்கின்றன. அவர்களுக்கும் முன்னேற்றத்தை அளக்கும் கருவியாக நுகர்வுக்கான சக்தியே அமைந்திருக்கிறது.

இந்த வகையான முன்னேற்றத்திற்குத் தொழிற்சாலைகள் வேண்டும். தொழிற்சாலைகளுக்கு உணவாகக் கச்சாப்பொருள் கள் கிடைத்துக்கொண்டேயிருக்க வேண்டும். அதற்காக உங்க ளுக்குச் சுரங்கங்கள், அணைகள், ஆதிக்கம், காலனிகள், போர் இவையெல்லாம் வேண்டும். பழைய ஆதிக்கங்கள் மறை கின்றன. புதிய ஆதிக்கங்கள் தோன்றுகின்றன. வளமான

நாடுகள், ஏழை நாடுகளைக் கொள்ளையடிப்பது என்னும் ஒரே கதை, பாத்திரங்கள்தான் வித்தியாசம். நேற்று ஐரோப்பாவும் அமெரிக்காவும் கொள்ளையடித்தன. இன்று இந்தியாவும் சீனாவும். ஒருவேளை நாளைக்கு ஆப்பிரிக்கா இவ்வாறு ஆகலாம். நாளை என ஒன்று இருக்குமா? ஒருவேளை இந்தக் கேள்வியே காலம்கடந்து கேட்கப்பட்டதாகலாம், ஆனால் நம்பிக்கைக்கும் பகுத்தறிவுக்கும் சம்பந்தமில்லை.

இந்தக் கிரகத்திற்கு நிச்சயமான அழிவு எனத் தோற்றமளிப் பதற்கான ஒரு மாற்றுச் செயலை இந்தச் சிக்கலை உருவாக்கிய கற்பனையே அளிக்கவேண்டும் என நாம் எதிர்பார்க்க முடியுமா? அது இயலாது எனவே தோன்றுகிறது. மாற்று என ஒன்று இருந்தால், அது முதலாளித்துவம், ஏகாதிபத்தியம் ஆகியவற்றின் ஆதிக்கச் சக்திகளுக்கு அப்பாலுள்ள இடங்களிலிருந்து, மக்களிடமிருந்து வரவேண்டுமே தவிர, முதலாளித்துவத்தோடு தங்களை இணைத்துக்கொண்டவர்களிடமிருந்து அல்ல.

இவ்வளவு வன்முறை, பேராசை இவற்றிற்கிடையிலும் கொஞ்சம் நம்பிக்கைக்கு இந்தியாவில் இடமிருக்கிறது. யாராவது அதைச் செய்தால் நாமும் செய்துவிட முடியும். நுகர்வுக் கனவுகளால் காலனியாதிக்கத்திற்கு உட்படுத்தப்படாத மக்கள் இன்னமும் இந்த நாட்டின் மக்கள் தொகையில் இருக்கிறார் கள். வாழ்வாதாரம், சுயசார்பு ஆகிய காந்தியின் தரிசனங் களுக்காகப் பாடுபட்டவர்கள், சமத்துவம், சமூக நீதி ஆகிய சோஷலிஸ்டுக் கொள்கைகளுக்காகப் பாடுபட்டவர்கள், ஆகியோ ருடைய உயிருள்ள மரபு இன்றைக்கும் நம்மிடையே இருக் கிறது. தீவிரமான வழிகளில் காந்தியவாதிகளுக்கும், சோஷ லிஸ்டுகளுக்கும் சவால்விட்ட அம்பேத்கரின் தரிசனம் இன்றும் இருக்கிறது. எதிர்ப்பு இயக்கங்களின் முனைப்பான கூட் டமைப்பு – அவற்றின் அனுபவங்களோடும், புரிதலோடும், தரிசனத்தோடும் நம்மிடம் உள்ளது.

இவை எல்லாவற்றிலும் முக்கியமானது, இந்தியாவில் இன்னும் பத்துக்கோடிப் பழங்குடிமக்கள் இருக்கிறார்கள். நீடித்த வாழ்க்கைக்கான இரகசியங்களை அறிந்தவர்கள் அவர்கள் தான். அவர்கள் அழிந்தால், அவர்களுடன் அந்த இரகசியங் களும் மறைந்துபோகும். பசுமைவேட்டைப் போர் போன்ற போர்கள் அவர்களை அழித்து விடும். எனவே இந்தப் போர் களை நடத்துபவர்களின் வெற்றியிலேயே அழிவுக்கான விதை களும் அடங்கியுள்ளன – ஆதிவாசிகளின் அழிவு மட்டுமல்ல, காலப்போக்கில் மனிதஇனத்தின் அழிவுக்கான விதைகளும் அடங்கியிருக்கின்றன. அதனால்தான் மத்தியஇந்தியாவில்

நடைபெறும் இந்தப்போர் முக்கியமானதாகிறது. அதனால் தான் இந்தப்போரை எதிர்க்கும் எல்லா அரசியல்அமைப்பு களும் தங்களுக்குள் ஒரு நிஜமான அவசரமான உரையாடலை நிகழ்த்தவேண்டும் என்பதும் தேவையாகிறது.

முதலாளித்துவத்திற்கு மாறான சமூகங்களையும் சகித்து ஏற்றுக்கொள்ளவும், தன் ஆதிக்கத்தின் தேடலுக்கும் எல்லை இருக்கிறது என்பதை ஒப்புக்கொள்ளவும் முதலாளித்துவம் கட்டாயப்படுத்தப்படும் நாள் வரும். தனக்கான கச்சாப்பொருள் எல்லையற்றுக் கிடைத்துக் கொண்டிருக்காது என்பதை அது உணரும் நாள். அதுதான் மாற்றம் வரக்கூடிய நாள். உலகத் திற்கு ஒரு நம்பிக்கை இருக்கிறது என்றால், அது வானிலை மாற்ற ஆராய்ச்சி நடத்திக் கொண்டிருக்கும் அறைகளிலும், உயரமான கட்டடங்கள் உள்ள நகரங்களிலும் இல்லை. தினசரி தங்கள் காடுகளையும் மலைகளையும் ஆறுகளையும் காப்பாற் றப் போராடப் போகின்றவர்களை அரவணைத்துக்கொண்டு அது தாழ்ந்துவந்து, நிலத்தின்மீது தவழ்வதாக இருக்கிறது. ஏனென்றால் அந்தக் காடுகள், மலைகள், ஆறுகள்தான் தங் களைக் காப்பாற்றுபவை என்று மக்களுக்குத் தெரியும்.

வேறுவகையானதொரு உலகநோக்கு அல்லது கற்பனை – முதலாளித்துவத்திற்கும், ஏன் பொதுவுடைமைக்கும் அப்பாற் பட்ட ஒரு நோக்கு – உள்ளவர்களை அழிக்காமல் இருப்பது தான் தவறாகிவிட்ட ஒரு உலகத்தை மறுகற்பனை செய்ய முதல் படி. எது மகிழ்ச்சியையும் திருப்தியையும் உண்டாக்கு கிறது என்பதைப் பற்றிய வேறுவித, மாற்றுப் புரிதல் கொண்ட கற்பனை நோக்கு. இந்தத் தத்துவவெளியை அடைய, நாம் பழையனவற்றை வைத்திருப்பவர்களாகக் கருதக்கூடிய, ஆனால் உண்மையில் எதிர்காலத்துக்கு வழிகாட்டிகளாக அமையக் கூடிய சிலர், உயிர்பிழைத்திருப்பதற்கான பௌதிக வெளியை அளிக்க வேண்டும். இதைச் செய்ய, நாம் நமது ஆட்சியாளர் களைக் கேட்கவேண்டும் : “உங்களால் நதிகளிலுள்ள நீரையும், காடுகளிலுள்ள மரங்களையும் விட்டுவைக்க முடியுமா? மலை யிலுள்ள பாக்ஸைட் தாதுவை விட்டுவைக்க முடியுமா?” அவர்களால் முடியாது என்றால், அவர்கள் தங்கள் போரினால் பாதிக்கப்பட்டுப் பலியானவர்களுக்கு அறவுரை போதிப்பதை யாவது நிறுத்திவிடலாம்.

செப்டம்பர் 2010

NOTES

MR. CHIDAMBARAM'S WAR

1. 'The World's Billionaires : # 230 Anil Agarwal', Forbes.com, 8 March 2007; Peter Popham, 'Indian Villagers Pay a High Price as Commodity Boom Comes to Rural Orissa', *Independent* (London), 4 August 2006; 'The Vedanta Affair : The Nub of the CEC's Report Is the Issue of Forest Land', *Telegraph* (India), 27 November 2005, www.telegraphindia.com / 1051127 / asp / opinion / story _5528395.asp.

2. Press Trust of India, 'Naxalism Biggest Internal Security Challenge: PM', 13 April 2006, www.hindustantimes. com / Naxalism - biggest - challenge - PM /Article 1 - 86531. aspx.

3. Manmohan Singh, 'Full Text of Manmohan Singh's Speech at CMs Meet', IBN Live, 6 January 2009, http: // ibnlive.in.com / news / full - text - of - manmohan - singhs - speech -at - cms - meet / 82035 - 3. html.

4. Jawed Naqvi, 'Singh Sees "Vital Interest" in Peace with Pakistan', *Dawn*, 9 June 2009, www.dawn.com / wps / wcm / connect / dawn-content- library / dawn / news / world / 04- india - pm - willing - meet - pakistan - qs - 08; http: // pmindia. nic.in / speeches.htm.

5. Rahul Pandita, 'We Shall Certainly Defeat the Government', Open, 17 October 2009, www.openthemagazine.com / article / nation /we - shall - certainly - defeat - the - government.

6. *Development Challenges in Extremist Affected Areas*, Report of an Expert Group to Planning Commission (New Delhi : Government of India, 2008), 59-60.

7. Saikat Datta, 'On War Footing', *Outlook*, 13 October 2009. See also Chhattisgarh Visthapan Virodhi Manch (Chhattisgarh Anti - Displacement Platform), leaflet, Raipur, India, 6 October 2009, http: // radicalnotes.com / journal / 2009 / 10 / 30 / raipur - rally - against - displacement - oct - 6 - 2009 /.

8. 'India, Pak Unite to Block Anti - Lanka Move at UN', Indian Express. com, 29 May 2009, www.indianexpress.com / news / india - pak - unite - to - block - antilanka - move - at / 467703/.

9. On 24 December 2010 a sessions court in Raipur held Dr Binayak Sen guilty of sedition and sentenced him to life imprisonment.

10. Justice P.B. Sawant, remarks at hearing of Citizens Initiative for Peace, Speakers Hall, Constitution Club, New Delhi, 20 October 2009.

11. Hargopal, remarks at hearing of Citizens Initiative for Peace, Speakers Hall, Constitution Club, New Delhi, 20 October 2009.

12. Project Report by ITM, Batch 20, Group 6, Pankal Tiway, et al., *Where Is the Land Going? A Study on Land Grabbing with Reference to Reliance Maha Munabi SEZ* (2009), www.scribd.com / doc / 26213514 / Batch20 - Group - 6 - Macro - Economics - Project - Report.

13. Samarendra Das and Felix Padel, *Out of This Earth: East India Adivasis and the Aluminium Cartel* (New Delhi : Orient Black Swan, 2010); United Nations Human Development Report 2009, http : // hdrstats.undp.org / en / indicators / 150. html.

14. P. Sainath, 'Mass Media : Masses of Money?' *India Together*, 25 December 2009, www.indiatogether. org / 2009 / dec / psa - masses. htm.

15. Paranjoy Guha Thakurta, 'Fix - Ed Case', *Tehelka*, 14 November 2009, www.tehelka.com / story _ main 43. asp? filename = Bu 141109 fixed _ case. asp; 'Chidambaram Faces Flak on Vedanta Links', *Business Standard*, 9 August 2006, www.business - standard.com / india / news / chidambarm - faces - flakvedanta - links / 257339 /.

16. Manoj Mitta, 'Petitioners Didn't Have Say on Kapadia Presence', *Times of India*, 13 October 2009.

17. Man Mohan, 'College That Trains Cops to Take on Naxalites', Tribune Online (Chandigarh, India), 20 July 2009, www.tribuneindia.com / 2009 / 20090720 / main 8. htm.

18. Ashok Mitra, 'The Phantom Enemy', *Telegraph* (India), 23 October 2009.

WALKING WITH THE COMRADES

1. Trevor Selvam, 'India for Slective Assassination of Its Own Citizens?' Countercurrents. org, 31 January 2010, www.countercurrents.org / selvam 310110.htm.

2. Canary Trap. 'Karnatake Lok Ayukta Report on Illegal Mining', 21 January 2010, http : // canarytrap.in / 2010 / 01 / 21 / Karnataka - lokayukta - report - on - illegal - mining /.

3. Man Mohan, 'College That Trains Cops to Take on Naxalites', Tribune Online (Chandigarh, India), 20 July 2009, www.tribuneindia.com / 2009 / 20090720 / main 8. htm.

4. Shoma Chaudhury, 'The Quiet Soldiers of Compassion', *Tehelka*, 23 August 2008.

5. Press Trust of India, 'Naxalism Biggest Internal Security Challenge : PM', 13 April 2006, www.hindustantimes.com / Naxalism - biggest - challenge - PM / Article 1 - 86531. aspx.

6. See the Ministry of Rural Development's draft report of the Committee on State Agrarian Relations and the Unfinished

Task of Land Reform, Vol. 1 (March 2009), www.rd.ap.gov.in / IKPLand / MRD_ Committee_Report_V_01_Mar_09. pdf, and compare this with the final report, http : // dolr.nic.in / Committee % 20 Report.doc.

7. See *Frontline*, 21 October 2005.

8. The Human Rights Forum (HRF) denies that Balagopal made such a press release.

9. See Judgement of the Supreme Court of India on Mohammad Afzal vs the State (NCT of Delhi), 4 August 2005.

10. Charu Mazumdar, 'Hate, Stamp and Smash Centrism', May 1970, in *The Collected Works of Charu Mazumdar* (Deshabrati Prakashani, publishing house of the Undivided C.P.I. [M-L]), transcribed on the Marxist Internet Archive, www.marxists.org / reference / archive / mazumdar / 1970 / 05 x01.htm.

TRICKLEDOWN REVOLUTION

1. Anonymous, 'The Goose and the Commons', *Tickler*, 1 February 1821.

2. Address by Prime Minister Manmohan Singh, Oxford University, Oxford, United Kingdom, 8 July 2005.

3. Samanth Subramanian and Krish Raghav, 'The Economics of the Games', *Wall Street Journal* and Live Mint.com, 26 October 2010, www.livemint.com / 2009 / 10 / 26205604 / The - economics - of - the - Games. html.

4. See Geeta Pandey, 'Delhi Street Vendors Evicted before Commonwealth Games', BBC News, Delhi, 20 August 2010.

5. 'Delhi to Banish Beggars Ahead of Commonwealth Games', *Times of India*, 1 September 2009.

6. 'Nearly 80% of India Lives on Half Dollar a Day', Reuters, 8 August 2007, www.reuters, com / article / idUSDEL218894;

'Foodgrains That Could Feed 1.4 Crore People Rot', CNN-IBN, 27 July 2010.

7. Central Statistical Organization, Ministry of Statistics and Programme Implementation, Government of India, *Millennium Development Goals - India Country Report 2009*. See also United Nations, *The Millennium Development Goals Report 2009* (New York: United Nations, 2009), p.12.

8. Emily Wax and Rama Lakshmi. 'As Commonwealth Games Loom, "Unfit" Athletes' Village Adds to India's Problems', *Washington Post*, 24 September 2010.

9. Jason Burke, 'More of World's Poor Live in India Than in All Sub-Saharan Africa, Says Study', *The Guardian* (London), 14 July 2010.

10. Prime Minister Manmohan Singh, Indian Independence Day Speech, Red Fort, New Delhi, 15 August 2010.

11. C.P. Chandrasekhar, 'How Significant Is IT in India?' *The Hindu*, 31 May 2010.

12. 'India Needs Labour Transitions to Remove Poverty', Reuters, 6 April 2009.

13. S. Sakthivel and Pinaki Joddar, 'Unorganised Sector Workforce in India: Trends, Patterns and Social Security Coverage', *Economic and Political Weekly*, 27 May 2006.

14. Utsa Patnaik, 'Food Stocks and Hunger in India', paper, 3 August 2002, www.macroscan.org/pol/aug02/po1030802 Food_Stocks.htm.

15. 'Mukesh Ambani Tops for the Third Year as India's Richest', *Forbes Asia*, 30 September 2010. The article notes: The combined net worth of India's 100 richest people is $300 billion, up from $276 billion last year. This year, there are 69 billionaires on the India Rich List, 17 more than last year'. India's 2009 GDP was $1.2 trillion.

16. The Associated Press reported in October 2010, 'Today, in a country where 300 million people live on less than $1 a day, the economy is growing at nearly 9 percent and the rich shop for Porsches and Louis Vuitton purses. The number of Indian millionaires jumped by 51 percent last year, reaching more than 127,000'.Tim Sullivan, 'Indian Cram School Town Redraws Lines of Success', Associated Press, 24 October 2010.

17. Ashok Mitra, *A Prattler's Tale: Bengal, Marxism, Governnance*, translated from the Bengali by Sipra Bhattacharya (Kolkata: Samya Books, 2007).

18. 'I Am Your Soldier in Delhi: Rahul to Tribals', Press Trust of India, 26 August 2010.

19. P. Chidambaram, The Harish C. Mahindra 2007 Lecture, 'Poor Rich Countries : the Challenges of Development', Harvard University South Asia Initiative, Cambridge, Massachusetts, 18 October 2007; www.indianembassy.rog / prdetail697 / finance - minister - me. - p. - chidambaram's - speech - at - the - harvard - university - south - asia - initiative - the - harish - c. - mahindra - 2007 - lecture - on - andquot% 3 Bpoor- rich - countries%3A - the - challenges - of - developmentandquot%3B.

20. Ajay Dandekar and Chitrangada Choudhury, 'PESA, Left Wing Extremism and Governance : Concerns and Challenges in India's Tribal Districts', Institute of Rural Management, Anand, commissioned by Ministry of Panchayati Raj, Government of India, New Delhi, on date, www.tehelka.com / channels / News / 2010 / July / 10 / PESA chapter', Tehelka, 10 July 2010.

21. Raman Kirpal, 'Why You Must Read This Censored Chapter', *Tehelka*, 10 July 2010.

22. Ernesto Guevara, *Guerrilla Warfare*, third ed., eds. Brian Loveman and Thomas M. Davies, Jr (Rowman and Littlfield, 2002), p.51.

23. Jawed Naqvi, 'Singh Sees "Vital Interest" in Peace with Pakistan', *Dawn*, 9 June 2009; http: // pmindia.nic.in / speeches.htm

24. Bhagat Singh's Last Petition, no date, www.shahidbhagatsingh. org / index.asp? link = bhagat_ petition.

25. B.G.Verghese, 'Daylight at the Thousand - Star Hotel', *Outlook*, 3 May 2010.

26. Chemkuri [Cherukuri] Azad Rajkumar, 'A Last Note to a Neo - Colonialist', *Outlook*, 19 July 2010.

27. Partho Sarathi Ray, 'The Rs. 1500 Crore "Maoist Empire" or How the Police Plants Stories in the Press', *Sanhati*, 16 April 2010.

28. 'Chhattisgarh on Top Alert after Deadly Naxal Attack', Press Trust of India, 18 May 2010; Joseph John, 'Maoists Chopped Limbs, Slit Throats of Injured CR PF Men', www.indianexpress. com / new / maoists - chopped - limbs - slit - throats - of - injur / 641291 /

29. Rakhi Chakrabarty, 'Raped Repeatedly, Naxal Leader Quits Red Ranks', *Times of India*, 24 August 2010.

30. 'Air Chief Releases Joint Doctrines', Ministry of Defence, 16 June 2010. See also 'Armed Forces Release New Warfare Doctrine', Press Trust of Inida, 16 June 2010; and 'Armed Forces Release Two Doctrines on Joint Warfare', Press Trust of India, 16 June 2010.

31. Gautam Navlakha, 'Azad's Assassination: An Insight into the Indian State's Response to Peoples Resistance', *Sanhati*, 25 July 2010.

32. 'Get Ready to Fight Naxals, Said Chief. Or Did He?' *Indian Express*, 17 July 2010. The article notes, interestingly, 'Hours after it put out a press release . . . the Defence wing of the Press Information Bureau withdrew the release. No reason was assigned'.

33. 'IAF Can Fire in Self - Defence during Anti - Maoist Operations', *Hindustam Times*, 12 August 2010.

34. See Justice (Retired) B.P. Jeevan Reddy, *Report of the Committee to Review the Armed Forces (Special Powers) Act 1958*, submitted to the Government of India in June 2005.

35. Supriya Sharma, 'Finally, Army Moves into Maoist Territory', *Times of India*, 14 December 2010.

36. 'Edited Text of 12,262 - word Response by Azad, Spokesperson, Central Committee, CPI (Maoist)', *The Hindu*, 14 April 2010.

37. South Asia Terrorism Portal, Table: 'Fatalities in Left - wing Extremism - 2010', www.satp.org / satporgtp / countries / india / maoist/data_sheets/fatalitiesnaxal.asp.

38. 'Wanted Naxals Protected by Forests, Mines', Indo-Asian News Service, Raipur, 8 April 2010.

39. Azad, 'Hail the Daring and the Biggest Ever Guerrilla Attack on the Hired Mercenaries of the Indian State Carried Out by the Heroic PLGA Guerrillas in Chhattisgarh!' press statement for the Central Committee of the CPI (Maoist), 8 April 2010.

40. 'Fresh Maoist Attacks Feared in Chhattisgargh Towns', Sify News, 9 April 2010.

41. Ashish Khetan, 'CRPF Men Faked Log Entries to Skip Patrolling', *India Today*, 19 May 2010. Also see E.N. Rammohan Committee report.

42. '44 Killed as Maoists Blow Up Bus in Dantewada', *Times of India*, 18 May 2010.

43. 'Bihar Abduction: Body of Havildar Lucas Recovered', *Indian Express*, 3 September 2010.

44. 'Bihar Hostage Crisis Over, Maoists Release 3 Abducted Cops', *Times of India*, 6 September 2010.

45. Sumanta Banerjee, *In the Wake of Naxalbari: A History of the Naxalite Movement in India* (Calcutta: Subarnarekha, 1980).

46. 'Rs 14000cr Maoist Balm', *Telegraph* (Calcutta), 6 July 2010.

47. Kaustav Banerjee and Partha Saha, 'The NREGA, the Maoists and the Developmental Woes of the Indian State', *Economic and Political Weekly*, 10 July 2010.

48. Nirmalangshu Mukherji, 'Arms Over People', *Outlook*, 19 May 2010.

49. Quoting the 'Aims and Objects of Vishva Hindu Parishad', no date.

50. See Arundhati Roy, *The Shape of the Beast: Conversations with Arundhati Roy* (New Delhi: Viking, Penguin India, 2008), pp. 225-30.

51. Press Trust of India, 'Chhatisgarh: 55 Killed in Naxal Bloodbath', 15 March 2007.

52. Samarendra Das and Felix Padel, *Out of This Earth: East India Adivasis and the Aluminium Cartel* (New Delhi : Orient BlackSwan, 2010).

Ke1370